பெர்சியாவின் மூன்று இளவரசர்கள்

உலக இதிகாசங்களில் குழந்தைகள்

பெர்சியாவின் மூன்று இளவரசர்கள்

உலக இதிகாசங்களில் குழந்தைகள்

ரோஹிணி சவுத்ரி

தமிழில்:
சசிகலா பாபு

எதிர்
வெளியீடு

பெர்சியாவின் மூன்று இளவரசர்கள்
ரோஹிணி சவுத்ரி
தமிழில்: சசிகலா பாபு

முதல் பதிப்பு: டிசம்பர் 2017
எதிர் வெளியீடு,
96, நியூ ஸ்கீம் ரோடு, பொள்ளாச்சி - 642002.
தொலைபேசி: 04259 - 226012, 99425 11302.

கோட்டோவியங்கள்: விஸ்வஜோதி கோஷ்
நூல் வடிவமைப்பு: ஜீவமணி

விலை: ரூ. 200

pershiyavin moonRu iLavarasarkaL
The Three Princes of Persia

Rohini Chowdhury

Translated by: Sasikalaa Babu

This edition has been Published in an arrangement with Rohini Chowdhury

Tamil edition copyright with Ethir veliyedu

First Edition: December 2017

Illustration: Vishwajyoti Ghosh
Book Design: Jeevamani

Printed at Jothy Enterprises, Chennai.

Published by
Ethir Veliyedu, 96, New Scheme Road. Pollachi - 2.
email: ethirveliyedu@gmail.com
www.ethirveliyedu.in

Price: ₹ 200

ISBN: 978-93-87333-18-5

All rights reserved. No part of this book may be reprinted or reproduced or utilised in any form or by any electronic, mechanical or other means, now known or hereafter invented, including photocoping and recording, or in any information storage or retrieval system, without permission in writing from the Publisher.

உள்ளே...

பெர்சியா:
- பெர்சியாவின் மூன்று இளவரசர்கள் 9
- வெண்சிகை வேந்தன் சால் 10
- மாவீரன் ருஸ்டம் 16
- புன்னகையாளன் சவுரப் 23

இந்தியா:
- இளவரசர்களின் கல்வி 35
- உண்மையான வில்லாளன் 40
- ஏகலைவன் 42
- சித்தார்த்தனும் அன்னப்பறவையும் 49

எகிப்து:
- ஹோரசும் எகிப்திய அரியணையும் 54
- ஏழு தேள்களும் மற்றவையும் 57
- ஹோரஸ் அரியணையேறிய கதை 60

கிரேக்கம்:
- ஹெராகில்ஸ் 66
- சூரியனை நோக்கிப் பறத்தல் 71

ரோம்:
- 'மார்ஸ்'ஸின் மகன்கள் 79
- ரோம் கண்டுபிடிப்பு 84

மாயன்கள்:
- சித்திரக்குள்ளனின் புராணக்கதை 86
- ஹுனாபுவும் எக்ஸ்பாலான்க்யூவும் 93
- இரட்டையர்களும் அவர்களுடைய மூத்த சகோதரர்களும் 95

- சோள வயல், எலி மற்றும் ட்சாட்லி பை 100

ஆஷ்டெக்:
- ஹூட்சிலோபோச்ட்லி 105
- நானே இந்தச் சூரியனைத் தோன்றச்செய்பவன்! 107

பழைய ஏற்பாடு:
- ஆப்ரஹாமின் மகன்கள் 111
- ஐசக் 112
- இஸ்மாயில் 117

மவோரி:
- மாயூ 121
- மாயூவின் பிறப்பு 122
- மாயூ தன் குடும்பத்தைக் கண்டடைதல் 123

அமெரிக்கப் பழங்குடியினர்:
- முயின்குவா, தேன்சிட்டு மற்றும் இரு குழந்தைகளின் கதை 132
- ப்ளியேஸ்சும் பைன் மரமும் 140
- கரடிகள் 144
- காற்று உருவான கதை 148

ஆப்பிரிக்கா:
- சூரிய நிலவு தம்பதியரின் குழந்தைகள் 155

செல்ட்ஸ்:
- குக்கோலேன் 158
- கான்கோபாரின் அவைக்கு குக்கோலேன் வந்து சேர்தல் 159
- குக்கோலேன் பெயர் வரக் காரணம் 164
- 'நெட்' கொடுரனின் மகன்களை குக்கோலேன் கொன்ற கதை ... 170

சீனா:
- 'மின்' நதியின் இருபத்து நான்கு வளைவுகள் 183

ஜப்பான்:
- பென்கீயும் யோஷிட்சுனேவும் 193

ஆசிரியர் குறிப்பு:

ரோஹிணி சவுத்ரி

இவர் கொல்கத்தாவில் பிறந்தவர். லோரெட்டோ ஹவுஸ், ஜதவ்பூர் பல்கலைக்கழகம் மற்றும் அலகாபாத் ஐஐஎம் ஆகிய கல்வி நிறுவனங்களில் பயின்றவர்.

ரோஹிணி குழந்தைகளுக்கான பல புத்தகங்களை எழுதியுள்ளார். http://www.longlongtimeago.com எனும் குழந்தைகளுக்கான இணையதளம் ஒன்றினையும் நிறுவியுள்ளார். தற்போது அவர் லண்டனில் தன் கணவர் மற்றும் இரண்டு மகள்களுடன் வசித்து வருகிறார். தற்போதும் தம் பெரும்பான்மை நேரத்தை கணினி விசைப்பலகையின் முன்னிருந்தபடி, குழந்தை இலக்கியங்களுக்காக செலவழிக்கிறார்.

மொழிபெயர்ப்பாளர் குறிப்பு:
சசிகலா பாபு

1980 ஆம் வருடம் பிறந்த சசிகலா பாபு தற்போது ஆசிரியராகப் பணிபுரிகிறார். இவரது கணவர் பாபு, தனியார் நிறுவனமொன்றில் கணக்கியல் துறை மேலாளராகப் பணிபுரிகின்றார். மகன், K.B. சூர்ய ப்ரகாஷ், எட்டாம் வகுப்பு பயில்கிறார்.

இவருடைய முதல் கவிதைத் தொகுப்பான "ஓ.ஹென்றியின் இறுதி இலை" உயிர்மை வெளியீடாக 2016 இல் வெளியாகியது. "கல்குதிரை" இதழ்களில் இவருடைய மொழிபெயர்ப்புப் பேட்டிகள், கவிதைகள் மற்றும் கதைகள் வெளியாகியுள்ளன.

இஸ்மத் சுக்தாயின் தன் வரலாறான 'வார்த்தைகளில் ஒரு வாழ்க்கை' நூலை இவரது மொழிபெயர்ப்பில் எதிர் பதிப்பகம் வெளியிட்டுள்ளது.

பெர்சியாவின் மூன்று இளவரசர்கள்

'ஷா நாமா' அல்லது 'மன்னர்களின் ஏடு' என்பது புகழ்மிக்க பெர்சிய (பாரசீகக்) கவிஞர் ஃபிர்தாவ்சியால் எழுதப்பெற்ற ஒரு பெருங்காப்பியமாகும். கி. பி. 1010 இல் 'பஹ்லவி' மொழியில் இயற்றப்பட்ட இந்தக் காவியம், 60,000 பாக்களைக் கொண்டிருந்ததால் இதனை எழுதிமுடிக்க முப்பத்தைந்து ஆண்டுகள் ஆயின. கவிஞர் ஃபிர்தாவ்சியின் அப்போதைய தாய்நாடான குராசன் நாட்டை ஆண்டு வந்த 'சுல்தான் மஹ்மூத் கஸ்னாவி' அவர்களுக்கு இந்தக் காப்பியத்தைக் கவிஞர் பரிசளித்தார்.

புராணகாலங்கள் தொடங்கி கி. பி. ஏழாம் நூற்றாண்டின் தொடக்கம் வரையிலான பெர்சியா (தற்போதைய 'ஈரான்') நாட்டை ஆண்ட அரசர்களின் வரலாறுகளை விவரிப்பதே 'ஷா நாமா'வின் முக்கிய அம்சமாகும். மேலும், ஏழாம் நூற்றாண்டின் இடைப்பட்ட காலம் வரையிலான சில நிகழ்வுகளும் சேருமாறு ஃபிர்தாவ்சி கவிதைகளை நீட்டித்துள்ளார். பெர்சிய மொழியை

பேச்சுமொழியாக இன்றும் கொண்டுள்ள நாடுகளில் இந்தக் காப்பியம் தற்போதும் புகழ்மிக்கதாகவே உள்ளது.

'ஷா நாமா' கதைகளில் ஒன்று 'ருஷ்டம்' எனும் மாபெரும் பெர்சிய வீரனைப் பற்றியதாகும். ருஷ்டமின் பால்ய காலங்களையும் அவனது நெடிய முழு வாழ்வையும் ஃபிர்தவ்சி இக்கதைகளில் விவரிக்கிறார். ருஷ்டமின் வீரதீர சாகசங்களையும் இளவரசி தாமினாவுடனான அவன் காதலையும், இவர்தம் புதல்வன் சோரப் பற்றியும் சொல்கிறார் ஃபிர்தவ்சி.

'ஷா நாமா'வில் இருந்து மூன்று கதைகள் இங்கு மறுமொழியப்பட்டுள்ளன. ருஷ்டமின் தந்தையான 'சால்' அவர்களின் பிறப்பு மற்றும் பால்யகாலத்துடன், ருஷ்டமின் பால்யகாலம் குறித்தும் இக்கதைகள் பேசுகின்றன. மேலும் ருஷ்டமின் மகன் சோரப்பின் அகால மரணமும் அவனது அற்ப ஆயுட்காலம் பற்றியும் குறிப்பிடப்பட்டுள்ளது.

வெண்சிகை வேந்தன் சால்

முன்னொரு காலத்தில், ஈரான் நாட்டின் தெற்கே அமைந்துள்ள 'சீஸ்டன்' எனும் நிலத்தை 'பஹ்லவி' தலைவன் 'சாம்' ஆண்டு வந்தான். நீதியும் அதிகாரமும் ஒருசேரப் பொருந்திய சாமின் ஆட்சியின் கீழ் மக்கள் குறையேதுமின்றி மகிழ்வாய் வாழ்ந்தனர். மக்களுடன் சேர்ந்து தானும் மிகுந்த மகிழ்வாய் இருந்த சாமிற்கு குழந்தையின்மை மட்டுமே பெரும் குறையாய் இருந்தது. தனக்கு வாரிசு ஒன்று இல்லையே என்ற பெருங்கவலை சாமை ஆட்கொள்ளத் துவங்கியது.

சிலகாலம் கழித்து, சாமிற்கு ஒரு மகன் பிறந்தான். நிலவைப் போல் ஒளிர்ந்த அந்தக் குழந்தை எந்தக் குறையுமின்றி இருந்தபோதும் அவனுடைய சிகை மட்டும் ஒரு முதியவனைப் போல் மிகுந்த வெண்மையாய் இருந்தது. வெண்சிகையுடன் இருந்த அந்த அழகிய குழந்தையைக் கண்ட பெண்கள், மகனின் இந்த விசித்திரத் தோற்றதைக் கண்டு சாம் ஆத்திரமடைவானோ என எண்ணி, அவனிடம் இந்தச் செய்தியைச் சொல்ல

அஞ்சினர். குழந்தை பிறந்து எட்டு நாட்கள் ஆனதும் கொஞ்சமாய் தைரியம் கைவரப்பெற்ற ஒரு பெண் மட்டும் சாமிடம் மகன் பிறந்திருக்கும் செய்தியைச் சொல்லச் சென்றாள்.

தலைவனின் முன்னால் நன்கு குனிந்து வணங்கிய பெண் அனுமதி பெற்ற பிறகு பேசினாள், "சாம் என்ற நாயகனின் நாட்கள் இனி ஆனந்தமாக இருக்கட்டும்! ஏனெனில், அவருக்கு ஒரு மகன் பிறந்திருக்கிறான்!" என்று கூறினாள். "குழந்தை எந்தக் களங்கமோ குறையோ இல்லாமல் அழகாக இருக்கிறான். அவனது கேசம் வயதானவர்களைப் போல வெண்மையாக இருப்பதைத் தவிர வேறெந்த குறையும் மகனிடம் இல்லை. ஓ! புனித சாம்! இதை ஒரு குறையாகக் கருதிக் கோபமுறாமல் கடவுளின் பரிசாகக் கருதிக்கொள்வீராக!"

சாம் அந்தப் பெண் சொன்னதை மௌனமாகக் கேட்டான். பிறகு எழுந்து பெண்களின் பகுதிக்குச் சென்றான். அங்கிருக்கும் அவனது மகனைப் பார்த்தான். நரைத்த தலைமுடியைத் தவிர வேறெந்த குறையும் இல்லாத மகனைப் பார்த்ததும், அவன் தன்னுடைய அறிவையெல்லாம் இழந்து, "இப்படியொரு வினோதமான குழந்தையைப் பற்றி அறிந்தால் எனது எதிரிகள் சிரிக்க மாட்டார்களா? அவர்கள் இவனை ஒரு தீய நிமித்தம் என்று சொல்ல மாட்டார்களா? நான் அவர்களுக்கு என்ன பதிலளிப்பேன்?" அவன் தனது விதியை நொந்துகொண்டு அவனது பணியாட்களிடம் அலறினான். "பெர்சியாவின் களங்கமான இந்தக் குழந்தையை நாட்டைவிட்டே தூக்கி எறியுங்கள்!"

பணியாட்கள் அவன் சொன்னது போலவே செய்தார்கள். அவர்களது தேசத்துக்கு வெளியே, மிக தொலைவில், நட்சத்திரங்களைத் தொடும் உயரமுடன், 'எல்பர்ஸ்' என்றழைக்கப்பட்டு, மனிதர்கள் எவருமே வசிக்காத மலை ஒன்று இருந்தது. உயிருள்ள எந்த மனிதனும் அதன் சிகரங்களை அறிந்ததில்லை. இனி அறியவும் மாட்டான். பெரியவர்களே செல்ல அஞ்சும் அந்த மலையின் அடிவாரத்தில் பணியாட்கள் தங்களது தலைவனின் மகனை சாகும்படி விட்டுவிட்டார்கள். அந்த இடத்தில்தான் 'சைமர்' அவனை கண்டெடுத்தது.

சைமர் ஒரு ராட்சதப் பறவை. மயிலின் இறகுகள், மலைக்கழுகின் சிறகுகள், நாயின் தலை, சிங்கத்தின் நகங்கள் கொண்ட ஒரு பறவை. அவளுக்கு மிகுந்த வயதாகிவிட்டது. எத்தனை வயது எனில், இவ்வுலகம் அழிவதை அவள் மூன்றுமுறை பார்த்திருக்கிறாள்.

மேலும், அவள் பல யுகங்களின் அறிவையும் ஒருசேரப் பெற்றிருந்தாள். எல்பர்ஸ் மலையுச்சியில், சைமரின் கூடு இருந்தது. அது எபோனி மற்றும் சந்தன மரங்களால் நெய்யப்பட்டு, தீயசக்திகள் ஏதும் புகாதவாறு மூலிகைகளாலும், குணமாக்கும் செடிகளாலும் பின்னப்பட்டிருந்தது. கூட்டினுள் இருந்த தன் குஞ்சுகளை, எந்தவொரு தாயையும் போலவேதான் சைமரும் மென்மையாக கவனித்து வந்தாள்.

அநாதரவாய் மலையடிவாரத்தில் விடப்பட்டு, கவனிப்பாரற்று, எவருக்கும் தேவையுமற்று, குளிர்தாங்கும் உடைகளுமின்றி, பசியில் விரல்களை சப்பிக்கொண்டிருந்த சிறு குழந்தையை சைமர் கண்டதும், அவன் தன் குஞ்சுகளுக்கான சிறந்த உணவாக இருப்பான் என்றே அவள் எண்ணினாள். எனவே, அவள் மலையுச்சியில் இருந்து பறந்தபடியே கீழிறங்கி, அவனைத் தனது நகங்களால் பற்றி, தன் கூட்டிற்குத் தூக்கிச் சென்றாள். ஆனால், அவனை அவள் தன் குஞ்சுகளுக்கு இரையாக்க முடியாதபடி அவளது தாய்மனம் தடுத்தது. ஆதரவற்ற அந்தக் குழந்தையைத் தன் குஞ்சுகளோடு சேர்த்து வளர்க்க அவள் முடிவெடுத்தாள். "இந்த மனிதக் குழந்தையைக் காயப்படுத்தாதீர்கள். அவனை உங்கள் சகோதரனாய் நடத்துங்கள்" என சைமர் தன் குஞ்சுகளிடம் சொன்னாள். அவள் தன் இறகுகளால் குழந்தையைப் பொத்தி அவனுக்குக் கதகதப்பு உண்டாக்கி, மிருதுவான இறைச்சித் துண்டுகளை அவனுக்கு மென்மையாய் ஊட்டிவிட்டு, அவன் பசியைப் போக்கினாள்.

சைமர் மனிதக் குழந்தையை தன் சொந்தக் குழந்தைபோல் நேசித்தாள். அவனைக் கவனிப்பதில் அவளுக்கு எந்த வருத்தமும் இல்லை. இவ்வாறாய் ஆண்டுகள் பல கடந்ததும், அந்த மனிதக் குழந்தை ஒரு உயர்ந்த, அழகான வாலிபனாக வளர்ந்தான். சிறிது காலத்தில், அந்த நிலத்தின் மக்களும் மலையுச்சியில் வசிக்கும் இந்த அழகான வாலிபன் குறித்து அறிந்து கொண்டனர். அவனைப்

பற்றிய கதைகள் தூர தேசங்களுக்கு பரவத் துவங்கியதும், இறுதியாய் அது சாமின் காதுகளையும் சென்று அடைந்தது.

ஓர் இரவில் சாமிற்கு விசித்திரக் கனவொன்று வந்தது. அந்தக் கனவில், சாமின் மகனைப் பற்றிய செய்தியோடு குதிரை மீதேறி வந்த ஒரு மனிதன், சாமிடம், "ஓ! மகிழ்வில்லாத மனிதனே... உனது சிகை வெள்ளி நிறத்தில் இருப்பினும், உன் மகனின் வெண்சிகைக்காய் அவனை வெறுத்து ஒதுக்கியவனே! ஒரு பொறுப்புள்ள தந்தையாக நீ ஆற்றவேண்டிய கடமைகளையெல்லாம் கைவிட்டுவிட்டு, உன் மகனை அவன் வாழ்நாள் முழுவதும் ஒரு பறவையின் வளர்ப்பில் விட்டவனே! தொடர்ந்து எப்போதும் உன் மகனை இவ்வாறே நீ அலட்சியப்படுத்தப் போகிறாயா?" எனப் பரிகாசமாய் கேட்டான்.

மிகுந்த துயரத்துடன் சாம் கண்விழித்தான். நாட்டின் அனைத்து அறிஞர்களையும் அழைத்து, தன் கனவிற்கான விளக்கத்தைக் கேட்டான் அவன். "என் மகன் தற்போதும் உயிரோடு இருப்பதற்கான அறிகுறிதான் இந்தக் கனவா? அவன் இன்னும் இறந்திருக்கவில்லையா?" என வினவினான் சாம்.

அதற்கு அறிஞர்கள், "ஓ! மகிழ்வில்லாத மன்னவனே! உங்கள் மகன் உயிரோடுதான் இருக்கிறான். ஒரு சிங்கத்தைவிடக் கொடூரமானவனாகவும், ஒரு புலி அல்லது முதலையைவிட இரக்கமற்றவனாகவும் இருப்பவர் நீங்கள். தன் குட்டிகளை அரவணைத்துப் பாதுகாக்கும் பழக்கம் வனவிலங்குகளுக்குக் கூட உண்டு. ஆனால், தாங்களோ தங்கள் மகனிற்கு வெண்சிகை இருந்ததற்கான ஒரே காரணத்திற்காய் அவனைச் சாகுமாறு அநாதரவாய் விட்டவர். இப்போதேனும் செல்லுங்கள், உங்கள் மகனைக் கண்டுபிடியுங்கள். மேலும், அவனிடம் உங்களை மன்னிக்குமாறு மன்றாடுங்கள்!" என்றனர்.

அறிஞர்களின் பதிலைக் கேட்டதும் சாம் தன் தவறை முற்றிலுமாய் உணர்ந்தான். எல்பர்ட்ஸ் மலையை நோக்கித் தன் மொத்த படையையும் செலுத்தினான். அந்த மலையின் உச்சியில், சைமரையும் அதன் கூட்டையும் கண்டான். அதனருகில் தன்னைப் போலவே தோற்றமளிக்கும் இளைஞன் ஒருவனையும் சாம் பார்த்தான். பொறுமையுடனும் விடாமுயற்சியுடனும் எல்பர்ட்ஸ்

மலையின் மீது ஏறிய சாமினால், தான் எண்ணியது போல மலையுச்சியை அடைய முடியவில்லை. தன் மகனை அடைய முடியாத சாம், நம்பிக்கையிழந்து எல்பர்ட்ஸ் மலையடிவாரத்திலே மண்டியிட்டான். அச்சமயம் அவனிடத்தில் கொடூரமோ, தற்பெருமையோ, ஆத்திரமோ இருக்கவில்லை. மாறாக, தன் தவறுக்காய் வருந்தியபடியும், தன் மகன் மீதான அதீத அன்பிலும் அவன் இருந்தான்.

அதே சமயம், மலையிலிருந்து கீழ்நோக்கி வந்து கொண்டிருந்த சைமர், எல்பர்ட்ஸ் மலையடிவாரத்தில் மண்டியிட்டு அமர்ந்திருக்கும் சாமைக் கண்டது. அவன் ஏன் அங்கு வந்துள்ளான் என்பதை மேன்மை பொருந்திய அந்த உன்னதப்பறவை அறிந்து கொண்டது. தன் மகன் போல் தான் பராமரித்து வளர்த்து வந்தச் சிறுவனிடம் சென்ற அந்தப் பறவை, அவனை நோக்கி, “ஓ! என் அன்பிற்குரிய மகனே! என் சொந்த மகவுபோல் நான் நேசித்திருந்த என் அன்பே, நாம் பிரிவதற்கான நேரம் வந்துவிட்டது. வீரர்களுக்கெல்லாம் தலைவனான மாவீரன் சாம் இந்த மலையின் அடிவாரத்தில் உனக்காகக் காத்திருக்கிறார். சாமின் அன்பான மகனாக உனக்கு ஒரு சிறப்பான எதிர்காலம் காத்திருக்கிறது. அவரிடம் செல்!” எனக் கூறினாள்.

தனக்குத் தாயாகவும் தந்தையாகவும் விளங்கிய அந்த உயர்ந்த பறவையை சிறுவன் பார்த்தான். நீர் நிறைந்த விழிகளுடன் அவன் சைமரிடம், “என்னை ஏன் உங்களிடமிருந்து பிரித்து வெளியே அனுப்புகிறீர்கள்? என்னை வளர்ப்பதால் சோர்வடைந்து விட்டீர்களா? எந்தவொரு அரண்மனையையும் சிம்மாசனத்தையும் விடவும் உங்களுடைய இந்தக் கூடுதான் எனக்கு உயர்வானது. நான் வேண்டியிருக்கும் அன்பு முழுவதும் உங்கள் சிறகுகளிலேயே உள்ளது. என் தந்தை என்னைக் கைவிட்ட நிலையில் நீங்களே எனக்கு உறைவிடம் தந்தீர்கள். இப்போது ஏன் அவரிடமே என்னை அனுப்புகிறீர்கள்?” என அந்தப் பறவையிடம் வினவினான்.

அதற்கு சைமர், “நான் உன்னை விரும்பாததால் உன்னை அனுப்பவில்லை மகனே! எனக்கு வாய்ப்பளிக்கப்பட்டால் உன்னை எப்போதும் என்னுடனேயே வைத்துக்கொள்ளவே நான் விரும்புகிறேன். ஆனால், நன்மைதரும் விதியொன்று

உனக்காகக் காத்திருக்கிறது. உனக்காகக் காத்திருக்கும் வெளியுலகத்திற்குச் சென்று உன் அதிர்ஷ்டங்களை அடைந்து கொள்!" என பதிலளித்தாள். பிறகு தனது மார்பில் இருந்து ஒரு இறகைப் பறித்து சிறுவனிடம் தந்த சைமர், "என்னை நினைவு கொள்வதற்காய் இந்த இறகை உன்னுடன் எடுத்துச் செல். எப்போதேனும் நீ சிக்கலில் சிக்கிக்கொண்டால் இந்த இறகை நெருப்பில் இடு. உடனே, நான் உனது உதவிக்கு வருவேன்" எனவும் சொன்னாள். பின்னர் தனது நகங்களால் மென்மையாய் அவனைப் பற்றித் தூக்கி சாமிடம் கொண்டு சேர்த்தாள்.

உயர்பண்புகளுடைய சைமரைக் கண்ட சாம், அவளின் முன் தலைவணங்கினான். அவள் செய்த செயல்களுக்கான தனது நன்றியை கண்ணீரின் மூலம் தெரிவித்தான். எல்பர்ட்ஸ் மலையிலுள்ள தன் கூடினை நோக்கி சைமர் பறந்ததும், சாம் தன் மகனையே கண்கொட்டாது பார்த்துக் கொண்டிருந்தான். அந்த இளைஞனின் வெண்சிகையைத் தவிர்த்து, இளமை, அழகு, பலம் மற்றும் அறிவுக்கூர்மை என அனைத்தும் பொருந்தி உயரமானவனாய் வளர்ந்து நிற்கும் அவன், அனைத்து வகைகளிலும் பரிபூரணமானவனாய் விளங்கினான். இத்தனை அழகிய மகனைக்கண்டு பெருமையிலும் அன்பிலும் சாமின் இதயம் விம்மியது. மகனை அணைத்துக்கொண்டு அவனிடம் மன்னிப்புக்கோரிய சாம், இனி எப்போதும் அவனைத் தான் பிரியப்போவதில்லை என உறுதியளித்தான்.

தன் மகனை விலையுயர்ந்த ஆடைகளை அணியச் செய்த சாம், 'முதுமை' எனப்பொருள்படும்படி 'சால்' எனும் பெயரை அவனுக்குச் சூட்டினான். முன்னர் எப்போதும் 'சால்' போன்றதொரு அழகும் வீரமும் ஒருசேரப் பொருந்திய இளைஞனை சாமின் படைவீரர்கள் கண்டிராததால், அவனை அவர்கள் மிகுந்த உற்சாகத்துடனும் ஆரவாரத்துடனும் வரவேற்றனர். சாம் தனது படைவீரர்களுடன் சாலினை அழைத்துக்கொண்டு 'சிஸ்டன்' நோக்கிச் சென்றான். மகன் சாலினை சாம் கண்டடைந்துவிட்டச் செய்தி முன்னரே சிஸ்டன் மக்களிடையே பரவியிருந்தமையால், அந்த நிலமே மகிழ்ச்சியாலும், கொண்டாட்டங்களினாலும் நிறைந்திருந்தது.

இறுதியாக சாம் தனது மகனை மீண்டும் அடைந்துவிட்டான். வெண்சிகையுடைய சால் தனது தந்தையுடன் தாயகம் சிஸ்டனுக்குத் திரும்பினான். சால், வேந்தனுக்குரிய அனைத்துக் கலைகளையும் கற்றுத் தேர்ந்து, நீதியும் அறிவுத்திறனும் கூடிய மாபெரும் வீரனாகத் திகழ்ந்தான்.

மாவீரன் ருஸ்டம்

வெண்சிகை வேந்தனான சாலிற்கும் அவனது காதல் மனைவி ருதாபேவிற்கும் ‘ருஸ்டம்’ எனும் ஓர் அழகிய மகன் பிறந்தான். ருஸ்டம் ஆரோக்கியமும் வலிமையும் பொருந்திய குழந்தையாக விளங்கினான். நாட்டின் இளவரசனுக்கு மகன் பிறந்திருப்பதை அறிந்த சிஸ்டன் மக்கள், மகிழ்வும் ஆரவாரமுமாய் கொண்டாடினர். விருந்துகளின் ஓசையும், ஆடல் பாடல்களின் இசையும் நாடு முழுதும் எங்கும் எதிரொலித்தன.

இச்சமயத்தில், சால் மன்னனின் தந்தையும், குழந்தை ருஸ்டமின் பாட்டனாருமான மாவீரன் சாம் பெர்சியாவின் எல்லைகளைக் காப்பதற்காக தன் நாட்டைவிட்டு வெளியேறிச் சென்றிருந்தார். எனவே, சாமிற்கு பேரன் பிறந்திருக்கும் செய்தியைத் தெரிவிப்பதற்காக சால் தன் தூதுவர்களை அனுப்பினான்.

மேலும், அந்தத் தூதுவர்களிடம் அழகிய பட்டுநூலினால் நெய்யப்பட்டிருந்தத் தன் குழந்தையின் உருவப்படம் ஒன்றினையும் கொடுத்தனுப்பினான்.

தன்னைக் காணவந்த தூதுவர்களை மகிழ்வுடன் வரவேற்ற சாம், அவர்களைப் பொன்மழையால் நனையச் செய்தான். தனது பேரனின் திருமுகத்தை என்றேனும் கண்டுவிடப்போகும் தன் அதிர்ஷ்டத்தை எண்ணி அவன் அகம் மலர்ந்தான். ஆனால், முழுதாய் எட்டு நீண்ட வருடங்கள் கழிந்த பின்னரே சாமினால் தன் இல்லத்திற்குத் திரும்பி ருஸ்டமைக் காண முடிந்தது.

சாமும் அவனது படைகளும் தம் நாட்டை நோக்கித் திரும்புகையில் வழியில் பிரமாண்டமான ஊர்வலம் ஒன்று தங்களை வரவேற்க வருவதைக் கண்டார்கள். அந்த ஊர்வலத்தில் முதன்மையாக, ஆடம்பரமாக அலங்கரிக்கப்பட்டிருந்த மிகப்பெரிய யானையொன்று வந்து கொண்டிருந்தது. அந்த

யானையின் மீதமர்ந்து அதனைச் செலுத்தியவன் எட்டு வயதே நிரம்பியிருந்த சிறுவன் ஒருவன். சிறுவனைக் கண்டதும் சாமின் உள்ளம் மகிழ்ச்சியில் துள்ளிக் குதித்தது. ஏனெனில், அந்தச் சிறுவன்தான் தனது அபிமானமான பேரன் என்பதை அவர் அறிந்து கொண்டார்.

மிக உயர்ந்த அந்த யானையிலிருந்து இறங்கிய ருஸ்டம், நிலத்தை நோக்கித் தன் சிரத்தைத் தாழ்த்தி மிகுந்த மரியாதையுடன் தன் பாட்டனாரை வரவேற்றான். ஆதுரமாய் ருஸ்டமை இறுக அணைத்துக்கொண்ட சாம், அவனைத் தனது அருகிலேயே அமர்த்திக் கொண்டார். இவ்வாறு இணைந்தவாறே இருவரும் நகருக்குள் பிரவேசித்தனர். நகரின் வீதிகளில் இருமருங்கும் கூடிநின்று ஆரவாரித்த மக்கள்கூட்டம், தம் தலைவனை மகிழ்வுடன் வரவேற்றது.

உயரமாய், அழகாய், புத்திக்கூர்மையுள்ள சிறுவனாய் ருஸ்டம் வளர்ந்து நின்றான். சாம் தனது போர் அனுபவங்களையும் பிரச்சாரங்களையும் பேரனுக்கு எடுத்துரைப்பதிலேயே தனது பெரும்பான்மை நேரத்தைச் செலவிட்டார். ருஸ்டம் அறிவுடன் விவேகமும் சிந்தனைத்திறனும் கொண்டு, பலமும் அழகும் பொருந்திய சிறுவனாய் விளங்கினான்.

“ஓ, பாட்டனாரே! உங்களது பேரனாய் இருப்பதில் நான் பெருமகிழ்வு அடைகிறேன். மேலும், உங்களைப் போன்றே வாழவும் நான் பிரியப்படுகிறேன். அரண்மனை விருந்துகளிலும், விளையாட்டுப் பொம்மைகளிலும் எனக்கு எந்த மகிழ்வும் இல்லை. எனது வாழ்வை சுகமாகவும் ஓய்வாகவும் கழிக்கவும் எனக்கு எந்த விருப்பமும் இல்லை. எனக்கு வேண்டியவையெல்லாம் எனக்குச் சொந்தமாய் ஒரு குதிரையும், கவசம், அம்புகள் மற்றும் ஒரு கேடயமும் ஆகும்.

உங்களைப் போலவே நானும் போர்களுக்குச் செல்ல வேண்டும். இறுதி எதிரி மண்ணில் தலைசாய்ந்து வீழும்வரை நமது நாட்டிற்காய்ப் போரிட வேண்டும்” எனச் சாமிடம் ருஸ்டம் கூறினான்.

சாம், தனது சின்னஞ்சிறிய பேரன் இவ்வாறான தீவிரமான விஷயங்களைப் பேசுவதை பெரும் ஆச்சரியத்துடனும்,

மகிழ்வுடனும் கேட்டுக் கொண்டிருந்தார். 'மெய்யாகவே இந்தக் குழந்தை உயர்ந்த காரியங்களைச் செய்வான்' என எண்ணிய சாம் ருஸ்டமை ஆசீர்வதித்தார்.

இறுதியாய், ஒரு மாதத்தின் பின், சாம் மறுபடியும் போர்க்களத்திற்குச் செல்ல வேண்டியிருந்தது. கிளம்பும் முன் தன் மகன் சாலினைத் தனியே அழைத்துச் சென்ற சாம், "என் மகனே! பிரியும் முன் உன்னிடம் ஒன்று வேண்டுகிறேன்! உனது மகனும் எனது பேரனுமாகிய ருஸ்டம் உனது உயரம் அளவிற்கு வளர்ந்ததும், அவனுக்கான குதிரையொன்றையும் அவன் விரும்பும் ஆயுதங்களையும் அவனே தேர்வு செய்யும் உரிமையை அவனுக்குக் கொடு. எனது விருப்பத்திற்காகவும், என் மீது நீ செலுத்தும் மரியாதையின் அடையாளமாகவும் இதை நீ செய்ய வேண்டும்!" எனக் கூறினார். அவ்வாறே செய்வதாய் சால் தன் தந்தைக்கு உறுதி கூறியதும், சாம் போர்க்களத்திற்கு மீண்டும் திரும்பினார்.

தாயின் பராமரிப்பிலும், தந்தையின் அறிவார்ந்த வழிகாட்டுதலிலும் வளர்ந்து வந்த ருஸ்டம், பலத்திலும் புத்திக்கூர்மையிலும் சிறந்து விளங்கினான். சாமின் வரவிற்குப் பின் இரண்டு வருடங்கள் கழிந்ததும், ருஸ்டம் பத்து வயது சிறுவனாய் வளர்ந்திருந்தான்.

ஓர் இரவில், ஆழ்ந்த உறக்கத்திலிருந்த ருஸ்டம், பொருட்கள் உருண்டோடும் சப்தங்களாலும், பலத்த உறுமல்களாலும் திடுக்கிட்டுக் கண்விழித்தான். தனது பூட்டிய கதவுகளின் வெளியே பயத்தால் அங்குமிங்கும் ஓடும் மக்களின் கூக்குரல்களையும், உயிருக்கு அஞ்சிய அவர்களின் கத்தல்களையும் அவன் செவியுற்றான்.

"என்ன இது? இங்கு என்ன நடக்கிறது?" எனக் கேட்டான் ருஸ்டம். அச்சத்தால் நடுங்கியவாறே, மன்னரின் வெள்ளையானைக்கு மதம் பிடித்துவிட்டதாகவும், அது தன் சங்கிலிகளை அறுத்துக் கொண்டு அரண்மனைக்குள் வெறிகொண்டு திரிவதாகவும் அவனது வேலையாட்கள் பதிலளித்தனர்.

இதைக் கேட்டதும் தன் படுக்கையைவிட்டுத் துள்ளியெழுந்த ருஸ்டம், தான் அந்த யானையை அடக்கப் போவதாகவும் தன்னை வெளியே அனுமதிக்கும்படியும் தன் காவலாளியிடம்

ஆணையிட்டான். ஆனால், அவர்களோ அவனைத் தடுத்து நிறுத்தினர். "உங்களுக்கு ஏதேனும் ஆபத்து நேரிடுமானால், மன்னருக்கு நாங்கள் என்ன பதில் சொல்வோம்?" என அவர்கள் கதறினர். "இத்தனைச் சின்னஞ்சிறிய சிறுவன் அத்தனைப் பெரிய யானையை எதிர்த்து நிற்பதா? நாங்கள் உங்களை வெளியேவிட மாட்டோம்!" என்றனர்.

ஆனால், ருஸ்டம் எதற்கும் செவிசாய்க்கவில்லை. தன்னைத் தடுத்து நிறுத்திய காவலாளிகளை உதறித்தள்ளிய ருஷ்டம், கதவுகளை திறந்து கொண்டு வெளியே ஓடினான். மதம் பிடித்திருந்த அந்தப் பெரிய வெள்ளையானை பெருங்கோபத்துடன் அங்கே நின்று கொண்டிருந்தது. அந்த யானையைக் கண்டு மிரண்டிருந்த படைவீரர்களும் காவலாளிகளும் மூலைகளில் பதுங்கிக் கிடந்தனர்.

ருஸ்டமோ பயமேதுமின்றி யானையை நோக்கி ஓடத் துவங்கினான். அவனைக் கண்ட யானை, கொடூரமாய் பிளிறியபடி தன் தும்பிக்கையை உயர்த்தி, கண்களில் வெறி மின்ன ருஸ்டமை நோக்கிப் பாய்ந்தது. சிறிதும் தயக்கமின்றி நிலத்தோடு அழுந்தி நின்ற ருஸ்டம், தனது கதாயுதத்தை உயர்த்தி மிகச்சரியாய் யானையின் உச்சந்தலையில் தாக்கினான். உடனே யானை செத்து வீழ்ந்தது. மதம் கொண்ட யானை இறந்து விட்டதால் இனி எவருக்கும் எந்த ஆபத்தும் இருக்காது என மன அமைதியடைந்த ருஸ்டம், தனது அறை நோக்கித் திரும்பினான். அதன் பின்னரே அவனால் ஆழ்ந்த அமைதியான நித்திரைக்குச் செல்ல முடிந்தது.

ருஸ்டமின் இந்த வீரசாகசமானது நகரம் முழுவதும் பரவத் துவங்கியது. இந்தச் செய்தியைக் கேட்ட மக்கள், வீரதீர நாயகன் ஒருவன் பெர்சிய நிலத்தில் உதயமாகிவிட்டான் என மகிழ்ச்சியில் ஆரவாரித்தனர்.

இந்த சாகசம் நிகழ்ந்த சிறிது நாட்களிலேயே பெர்சிய நிலத்தை தம் அறிவுக்கூர்மையாலும் நன்னடத்தையாலும் ஆண்டு வந்த 'மினுசிஹிர்' எனும் மன்னர் இறந்து போனார். இறந்த மன்னரின் எதிரிகள் ஆட்சியைக் கைப்பற்ற முயன்றனர். இதன் விளைவாய் அங்கு உள்நாட்டுப் போர் வெடித்தது. இந்தக் கலவரத்தின் இடையே, பெர்சியாவிற்கு அமைதியையும், சட்டப்படியான வாரிசையும் கொண்டுவரும் முயற்சியில், சாம் மாண்டு போனார்.

தனது தந்தையின் மரணத்தால் மிகுந்த துக்கமுற்ற சால் ஆழ்ந்த சோகத்தில் மூழ்கினான். வீரன் சாம் இறந்து போனதாலும், அதன் தொடர்ச்சியாய் சால் மிகவும் சோகமாக இருந்ததாலும், நாட்டின் மெய்யான வாரிசின் எதிரிகள் பலம் பெற்றனர். இதனால் போர் மேலும் தீவிரமடைந்தது.

சாலினை நோக்கி வந்த பெர்சிய மக்கள், தங்கள் துயரத்தை வேடிக்கைப் பார்க்கும் அவனைத் தூற்றினர். பின்னர், தங்கள் நிலத்தைக் காக்கும்படி அவனிடம் கெஞ்சினர். அவர்களைப் பார்த்து சால், "என் நாட்டு மக்களுக்கும், பெர்சியாவிற்கும் எது நன்மை பயக்குமோ அதையே நான் இதுநாள் வரை செய்து வந்திருக்கிறேன். முதுமை என்ற ஒரு எதிரியைத் தவிர வேறெந்த எதிரியைக் கண்டும் நான் அஞ்சியதில்லை. துக்ககரமாய், இப்போது அந்த எதிரி என்னுள் குடிகொண்டுள்ளான். போர் புரிய இயலாதவாறு என் முதுமை என்னைத் தடுக்கிறது. அதனால் ருஸ்டமை உங்களிடம் ஒப்படைக்கிறேன். அவன் சிறுவன் தான். எனினும், பல்வேறு சிறப்புகளைக் கொண்டவனாய் உள்ளான் அவன். எனது அறிவுரைகளும் அனுபவங்களும் அவனை எப்போதும் வழிநடத்தும். சென்று வாருங்கள்!" என்றார். இதைக் கேட்ட பெர்சிய மக்கள் தங்கள் சிரம் தாழ்த்தி சாலினை வணங்கினர். மேலும், நன்றியுடன் ருஸ்டமை தங்கள் தலைவனாய் ஏற்றுக் கொண்டனர்.

பின்னர் ருஸ்டமை தன்னிடம் அழைத்த சால், "என் மகனே! நீ இன்னும் பாலகனாய்த்தான் இருக்கிறாய். ஆனால், பெர்சியாவிற்கு நீ இப்போது தேவை. எனவே அதன் எதிரிகளையும், பலமும் திறனும் படைத்த பல வீரர்களையும் எதிர்கொள்ள நான் உன்னை அனுப்புகிறேன்!" எனச் சொன்னார்.

தன் தந்தை குழப்பத்தில் இருப்பதை ருஸ்டம் உணர்ந்தான். புன்னகைத்தபடியே அவன், "ஓ, தந்தையே, குழந்தைகளின் விளையாட்டுகளில் நாட்டமில்லாதவன் நான் என்பதை நீங்கள் அறிவீர்கள். நான் விரும்புவதெல்லாம் போர் புரிவதைத்தான். எனவே, உங்கள் தந்தை சாம் அவர்களின் கதாயுதத்தை என்னிடம் தாருங்கள். மேலும், என் விருப்பத்தின்படி ஒரு குதிரையைத் தேர்வு செய்யவும் அனுமதியுங்கள். இவைகளுடன் நான் போர்க்களத்தில் நுழைந்து நம் எதிரிகளுடன் போரிட்டு அவர்களை

வீழ்த்துவேன். நம் நிலத்திற்கு மீண்டும் அமைதியைக் கொண்டு வருவேன்" என்றான்.

ருஸ்டமின் இந்த வீர வசனங்கள் சாலிற்கு நம்பிக்கை அளித்தன.

சாமின் இழப்பைக் கௌரவிக்கும் பொருட்டு, தன் குதிரையைத் தானே தேர்வு செய்து கொள்ளும் ருஸ்டமின் விருப்பத்தை நிறைவேற்ற சால் முடிவு செய்தார். எனவே, நாட்டிலுள்ள அனைத்து உயர்வகை குதிரைகளையும் ருஸ்டமின் முன் கொண்டுவந்து நிறுத்த ஆணையிட்டார். இவ்வாறு சாலின் மகன் குதிரையைத் தேர்வு செய்யும் செய்தி பரவத் துவங்கியதும், நாட்டின் பல்வேறு பகுதிகளில் இருந்தும் மக்கள் தங்கள் குதிரை மந்தைகளை அரண்மனைக்குக் கொண்டுவரத் துவங்கினர்.

உலகில் இருந்த உயர்வகைக் குதிரைகள் அனைத்தும் ருஸ்டமின் முன் அணிவகுத்து வரத்துவங்கின. ஒவ்வொன்றையும் அவன் கூர்ந்து பார்த்தான். தன்னைக் கடந்து போகும் ஒவ்வொரு குதிரையின் முதுகுப்பகுதியிலும் தன் கையை வைத்து அழுத்தினான். இதன்மூலம் அவன் தன் எடையை அந்தக் குதிரை தாங்கத்தக்கவையா எனப் பரிசோதித்தான். ஆனால், அவ்வாறு அவன் பரிசோதித்த ஒவ்வொரு குதிரையும் அவனது அழுத்தத்தின் பாரம் தாளாமல் தரையில் நிலைகுலைந்து விழுந்தன. இறுதியாக அவன் தனக்கேற்ற குதிரையைத் தேடி குதிரை மந்தைகள் கொண்ட ஓர் இடத்திற்கு வந்தான்.

காபூலின் மந்தையில், உயரமும் பலமும் பொருந்திய ஒரு பெண் குதிரையை ருஸ்டம் கண்டான். அந்தப் பெண் குதிரையுடன் துள்ளி விளையாடிய உற்சாகம் ததும்பும் ஒரு குதிரைக்குட்டியையும் அவன் கண்டான். அந்தக் குட்டியின் உடல்வண்ணம் குங்குமநிறப் பின்புலத்தில் ரோஜா இதழ்களைத் தெளித்தாற்போல் வசீகரமாய் இருந்தது. குட்டியை ருஸ்டமிற்கு மிகப் பிடித்திருந்தது. எனவே, அவன் அதனை மந்தையைவிட்டுத் தனியாக இழுத்து வந்தான். இதைக் கண்டப் பெண்குதிரை ருஸ்டமை எதிர்த்தது. எனினும் ருஸ்டமின் உறுதியே வென்றது.

ருஸ்டமைக் கண்ட மந்தையின் காவலன், ருஸ்டமை எச்சரிப்பதற்காக ஓடோடி வந்தான். ருஸ்டமை அடையாளம் காணவியலாத அவன், அந்தக் குதிரைக்குட்டி வேறொரு

நபருக்கு உரியது என்றும் அதனை ருஸ்டம் கொண்டு செல்ல இயலாது என்றும் எச்சரித்தான். “எவருக்கு உரியது இந்தக் குதிரைக்குட்டி?” என வினவினான் ருஸ்டம். “அதன் உரிமையாளரின் அடையாளம் எதனையும் குட்டியின் உடலில் என்னால் காண முடியவில்லையே!” என்றும் கூறினான்.

“இதன் எஜமானரை எங்களுக்கும் தெரியாது. ஆனால், இந்தக் குட்டி ருஸ்டமிற்குச் சொந்தமானது எனச் சொல்லப்படுகிறது. இதன் தாயானது வேறெவரையும் இந்தக் குட்டியின் மீது சவாரி செய்ய அனுமதிப்பதில்லை. சேணம் பூட்டி மூன்று வருடங்களாகியும் எந்த மனிதனாலும் இந்தக் குட்டியை அடக்கிச் சவாரி செய்ய முடியவில்லை” எனப் பதிலளித்தான் மந்தை பாதுகாவலன்.

இதனைக் கேட்டதும், ருஸ்டம் ஒரே தாவலில் குட்டியின் மீதேறி அதனைத் தன் கட்டுப்பாட்டிற்குள் கொண்டுவந்தான். இதைக் கண்ட பெண்குதிரை ருஸ்டமை கீழே தள்ளுவதற்காக சீற்றத்துடன் ஓடிவந்தது. ஆனால், ருஸ்டம் அதனிடம் பேசியதும் அது அமைதியானது. பின்னர், ரோஜா வண்ணமுள்ள அந்த குதிரைக்குட்டி ருஸ்டமை சுமந்துகொண்டு அந்த நிலத்தின் சமவெளிகளில் காற்றைப்போல இலகுவாய் விரைந்தது.

மந்தை பாதுகாவலனை நோக்கித் திரும்பி வந்த ருஸ்டம், “இந்த மகத்தான விலங்கிற்காய் நான் உனக்கு எவ்வளவு தொகை தர வேண்டும்?” என வினவினான்.

பாதுகாவலனோ, “நீங்கள்தாம் ருஸ்டம் எனில், குதிரைக்குட்டியை தொகையேதுமின்றி எடுத்துக் கொள்ளுங்கள். இதன்மீது கம்பீரமாக அமர்ந்தபடி பெர்சியாவை இன்னல்களில் இருந்தும் போர்களில் இருந்தும் காப்பாற்றுங்கள். இதன் விலை இந்தப் பெர்சிய நிலம்தான். இதன்மீது அமர்ந்து நீங்கள் இந்த உலகை வெல்வீர்கள்!” என்றான்.

எனவே ருஸ்டம் குதிரைக்குட்டியுடன் கிளம்பினான். அதற்கு, ‘ராகுஷ்’ எனப் பெயரிட்டான். இந்தப் பெயரின் அர்த்தம் ‘மின்னல்’ என்பதாகும். சாலும் ருஸ்டமும் சேர்ந்து பெர்சியாவின் எதிரிகளை வீழ்த்துவதற்கான வியூகங்களை வகுக்கத் துவங்கினர்.

ராகுஷைக் கண்டெடுத்தப் பிறகு, ருஸ்டம் ராகுஷை தன் சகோதரன் போலவே பேணிப் பாதுகாத்தான். ராகுஷ¯ம் ருஸ்டமை பல்வேறு போர்க்களங்களுக்குச் சுமந்து சென்றது. ருஸ்டமின் பல வீரதீர சாகசங்களுக்கு அதுவும் உற்றத் துணையாக இருந்தது.

ருஸ்டமின் வாழ்க்கைக் குறித்தும், அவனது துணிகர சாகசங்கள் மற்றும் அவன் வென்றிட்டப் போர்கள் பற்றிய கதைகளும் இன்றும் பெர்சியாவில் சொல்லப்பட்டும் வாசிக்கப்பட்டும் வருகின்றன.

புன்னகையாளன் சுஹ்ரப்

மாவீரனான ருஸ்டமிற்கு நிகழ்ந்த சாகசங்கள் பலவற்றில் ஒன்றை இங்கே கூறுவது பொருத்தமாயிருக்கும். இந்த நிகழ்வு ருஸ்டமிற்கு இளவரசி தாமினாவின் மீது ஏற்பட்ட காதலினையும், அக்காதலின் விளைவாக அவர்களுக்குப் பிறந்த மகனைப் பற்றியதும் ஆகும்.

பயணக் களைப்பும் வேட்டையாடிய அலுப்பும் சேர்ந்திருந்த ஒரு நாளின் முடிவில், துருக்கியிலிருந்த 'துரான்' நாட்டின் வனாந்திரத்தில் முகாமிட ருஸ்டம் முடிவு செய்தான். அக்காடு 'சமேங்கன்' நகரத்திற்கு அருகில் இருந்தது. ருஸ்டமிடம் நன்றியும் அர்ப்பணிப்பும் கொண்டிருந்த அவனுடைய குதிரை ராகுஷைத் தவிர அவனுடன் எவருமில்லை. அன்றைய இரவு, ருஸ்டம் ஆழ்ந்த உறக்கத்தில் இருந்தான். ராகுஷோ அருகில் இருந்த பசும்புற்களை மேய்ந்து கொண்டிருந்தது. அப்போது அங்கு ஏழு வீரர்கள் குதிரைகளில் வந்தனர். அந்த வனாந்திரத்தில் ஒரு மனிதன் உறங்கிக்கொண்டிருப்பதையும், அவனருகில் ஓர் அற்புதமான குதிரை இருப்பதையும் அவர்கள் கண்டார்கள். உறங்குபவன் ருஸ்டம் என்பதையும், புற்களை மேயும் குதிரைதான் ராகுஷ் என்பதையும் அவர்களால் கண்டுணர முடியவில்லை. ஒருவேளை அது தெரிந்திருக்குமாயின், அவர்கள் அடுத்து தாம் செய்த காரியத்தைச் செய்யத் துணிந்திருக்க மாட்டார்கள். கயிறுகளை ராகுஷின் கழுத்தில் இறுக்கி அதனை இழுத்துச் சென்றதே அத்தகைய பெருந்தவறாய் அவர்கள் செய்ததேயாகும். ராகுஷைத் தாக்கியும் உதைத்தும், அதை சமேங்கன் நகரத்திற்கு இழுத்துச்

சென்று மறைத்து வைத்தனர். ஒற்றை மனிதனோ அல்லது இரண்டு மூன்று மனிதர்களோ இருந்திருந்தாலும் ராகுஷால் எதிர்த்து சண்டையிட்டுத் தப்பித்திருக்க முடியும். ஆனால், அவர்களோ ஏழு நபர்கள் இருந்ததால் ராகுஷாலும் அவர்களை எதிர்க்க முடியவில்லை.

மறுநாள் காலை கண்விழித்துப் பார்த்த ருஸ்டம், ராகுஷ் மாயமானதைக் கண்டான். சுற்றுமுற்றும் பார்த்தான். அங்கே ஏதோ போராட்டம் நடந்ததற்கான தடயங்கள் தென்பட்டன. உடனே ராகுஷ் திருடு போயிருப்பதை ருஸ்டம் உணர்ந்தான். கோபத்துடன் வருத்தமும் கவலையும் சேர, ராகுஷும் ஏழு வீரர்களும் விட்டுச் சென்றிருந்த காலடித்தடங்களைப் பின்பற்றி ருஸ்டம் சென்றான். அவ்வாறு செல்லச் செல்ல, ருஸ்டம் சமேங்க நகரத்தின் நுழைவு வாயிலை அடைந்திருந்தான்.

சமேங்கன் நகரின் மக்களும் மன்னரும் ருஸ்டமை அடையாளம் கண்டு கொண்டனர். உடன், ஊர்வலமாகச் சென்று அவனை வரவேற்று, நகரின் உள்ளே மரியாதைகளுடன் அழைத்துச் சென்றனர். ருஸ்டமோ மிகுந்த ஆத்திரத்தில் இருந்தமையால், தமது குதிரையை சுவர்களுக்கு இடையே மறைத்து வைத்திருப்போரைத் தான் கொன்றுவிடப் போவதாய்க் கூறினான். இதைக் கேட்ட அந்நாட்டு மன்னர், தானோ தனது மக்களோ ராகுஷைத் திருடவில்லை என உத்திரவாதம் அளித்தார். அதேநேரம் திருடு போயிருக்கும் ராகுஷைக் கண்டுபிடித்துத் தர தம்மால் ஆன அனைத்து உதவிகளையும் செய்வதாகவும் அந்த மன்னர் உறுதியளித்தார். மென்மையான வார்த்தைகளுடன் ருஸ்டமை வரவேற்ற மன்னர், அவனைத் தம் மாளிகையிலேயே தங்கிக் கொள்ளும்படி வற்புறுத்தினார். மேலும் தம் மக்களிடம் ராகுஷைத் தேடிச் செல்லுமாறு ஆணையிட்டார் மன்னர்.

கோபம் தணிந்த ருஸ்டம் மன்னரால் வரவேற்கப்பட்டு, மரியாதை பொருந்திய விருந்தினனாய் உபசரிக்கப்பட்டான். தமக்கு அளிக்கப்பட்ட விசாலமான, வசதியான அறையில் ருஸ்டம் ஆழ்ந்த உறக்கத்தில் இருந்தபோது ஒரு விசித்திர உணர்வால் உந்தப்பட்டு விழித்தான். மிகக் கனமான, விசித்திரமானதொரு மணத்தினால் அந்த அறை நிரம்பி வழிவதாய் அவன் உணர்ந்தான். உடனே ருஸ்டம் தன் விழிகளைத் திறந்தான்,

அங்கு அவன் படுக்கையின் அருகில் நிலவை விட எழில்மிகுந்த பெண்ணொருத்தி நிற்பதைக் கண்டான். அவள் தன் கரங்களில் ஏந்தியிருந்த விளக்கின் மென்னொளியில் அந்த அறையே மூழ்கியிருந்தது. திகைப்படைந்த ருஸ்டம், "நீ யார்? நீயொரு தேவதையாகத்தான் இருக்க வேண்டும். ஏனெனில், பூமியில் எந்தப் பெண்ணிற்கும் இத்தனை வெண்ணிற எழில் வாய்க்காது" என்றான்.

இதைக் கேட்டதும் அப்பெண் புன்னகைத்தாள். பின்னர், "ஓ, ருஸ்டம், நான் தேவதையல்ல, சமேங்க மன்னனுடைய மகள் - இளவரசி தாமினா ஆவேன் நான். உங்களுடைய வீரதீர சாகசங்களை நான் வெகுகாலமாய் அறிவேன். மேலும், இத்தனை தொலைவில் இருந்தும் நான் உங்களை நீண்ட காலமாய் விரும்பியும் வருகிறேன். தற்போது தாங்களே இங்கு வருகை தந்துவிட்டபடியால், எனது அன்பை தாங்கள் ஏற்றுக்கொள்ள வேண்டும். ஆதலால், நீங்கள் என்னை மணந்துகொள்ள என் தந்தையிடம் சம்மதம் பெறுங்கள்" என்றாள்.

மறுநாள் காலையில் தனக்கு விருந்தளித்த சமேங்க மன்னனிடம், ருஸ்டம் அவருடைய மகளுடனான தன் திருமணத்திற்கு வேண்டுகோள் விடுத்தான். அதைக் கேட்டு மிகவும் மனம் மகிழ்ந்த மன்னன், வெகு சீக்கிரத்திலேயே ருஸ்டம் - தாமினாவின் திருமணத்தை நடத்தி வைத்தார்.

திருமண நாளின் இரவில் தம்பதியர் தனிமையில் இருந்தபோது, தன் கரமொன்றில் அணிந்திருந்த கோமேதகக்கல் பதித்த பதக்கத்தை தாமினாவிடம் கொடுத்தான் ருஸ்டம். அந்தப் பதக்கம் ருஸ்டமிற்கு உரியது என்பதை உலகே அறியும். "இந்த அணிகலனை பத்திரமாக வைத்துக்கொள்" என்று இளவரசி தாமினாவிடம் ருஸ்டம் கூறினான். "எனக்கொரு மகளை நீ பெற்றுத் தருவாயெனில், இந்தப் பதக்கத்தை அவளுடைய கூந்தலில் முடிந்துவை. இது அவளை தீயசக்திகளிடம் இருந்து காப்பாற்றும். ஒருவேளை நீ எனக்கு ஒரு மகனைப் பெற்றுத் தருவாயெனில், என்னைப் போலவே அவனும் தன் புஜத்தினில் இதனை அணிந்து கொள்ளட்டும். அதன் மூலமாய் அவன் 'சாம்' அவர்களைப் போல் வீரத்துடனும், 'சால்' அவர்களைப் போல் புத்திக்கூர்மையுடனும் விளங்குவான்."

ருஸ்டமும் தாமினாவும் பல வாரங்களை மகிழ்வுடன் ஒன்றாகக் கழித்தனர். பின்னொரு நாள், ராகுஷ் கிடைத்துவிட்டதாகவும், ருஸ்டமினைச் சேர அது வந்து கொண்டிருப்பதாகவும் சமேங்க நாட்டு அரசர் செய்தி அனுப்பினார். தான் விடைபெறுவதற்கான நேரம் நெருங்கிவிட்டதை ருஸ்டம் உணர்ந்தான். இதற்கு மேலும் தன்னால் அங்கு தங்க முடியாதெனவும், உலகைச் சுற்றிவரும் அவன் பயணம் தொடரப் போவதையும் ருஸ்டம் அறிந்துகொண்டான். தாமினாவிடம் பிரியாவிடைபெற்ற அவன், தான் அவளிடம் கொடுத்திருந்த அணிகலன் குறித்து நினைவூட்டினான். பின் தன் குதிரை ராகுஷின் மீதேறி, ஷா அவர்களுக்கு மீண்டும் தன் சேவைகளைத் தொடர்வதற்காக அவன் பயணப்பட்டான். தாமினாவுடன் தனக்கு நடந்தேறிய திருமணத்தை அவன் ஒருவரிடமும் கூறவில்லை.

ஒன்பது மாதங்கள் கழித்து, ருஸ்டமைப் போன்றே அழகான ஒரு மகன் தாமினாவிற்கு பிறந்தான். எப்பொழுதும் புன்னகைத்துக் கொண்டே இருந்த அவனுக்கு ‘சவுரப்’ எனப் பெயரிட்டனர். வேகமாக வளர்ந்துவந்த சவுரப், தன் தந்தையைப் போலவே பலசாலியாகவும் அழகாகவும் விளங்கினான். அவனுக்கு ஐந்து வயதாகியபோது, அனைத்துவகை ஆயுதங்களையும் கையாள்வதற்குக் கற்றுத் தேர்ந்திருந்தான். போர்க் கலைகளிலும் அவன் விற்பன்னனாய் விளங்கினான். அவனுக்கு பத்து வயதாகும்போது பலம் நிரூபிக்கும் போட்டிகளிலோ அல்லது விளையாட்டுகளிலோ சவுரப்பினை வெல்ல எவராலும் முடியவில்லை.

பின்னர் ஒரு நாள் சவுரப் தன் தாயிடம் வந்தான். மிகுந்த கோபத்துடன் அவன் தன் தாயிடம், “நான் நன்கு வளர்ந்துவிட்டேன், நல்ல பலசாலியாகவும் உள்ளேன். போர்க் கலைகளில் என்னை விஞ்ச இங்கு எவருமே இல்லை. இருப்பினும், என் தந்தை யார் என்பதையும் என் பரம்பரை குறித்த எந்த செய்தியையும் இன்றுவரை நீங்கள் என்னிடம் கூறவில்லை. இத்தனை ஆண்டுகாலமாய் இவற்றை ஏன் மறைத்தே வைத்திருக்கிறீர் தாயே?” என வினவினான். மேலும் சவுரப் அந்தக் கணமே தன் தந்தையின் பெயரையும், தான் வழிதோன்றிய மூதாதையர்களின் விபரங்களையும் அறிய விரும்பினான்.

இத்தனைக் கோபத்துடன் பேசிய சவுரபைக் கண்டதும் தாமினா புன்னகைத்தாள். அவனுடைய தந்தை ருஷ்டம் குறித்து அவனுக்கு நினைவூட்டினாள். "கோபத்தில் உனது நிதானத்தை இழந்துவிடாதே மகனே! நீ ருஸ்டமின் மகன்; மேலும் மாவீரன் சாம் அவர்களும், வெண்சிகையுடைய சால் அவர்களும் தாம் உனது மூதாதையர்கள். உன் தந்தையாருக்கு நிகராய் அகில உலகிலும் எவரும் இல்லை!" என்று சவுரபிடம் கூறினாள் தாமினா.

பின்னர், தாமினா சவுரபிடம் ருஸ்டம் அவளுக்கு எழுதியிருந்த கடிதங்களையும், அவனுடைய பிறப்பின்போது ருஸ்டம் அன்பளிப்பாய் அனுப்பியிருந்த தங்க அணிகலன்களையும் காட்டினாள். அவள் சவுரபிடம், "மகனே! உனது தந்தையின் இந்த அன்பளிப்புகளைக் கண்டு ஆனந்தம் கொள். ஆனால், நீ அவருடைய மகன் என எவரிடமும் சொல்லிவிடாதே. ருஸ்டமின் மிகப்பெரிய எதிரியாகிய, பொல்லாக்குணம் கொண்ட 'அப்ராசியாப்' தற்போது டுரான் நாட்டையும் நம் தாய்நாடான சமேங்கனையும் ஆள்கிறான். ருஸ்டம்தான் உன் தந்தையார் எனத் தெரிந்தால் அவன் உன்னைக் கொன்றுவிடுவான். மேலும் நீ நன்கு வளர்ந்துவிட்டதையும் பலசாலியாய் இருப்பதையும் அறிந்து கொண்டால் ருஸ்டமே வந்து உன்னை அழைத்துச் சென்றும் விடுவார். இருவழிகளிலுமே நான் உன்னை இழக்க நேரிடும். அந்த இழப்பை என் இதயம் தாங்காது. இத்தனைக் காலம் நான் மவுனமாய் இருந்ததற்கான காரணங்கள் இவையே!" என்றாள்.

ஆனால், சவுரபோ தாமினாவிடம், "உங்களால் உண்மையை நிரந்தரமாய் மறைத்து வைக்க முடியாது தாயே! விசுவாசமிக்க வீரர்கள் கொண்ட ஒரு படையை நான் உருவாக்குவேன். அவர்களோடு என் தந்தையைத் தேடிச் செல்வேன். அவருக்கு உதவி புரியவே நான் செல்கிறேன். நாங்கள் இருவரும் இணைந்து பொல்லாதவனாகிய அப்ராசியாபை அழிப்போம். டுரானையும் சமேங்கனையும் மீட்போம். இந்த நிலத்திலேயே உயர்ந்த மனிதனான ருஸ்டம் பெர்சியாவின் மன்னராக முடிசூடுவதுதான் மிக உகந்த செயல். அவ்வாறு அவர் முடிசூடிக்கொள்ள நான் அவருக்கு உதவப் போகிறேன். அப்போது தாங்கள்தான் அவருடைய மகாராணியாய் வீற்றிருப்பீர்!" என்றான்.

தன்னுடைய பத்துவயது மகன் இத்தனை வீரமாய் பேசியதைக் கேட்ட தாமினாவின் விழிகளில் ஆனந்தக் கண்ணீர் துளிர்த்தது. தன்னுடைய ஆசிகளை அவனுக்கு வழங்கி, சவுரப் தன் தந்தையைத் தேடிப் பயணிக்க அவள் அனுப்பிவைத்தாள்.

தன் தந்தை சிறுவயதில் கூறியதைப் போலவே "என்னைச் சுமந்து செல்ல ஒரு குதிரை வேண்டும்" என்றான் சவுரப். குதிரைகளை சவுரபின் முன்னால் அழைத்துவந்து காட்டச் சொன்னாள் தாமினா. தனக்கு தேவையான குதிரையை அவனே தேர்வு செய்து கொள்ளட்டும் என அவள் எண்ணினாள். தன் தந்தை செய்ததைப் போலவே குதிரைகளின் முதுகுகளில் தன் உள்ளங்கையைப் பதித்து சவுரப் அவற்றின் பலத்தைப் பரிசோதித்தான். ஆனால், அவனால் தனக்கேற்ற பலமான குதிரை ஒன்றைக்கூடத் தேர்வு செய்ய முடியவில்லை. இறுதியாக, குதிரைகளின் காப்பாளன் ஒரு குதிரைக்குட்டியை அழைத்து வந்தான். அது ருஸ்டமின் குதிரையான ராகுஷின் வாரிசு என அவன் கூறினான். அந்தக் குட்டியைப் பரிசோதித்த சவுரப், அது தனக்குச் சரியாய் இருப்பதை உணர்ந்தான். குதிரையின் சேணத்தை இழுத்து, அதன் முதுகில் அமர்ந்து கொண்ட சவுரப், "இப்போது என்னிடமும் உங்களுடையதைப் போலவே ஒரு குதிரை இருக்கிறது தந்தையே! மிகச் சீக்கிரத்தில் இந்த உலகம் நம் எதிரிகளுக்கு மிகுந்த ஆபத்து நிறைந்த இடமாய் உருமாறப் போகிறது!" என உற்சாகமாய்க் கத்தினான்.

தாமினாவின் தந்தையும், அறிவுக்கூர்மையும் அன்பும் ஒருசேரப் பொருந்திய அரசனுமாகிய தன் தாத்தனிடம் சென்ற சவுரப், தான் செய்ய விரும்பியதைச் சொன்னான். அவனுக்கு தன்னுடைய அனுமதியையும் ஆசிகளையும் வழங்கிய அரசர், அவனுக்குத் தேவையான அனைத்துச் செல்வங்களையும் கொடுத்து வழியனுப்பினார்.

அதே நேரம், டுரானையும் சமேங்கனையும் தன்னுடைய கொடுங்கோல் ஆட்சியினால் சித்திரவதை செய்து கொண்டிருந்த பொல்லாதவன் அப்ராசியாபின் செவிகளுக்கும் சவுரபின் திட்டம் தெரியவந்தது. மேலும் அப்ராசியாப் பெர்சிய நாட்டின் பேரரசனாக வேண்டும் எனும் பேராசையிலும் இருந்தான். சவுரப் தன் தந்தையுடன் சேர்ந்துவிட்டால், அவர்கள் இருவரும்

எவருமே வெல்ல முடியாதவாறு பலம்பொருந்தியவர்கள் ஆகிவிடுவார்கள் என்பதையும் அப்ராசியாப் உணர்ந்திருந்தான். எனவே, தனது ஆட்சியின் கீழ் இருந்த தீமைகள் பல புரியும் நபர்கள் அனைவரையும் கொண்டு ரகசியமாக ஒரு சந்திப்பு நிகழ்த்தினான். அந்தச் சந்திப்பில் ருஸ்டமும் சவுரபும் இணையாமல் இருப்பதற்கானத் திட்டமொன்றைத் தீட்டினான். “ருஸ்டமை சவுரபும், சவுரபை ருஸ்டமும் அடையாளம் காண முடியாதவாறு செய்ய வேண்டும்!” என்று ஆணை பிறப்பித்தான் அப்ராசியாப்.

இந்த சதித்திட்டத்தை அறியாத சவுரப், தன்னுடைய விசுவாசமிக்க மிகச்சில வீரர்கள் கொண்ட சிறு படையுடன் ருஸ்டமைத் தேடி பயணப்பட்டான். ருஸ்டமைக் கண்டு அவனுடன் சேர சவுரப் மிகுந்த ஆர்வமாய் இருந்தான்.

இந்தப் பயணமெங்கிலும் பல்வேறு சாகசங்களை நிகழ்த்தியபடியே சென்றான், சவுரப். ஒவ்வொன்றின் மூலமும் அவனது புகழ் வளர்ந்துகொண்டே இருந்தது. ஆகையால் துருக்கியர்களிடையே ஒரு நாயகன் உதயமாகியிருப்பதை உணர்ந்த அந்நாட்டு மக்கள் மிகுமகிழ்வு கொண்டனர்.

எனினும் சிறுவனாய் இருந்த காரணத்தினால், சவுரபினால் தன்னைவிட வயதில் மூத்தவர்களின் சதிகளையும் சூழ்ச்சிகளையும் அறியமுடியவில்லை. அப்ராசியாபும் அவனது கைக்கூலிகளும் செய்த தொடர் சூழ்ச்சிகளால் திசைதிருப்பப்பட்ட சவுரப், ஒருநாள் தன் தந்தை ருஸ்டமின் படைகளையே எதிர்த்து நிற்க வேண்டியிருந்தது. தான் போரிடுவதற்காய் எதிர்த்து நிற்கும் படை தன் தந்தை ருஸ்டமுடையது என்பதனை சவுரபும் அறிந்திருக்கவில்லை.

தன்னிடம் போரிடுவதற்காய் வந்திருக்கும் இளம் நாயகனைக் கண்டு ருஸ்டம் வியந்தான். சவுரபின் வீரசாகசங்களை ருஸ்டமும் அறிந்திருந்தான். டுரானின் துருக்கியர்கள் படைக்குத் தலைவனாய் மாவீரன் சவுரப் இருந்தபோதும், அவனது சாகசங்கள் சாம் மற்றும் சால் பரம்பரையில் வந்தவனைப் போன்றே இருப்பதாகவும் ருஸ்டம் அறிந்தான். “யாரிந்த சவுரப்?” என வியந்தான் ருஸ்டம். “அவன் எனது மகனாக இருக்கக் கூடுமோ? எனக்கும் சமேங்க நாட்டு இளவரசி தாமினாவிற்கும் பிறந்தவனாய்

இருப்பானோ?” என ஐயப்பட்ட ருஸ்டம் உடனடியாய் அந்த எண்ணத்தை அழித்து விட்டான். “என் மகன் மிகவும் சிறுவனாய் இருப்பான். பத்து வயதுடைய சிறுவன்தானே அவன்! இந்த எதிரிப்படையின் தலைவனாக அவன் இருக்கவே முடியாது. என் மகன் மிகவும் இளையவன்!” எனத் தனக்குத்தானே சமாதானம் செய்துகொண்டான் ருஸ்டம். எனவே, டுரானின் துருக்கிவீரர்களுக்கு எதிராகப் போரிட ருஸ்டம் தயாரானான். தன்னை எதிர்த்து போரிட இருப்பவன் தன் மகன் சவுரப்தான் என அறியாமலேயே போர்க்களம் புகுந்தான் ருஸ்டம்.

தம் இருவருக்கும் இடையே இருக்கும் உறவினை அறியாமலேயே சவுரபும் ருஸ்டமும் போர்க்களத்தில் எதிரிகளாய் சந்தித்துக் கொண்டனர். எனினும், அவர்களின் மனதில் இனம்புரியாத ஒருவகை சஞ்சலம் இருந்துகொண்டே இருந்தது.

சவுரபிடம் ருஸ்டம், “ஓ இளைஞனே! நீ பலசாலியாகவும் தைரியமானவனாகவும் உள்ளாய்! எனவே, உன்னை நான் கொல்ல விரும்பவில்லை. டுரான் நாட்டு துருக்கிய வீரர்களை விடுத்து என் படையில் வந்து சேர்த்துவிடு. இல்லையேல் உன் மரணம் என் கரங்களால் நிகழ்ந்துவிடும்!” என்று எச்சரித்தான்.

ருஸ்டம் இவ்வாறு பேசியதும், சவுரபின் இதயம் ருஸ்டமிடம் துள்ளிச் சென்றது. “நீங்கள் யாரெனக் கூறுங்கள், மாவீரன் சாமின் வழித்தோன்றலும், சால் அவர்களின் மகனுமாகிய ருஸ்டமா தாங்கள்?” என வினவினான்.

தன்னுடைய வீரதீரப் பெருமைகள் இளைஞன் சவுரபினை அச்சமுறுத்தக்கூடும் என ஐயப்பட்ட ருஸ்டம், தான் ருஸ்டம் அல்ல எனக் கூற முற்பட்டான். “ருஸ்டம் எத்தனை பெரிய மாவீரன்! நானோ ஏதுமற்றவன். நான் ஒரு அடிமை மட்டுமே!” என்றான் ருஸ்டம்.

இதைக் கேட்டதும் சவுரப் ஏமாற்றத்தில் தன் தலையைக் குனிந்து கொண்டான். தன் முன் நிற்கும் அந்த மாவீரன் தன் தந்தை ருஸ்டமாய் இருக்கக்கூடும் என அவன் சமாதானமடைய எண்ணியிருந்தான். ஆனால், அவனோ ஒரு அடிமையாய் இருந்ததில் சவுரப் தளர்ந்துபோனான்.

பின்னர் இருவரும் போரிடத் துவங்கினர். அவர்தம் ஆயுதங்கள் முறிந்து நிலத்தில் விழுமளவிற்கு இருவரும் மிகக் கடுமையாக நீண்ட நேரம் போரிட்டனர். இரவு கவிழத் தொடங்கியபோது இருவரும் போரில் சமமாய் இருந்தனர். யார் வெற்றி பெற்றவர் எனக் கணிக்க முடியாததால், மறுநாளும் போர்க்களத்தில் சந்திக்க இருவரும் முடிவு செய்தனர்.

தந்தையும் மகனும் அந்த இரவு முழுவதையும் சந்தேகத்திலும் கவலையிலும் கழித்தனர்.

"இவர் என் தந்தை ருஸ்டம் இல்லையா?" என வியந்தான் சவுரப். ஆனால், அப்ராசியாபின் ஆட்கள் அவனை சமாதானப் படுத்தியபடியே இருந்தனர். சவுரபுடன் போரிட்டவர் எல்லையோர நாடொன்றின் பெயர்தெரியாத மன்னரே அன்றி அவர் மாவீரன் ருஸ்டம் அல்ல அவனை நம்பவைத்தனர்.

அதே நேரம், "அந்த சிறுவன் என் மகன் சவுரபாக இருக்கக் கூடுமோ?" என வியந்து கொண்டிருந்தான் ருஸ்டம். ஆனால், தன் மகன் இப்போதும் ஒரு குழந்தைதான் என்பதை நினைவுகொண்ட ருஸ்டம், தன் சந்தேகத்தை கைவிட்டான்.

அடுத்த நாள் மற்றும் அதற்கடுத்த நாளும் வீரர்கள் தொடர்ந்து சண்டையிட்டனர். சந்தேகங்களால் நிரம்பி வழிந்த சவுரபின் இதயம், தன் எதிராளியின் உண்மை விவரங்களை அறிந்துகொள்ள மீண்டும் மீண்டும் முயன்றது. ஆனால், விதியும் அப்ராசியாபின் சூழ்ச்சிகளும் உண்மையை சோரப் அறியமுடியாதவாறு தடுத்துக் கொண்டே இருந்தன.

இறுதியாக ருஸ்டம் வென்றான். காயங்களுடன் நிலத்தின் வீழ்ந்துகிடந்தான் சவுரப். அவற்றில் இருந்து பெருகி ஓடும் குருதியுடன் கிடந்த அவன் தன் முடிவு நெருங்கி விட்டதை உணர்ந்தான். சவுரபை நோக்கி தனது இறுதி தாக்குதலுக்காய் ருஸ்டம் வாளை உயர்த்திய நேரம் பெருமூச்சுகளுடன் சவுரப் பேசத் துவங்கினான். "இந்தப் போர் என்னுடைய தவறால் நிகழ்ந்ததுதான். புகழுக்காக நான் போரிடவில்லை. ஆனால், காரணமே இல்லாது நடக்கும் இந்தப் போருக்குள் சூழ்ச்சிகளால் நான் சிக்க வைக்கப்பட்டுள்ளேன். என்னுடைய தந்தையைத் தேடியே நான் பயணப்பட்டேன். ஆனால், இனி நான் அவரைக்

காண இயலாது. நீ எவராக இருந்தாலும் சரி, எங்கு சென்றாலும் சரி, ஒரு விண்மீனாக மாறி வான்வெளிக்குள் ஒளிந்துகொண்டாலும் சரி, ஒரு மீனாக மாறி கடலுக்குள் மறைந்து கொண்டாலும் சரி, என் தந்தை உன்னைக் கண்டுபிடித்து உன்னைக் கொல்வார். மாவீரன் சாம் அவர்களின் பேரனும், வெண்சிகை வேந்தன் சால் அவர்களின் மகனுமாகிய உயர்ந்த நாயகன் ருஸ்டமாகிய என் தந்தையிடம் இருந்து உன்னால் தப்பிக்கவே முடியாது!" என்றான் சவுரப்.

சவுரபுடைய இந்த வார்த்தைகளைக் கேட்டதும் ருஸ்டமின் கையிலிருந்த வாள் நழுவிக் கீழே விழுந்தது. பெரும் சோகத்தில் புலம்பிக் கதறியவாறே தன் மகன் சவுரபுக்கு அருகில் அவன் மயங்கி விழுந்தான். பின்னர் தெளிந்து எழுந்த அவன் சவுரபிடம், "ருஸ்டமின் மகன்தான் நீ என்பதை நிரூபிப்பதற்கு உன்னிடம் சாட்சியாய் ஏதேனும் உள்ளதா? நான்தான் ருஸ்டம். நீ தேடிக் கொண்டிருக்கும் உன் தந்தை நானேதான்!" என்றான்.

துக்கத்தில் சவுரப் ஓலமிட்டு அழுதான். "தாங்கள்தான் ருஸ்டமெனில், தாங்களே தங்கள் மகனைக் கொன்றுவிட்டீர்கள். என்னிடம் தாங்கள்தான் என் தந்தையெனக் கூறவிடாமல் செய்த தங்களின் விசித்திரத் தயக்கத்தால் என்னைக் கொன்று விட்டீர்கள். ஒவ்வொரு முறையும் நான் தங்களிடம் நீங்கள்தான் ருஸ்டமா என வினவியபோதெல்லாம் நீங்கள் மறுத்து வந்தீர்கள். இப்போது காலம் கடந்துவிட்டது. இதோ, உங்களின் சாட்சியத்தைக் காண என் கவசத்தைத் திறவுங்கள். உள்ளே என் புஜத்தின் மேல் நீங்கள் என் தாய் தாமினாவிடம் தந்து சென்றிருந்த கோமேதகக்கல் பதித்தப் பதக்கத்தைக் காணலாம்" என்றான் சவுரப்.

சவுரப் கேட்டுக்கொண்டபடியே செய்த ருஷ்டம், தான் தாமினாவிடம் தந்த அணிகலனை சிறுவனின் கரங்களில் கண்டு விசும்பினான். "அழாதீர்கள்!" என்றான் சவுரப். மேலும், "துக்கப்படுவதில் இனி எந்தப் பயனும் இல்லை. நிலைமையைச் சீராக்குவதற்கான கால அவகாசம் கடந்துவிட்டது!" என்றான்.

இறந்து கொண்டிருக்கும் தன் மகனின் அருகிலேயே ருஸ்டம் இரவாகும் வரை காத்திருந்தான்.

ருஸ்டமின் படைமுகாமில் இருந்த வீரர்கள் ருஸ்டம் திரும்பாதது குறித்து வருந்தினர். "ஒருவேளை ருஸ்டம் சவுரபினால் கொல்லப்பட்டிருந்தால், இந்தத் துருக்கியப் படைகளையே நாம் அழித்துவிட வேண்டும்" எனக் கூச்சலிட்டனர். தங்களது தலைவனுக்கு என்னவாயிற்று என அறிந்து கொள்ள அவர்கள் கிளம்பிச் சென்றனர்.

ருஸ்டமின் படைவீரர்கள் தங்களை நோக்கி வருவதை அறிந்து கொண்ட சவுரப், ருஸ்டமிடம் தன் இறுதி கோரிக்கையை வைத்தான். "உங்கள் படைவீரர்களோ அல்லது பெர்சியாவின் ஷா அவர்களோ டுரானின் என் படைவீரர்களுக்கு எந்தத் தீங்கும் செய்யாதவாறு நீங்கள்தான் அவர்களைக் காக்க வேண்டும். ஷா மீதான பகைமையால் எம் வீரர்கள் இங்கு வரவில்லை. தந்தையைத் தேடும் என் முயற்சியில் உதவவே அவர்கள் வந்துள்ளனர். நான் இறந்து கொண்டிருக்கிறேன். எனவே, அவர்களை என்னால் காக்க இயலாது. ஆகையால், அவர்களுக்கு எந்தத் தீமையும் நேராதவாறு நீங்கள் காப்பாற்றுவதாய் எனக்கு நீங்கள் வாக்கு தர வேண்டும்!" என்றான் சவுரப்.

ருஸ்டமும் சவுரபிற்கு அவ்வாறே வாக்களித்துவிட்டு, எழுந்து தன் படைவீரர்களைக் காணச் சென்றான். நடந்தவற்றை அவர்களிடம் விளக்கிய ருஸ்டம், தன் மகனை தவறுதலாய் தானே கொன்றுவிட்ட அவலத்தையும் சொன்னான். அவனுடன் அவன் வீரர்களும் வருத்தத்தில் ஆழ்ந்தனர். அவன் துக்கத்தைப் பகிர்ந்து கொண்டனர். பின்னர் ருஸ்டம் டுரான் வீரர்களுக்கு தூது அனுப்பினான். அவர்களை தம் வீடுகளுக்கு நிம்மதியாகத் திரும்பிப் போகச் சொன்னான். அதே நேரம், அப்ராசியாபின் வஞ்சகத்தையும், அவன் தன் மகனை சூழ்ச்சி செய்து தன்னுடன் போரிட வைத்த தந்திரத்தையும் ருஸ்டம் அறிந்து கொண்டான்.

வலிநிறைந்து நீண்டு கொண்டிருந்த சவுரபின் இறுதி கணங்களில் ருஸ்டம் உடனிருந்தான். கடைசியில் சவுரப் இறந்தபோது, ருஸ்டம் சொல்லொணா துக்கத்தில் வீழ்ந்தான். சவுரபின் உடலை ஒரு சவப்பெட்டியினுள் கிடத்தி, தன்னுடைய தந்தை சாலினை நோக்கி அந்த உடலைத் தூக்கிச் சென்றான்.

சவப்பெட்டி ஒன்றைத் தூக்கிக்கொண்டு படைவீரர்கள் சோகத்துடன் நடந்துவரும் காட்சியை சால் கண்டார்.

பெர்சியாவின் மூன்று இளவரசர்கள் | 33

சவப்பெட்டியை ருஸ்டம் சுமந்து வந்ததால், அந்த சவ ஊர்வலம் தன் மகன் ருஸ்டமிற்கானது அல்ல என்பதை சால் உறுதி செய்துகொண்டார். சவப்பெட்டியை சுமந்து வந்த ருஸ்டமின் உடைகள் கிழிந்திருந்தன. அவன் தலை முழுதும் புழுதி படிந்து கிடந்தது. மிகுந்த துயரத்தில் இருந்த ருஷ்டம், தன் தந்தை சாலிடம் நடந்தவற்றை எல்லாம் விளக்கினான். வயதில் மிக இளையவனாய் இருப்பினும், போர்க்களத்தில் ஒரு நாயகனாய் விளங்கிய தன் மகனைத் தானே கொல்ல நேர்ந்த அவலத்தை விவரித்தான்.

சாலும் ருஸ்டமும் சேர்ந்து சவுரபிற்காக ஒரு கல்லறையைக் கட்டினர். ஜரிகைப் பூவேலை செய்த பட்டுத்துணியினுள் பொதிந்து சவுரபின் உடலை அந்தக் கல்லறையினுள் வைத்தனர். சால் அவர்களின் இல்லம் துயரங்களின் இல்லமென மாறிப்போனது. மகனை இழந்த மீளாத்துயரில் மூழ்கிப் போனான் ருஷ்டம்.

இளவரசர்களின் கல்வி

இந்திய இதிகாசங்களில் ஒன்றாகிய மகாபாரதத்தில் இருந்து இந்தக் கதை எடுக்கப்பட்டுள்ளது. ஐந்து பாண்டவர்களுக்கும் அவர்களுடைய உறவினச் சகோதரர்களான நூறு கவுரவர்களுக்கும் இடையே நிகழ்ந்த பெரும் போர் ஒன்றைப் பற்றிச் சொல்கிறது இந்தக் கதை.

பல காலங்களுக்கு முன்பு, தற்போது வட இந்தியா என அழைக்கப்படும் ஹஸ்தினாபுர நாட்டை மன்னர் பாண்டு ஆண்டு வந்தார். மன்னர் பாண்டு நற்குணங்களும் புத்திசாலித்தனமும் நிரம்பிய மன்னர். அவருடைய நல்லாட்சியின் கீழ் ஹஸ்தினாபுரம் வலிமையுடன் புகழும் செல்வமும் பெற்று விளங்கியது. எனினும், மன்னர் பாண்டுவின் உடல்நிலை சீராக இல்லை. எனவே, உடல்நலத்தைப் பேண வேண்டி, தமது ராணிகள் குந்தி மற்றும் மத்ரியுடன் மன்னர் பாண்டு காட்டிற்குக் குடிபெயர்ந்தார்.

தனது ராஜ்ஜியத்தை கண்பார்வையற்ற தனது சகோதரர் திருதராஷ்டரிடம் ஒப்படைத்துவிட்டுச் சென்றார்.

வனவாசத்தின்போது பாண்டுவின் அரசிகள் இருவரும் பாண்டுவிற்கு ஐந்து மகன்களை பெற்றுத் தந்தனர். இந்த இளவரசர்கள் 'பாண்டவர்கள்' என அழைக்கப்பட்டனர். பாண்டுவின் மகன்கள் எனவும் அவர்கள் அறியப்பட்டனர்.

யுதிஷ்ட்ரன், பீமன், அர்ஜுனன் ஆகிய மூன்று மூத்த மகன்களும் அரசி குந்திக்கு பிறந்தவர்கள் ஆவர். இரட்டையர்களான இரு இளைய மகன்கள் நகுலன் மற்றும் சஹாதேவனின் தாயார் அரசி மத்ரி ஆவார்.

வெகு சீக்கிரத்திலேயே, இளவரசர்கள் சிறுவர்களாய் இருந்தபோதே மன்னர் பாண்டு இறந்துவிட்டார். துக்கம் தாளாத அரசி மத்ரி, தனது இரு மகன்களையும் குந்தியின் பாதுகாப்பில் விட்டுவிட்டு, தனது கணவர் பாண்டுவின் சிதை எரிந்த நெருப்பிலேயே தானும் குதித்து உயிரை மாய்த்துக் கொண்டார்.

ஐந்து சிறுவர்களையும் வளர்த்து, பராமரிக்க வேண்டிய பெரும் பொறுப்பிற்கு குந்தி ஆளானார்.

இளவரசர்களுடன் குந்தி ஹஸ்தினாபுரத்திற்குத் திரும்பினார். சகோதரன் பாண்டுவின் இறப்பின் பின், திருதராஷ்டிரர் அந்நாட்டின் மன்னர் ஆகியிருந்தார். அவரும் அவருடைய அரசி காந்தாரியும் குந்தியை மகிழ்வுடன் வரவேற்றனர். அன்பும் அரவணைப்பும் கூடிய வரவேற்புடன் இளவரசர்களும் குந்தியும் அரண்மனைக்குள் நுழைந்தனர்.

ராஜகுடும்பத்தின் தலைவராகவும் இளவரசர்களின் பிதாமகனுமாகிய பீஷ்மர் சிறுவர்களை அன்புடன் வரவேற்றார். அவர்களை தம் சொந்த மகன்கள் போலவே அவர் பாவித்தார். பாண்டுவிற்கும் திருதராஷ்டிரருக்கும் சகோதரர் முறைகொண்ட விதுரரும் இளவரசர்களை பாசத்துடன் உபசரித்தார்.

திருதராஷ்டிரர் காந்தாரி தம்பதியருக்கு நூறு மகன்கள் பிறந்தனர். அவர்கள் 'கௌரவர்கள்' என அழைக்கப்பட்டனர். அவர்களின் ஒரே சகோதரியாக 'துஷாலா' இருந்தாள்.

ஹஸ்தினாபுர அரண்மனையில் ஐந்து பாண்டவர்களும், நூறு கௌரவர்களும் ஒன்றாக வளர்ந்தனர். கௌரவர்களின் மூத்த சகோதரரான துரியோதனன் பாண்டவ இளவரசர்களை வெறுத்தார். பாண்டவர்களைத் தாக்குவதற்காக துரியோதனன் திட்டங்களைத் தீட்டுவதை உணர்ந்த குந்தி, இளவரசர்களின் பாதுகாப்பு குறித்து மனவேதனை அடைந்தார். ஆனால், நீதியும் புத்திக்கூர்மையும் நிறைந்த பீஷ்மர், பாண்டவர்களின் நல்வாழ்வு குறித்து குந்திக்கு உறுதியளித்தார்.

ஒருநாள், ஹஸ்தினாபுர அரண்சுவர்களுக்கு அருகில் கௌரவர்களும் பாண்டவர்களும் பந்து விளையாடிக் கொண்டிருந்தனர். அவர்கள் விளையாடிக்கொண்டிருந்த இடத்தின் மிக அருகில் ஒரு பழங்கிணறு இருந்தது. விளையாட்டின்போது, பாண்டவர்களின் பந்தும், யுதிஷ்டிரனின் மோதிரமும் கிணற்றுக்குள் விழுந்து விட்டன.

"இப்போது நாம் என்ன செய்வது?" என எரிச்சலுடன் ஒருவரையொருவர் கேட்டுக்கொண்டனர் இளவரசர்கள். கிணற்றினைச் சுற்றி நின்றுகொண்ட அவர்கள், பந்தினை எப்படி கிணற்றுக்குள் இருந்து வெளியே கொண்டுவருவது என ஆராய்ந்தவாறே உள்ளே எட்டிப்பார்த்துக் கொண்டிருந்தனர்.

அப்போது திடீரென அருகில் இருந்து, "என்ன விஷயம்?" என ஒரு குரல் கேட்டது. அங்கே குள்ளமான, கருநிறமுடைய மனிதன் ஒருவனை இளவரசர்கள் கண்டனர். அவருடைய பூநூலைக் கண்டதும் அவர் ஒரு பிராமணர் என இளவரசர்கள் உறுதி செய்தனர். ஆனால், அவரை இதற்குமுன் அங்கே அவர்கள் எவரும் கண்டதே இல்லை. அவர்களுக்கு அவர் முற்றிலும் அந்நியராய் இருந்தார்.

"எங்களுடைய பந்தினை தொலைத்து விட்டோம்!" என்றான் யுதிஷ்டிரன். மேலும், "அதை எப்படி வெளியே எடுப்பது என எங்களுக்குத் தெரியவில்லை" என்றான்.

பிராமணர் சிரித்தபடியே, "உங்களைப் போன்ற இளவரசர்களுக்கு இது ஒரு பிரச்சினையா?" எனக் கேட்டார்.

"ஆயுதங்களைக் கையாள்வதில் தேர்ந்தவர்களான ஹஸ்தினாபுர இளவரசர்களால் கேவலம் இந்தப் பந்தினையா கிணற்றிலிருந்து வெளியேற்றத் தெரியவில்லை?" எனவும் அவர் வினவினார்.

உடனே, "என்ன? ஆயுத வித்தைகள் எப்படி பந்தினை எடுக்க உதவ முடியும்?" என எதிர்க்கேள்வி கேட்டனர் இளவரசர்கள்.

"கண்டிப்பாக இயலும்! என்னிடம் ஒரு அம்பினைக் கொடுங்கள். எப்படி என நான் காட்டுகிறேன்!" என்றார் அவர்.

ஆனால், இளவரசர்களிடம் அன்று அம்புகள் ஏதும் இருக்கவில்லை. "பரவாயில்லை!" என்ற பிராமணர் அருகில் இருந்த வயல் ஒன்றைக் காட்டி, "நல்ல பலமான, நேரான நீண்ட தர்ப்பைப்புற்கள் சிலவற்றை அந்த வயலில் இருந்து பறித்து வாருங்கள். அம்பின் வேலையை புல்லும் செய்யக்கூடும்!" என்றார்.

இப்போது அங்கு நடக்கும் அனைத்தும் இளவரசர்களுக்கு புதிராகப்படத் துவங்கின. அவர்கள் வெகு ஆர்வத்துடன் அந்தப் பிராமணர் என்ன செய்யப்போகிறார் என கவனிக்கத் தொடங்கினர். அந்தக் கருத்த அந்நிய மனிதன் கூறியபடி தர்ப்பைப்புற்கள் பறிக்க அவர்கள் வயலுக்குள் ஓடினர்.

அவர்கள் கொண்டுவந்த தர்ப்பைப்புற்களில் இருந்து நீளமானதும், வலிமையானதுமாகிய ஒன்றை எடுத்த பிராமணர் அதன்மீது மந்திரமொன்றை ஜபித்தார். பின்னர், அதை ஒரு அம்புபோல கிணற்றுக்குள் வீசினார். அந்தப் புல், பந்தினை நோக்கி நேராகச் சென்று அதனை பெரும்பலத்துடன் மோதியது. உடனே பந்து சரியான கோணத்தில் நீரில் இருந்து எழும்பி கிணற்றின் சுற்றுச்சுவரில் மோதி, நேராக பிராமணரின் கையில் வந்து சேர்ந்தது.

இதைக்கண்ட இளவரசர்கள் வியந்துபோயினர். இது போன்ற ஒரு வித்தையை இதற்குமுன் அவர்கள் கண்டதில்லை.

"என்னுடைய மோதிரமும் கிணற்றுக்குள் விழுந்துவிட்டது. கிணற்று நீரின் ஆழத்தில் அது மிளிர்வதை நீங்கள் காண முடியும்!" என்றான் யுதிஷ்டிரன், கிணற்றின் அடிபாகத்தை

நோக்கியபடியே. "அதையும் உங்களால் வெளியேற்ற முடியுமா?" எனக் கேட்டான்.

"எந்தக் காரியமும் சுலபமானதில்லை!" என்றார் அந்த அந்நியர்.

அவர் மறுபடியும் ஒரு தர்ப்பைப்புல்லை எடுத்து அதில் ஒரு அடையாளம் செய்தார். முன்னர் செய்தது போலவே இந்த முறையும் அந்தப் புல்லின்மீது மந்திரமொன்றை ஜபித்தார். அந்தப் பிராமணர் அதனை கிணற்றுக்குள் வீசினார். அந்தப் புல் மிகச்சரியாய் மோதிரத்தை மோதி நின்றதும், அவர் புல்லில் செய்திருந்த அடையாளத்தில் மோதிரம் திடமாக சிக்கிக் கொண்டது. பின்னர், பிராமணர் மேலும் சில புற்களை கிணற்றுக்குள் வீசினார். அவையாவும் ஒன்றன் பின் ஒன்றாக ஒட்டிக் கொண்டு, ஒரு நீளச் சங்கிலித்தொடரை உண்டாக்கின. அவ்வாறு உருவாகிய புல் சங்கிலியைப் பிடித்து இழுத்த பிராமணர், மோதிரத்தை கிணற்றின் வெளியே கொண்டுவந்தார்.

மீண்டும் இளவரசர்கள் ஆச்சரியத்தில் மூழ்கிப்போயினர். "நீங்கள் ஒரு தலைசிறந்த வில்லாளன்!" என அவர்கள் கூவினர். "உங்கள் பெயர் என்ன?" என அவரிடம் வினவினர்.

ஆனால், அந்த அந்நியரோ புன்னகைத்தபடியே தன்னைப்பற்றிய விபரங்களைக் கூற மறுத்துவிட்டார். "செல்லுங்கள்! சென்று பீஷ்மரிடம் இன்று தாங்கள் கண்டவற்றைக் கூறுங்கள்!" என்றார் அவர்.

இளவரசர்கள் பீஷ்மரை நோக்கி ஓடினர். தாங்கள் கண்டிருந்த அதிசயக் காட்சிகளை அவரிடம் விவரிக்க வேகமாக ஓடினர்.

இளவரசர்களிடமிருந்து இவற்றைக் கேள்வியுற்றதும், அந்த அந்நிய பிராமணர் துரோணரைத் தவிர வேறு எவராகவும் இருக்கவியலாது என உணர்ந்தார் பீஷ்மர். பரத்வாஜரின் மகனாகிய துரோணர்தாம் உலகிலேயே மிகச்சிறந்த வில்லாளர் ஆவார். தெய்வங்களிடமிருந்து நேரடியாக அவர் வில்வித்தைகள் பயின்றுகொண்டதாய் சொல்லப்படுகிறது.

நகரின் அரண்வாயிலை நோக்கி விரைந்த பீஷ்மர், துரோணரை ஹஸ்தினாபுரத்திற்குள் வரவேற்றார். இளவரசர்களுக்கு வில்வித்தைக் கற்றுத்தர துரோணரே மிகச்சிறந்தவர் என பீஷ்மர்

முடிவு செய்தார். அவ்வாறே துரோணரை இளவரசர்களுக்கான குருவாக நியமித்தார். அன்றுமுதல் துரோணர் 'உயர்ந்த ஆசிரியர்' எனப் பொருள்படும் வகையில் 'துரோணாசார்யா' என அழைக்கப்பெற்றார்.

உண்மையான வில்லாளன்

ஒரு நாள், தம்முடைய ராஜவம்ச சிஷ்யர்களையெல்லாம் ஒன்று கூட்டிய துரோணாச்சாரியார், அவர்களுக்கு வில்வித்தைகளில் ஒரு பாடத்தைக் கற்றுத்தரத் தயாரானார்.

தோட்டத்தில் இருந்த மரத்தில் அமர்ந்திருந்த பறவை ஒன்றைச் சுட்டிக்காட்டிய அவர், "அந்தப் பறவையின் கண்ணைக் குறிபார்த்து அம்பு எய்த வேண்டும்!" என்றார்.

சகோதரர்களில் மூத்த இளவரசரான யுதிஷ்ட்ரனை முதலில் முயற்சி செய்யச் சொன்னார் துரோணர். முன்னோக்கி நகர்ந்த யுதிஷ்ட்ரன், தன் அம்பைக் குறிவைத்தான்.

"பொறு! நீ எதைப் பார்க்கிறாய் என்பதை முதலில் எனக்குச் சொல்!" எனக் கேட்டார் துரோணர்.

"நான் பறவையைப் பார்க்கிறேன். அது அமர்ந்திருக்கும் கிளை, அந்தக் கிளையுடைய மரம், அதன் இலைகள், வானத்தை, பூமியை, என் சகோதரர்களை, என் ஆசிரியரான உங்களை என அனைத்தையும் நான் காண்கிறேன்!" என பதிலளித்தான் யுதிஷ்ட்ரன்.

இந்தப் பதிலைக் கேட்டதும், "உனது வில்லினைக் கீழே வை!" என்று யுதிஷ்ட்ரனிடம் ஆணையிட்டார் துரோணாச்சார்யார். "நீ மேலும் நிறைய கற்க வேண்டியுள்ளது!" என்றார்.

இளவரசர்களின் மூத்த சகோதரர்களில் இரண்டாமவரான துரியோதனன் அடுத்து வந்தார். அவரிடமும், "நீ என்ன காண்கிறாய்?" என வினவினார் துரோணர்.

"பறவையை, மரத்தை, வானை, பூமியை, என் சகோதரர்களைக் காண்கிறேன்!" எனப் பதிலளித்தார் துரியோதனன். அவரையும் விலகி நிற்கச் சொன்னார் துரோணர்.

அடுத்து பீமனை அவர் அழைத்தார். இரு மூத்த சகோதரர்களும் அளித்திருந்த அதே பதில்களையே பீமனும் சொன்னதும், அவனையும் விலகி நிற்கும்படி ஆணையிட்டார் துரோணர்.

அர்ஜுனனின் முறை வந்தது. "நீ என்ன காண்கிறாய் அர்ஜுனா?" எனக் கேட்டார் துரோணர்.

"நான் பறவையைக் காண்கிறேன்!" என்றான் அர்ஜுனன்.

"வேறு எவற்றையெல்லாம் நீ காண்கிறாய்?" எனக் கேட்டார் துரோணர்.

"வேறெதையும் அல்ல. நான் பறவையை மட்டுமே காண்கிறேன்!" என்றான் அர்ஜுனன்.

"மரத்தை, வானை, பூமியை நீ காணவில்லையா?" எனக் கேட்டார் துரோணர். "உன்னுடைய குருவாகிய என்னை நீ காணவில்லையா? உன் சகோதரர்களை நீ காணவில்லையா?"

"இல்லை! நான் பறவையை மட்டுமே காண்கிறேன்!" என்றான் அர்ஜுனன்.

"அப்படியானால் பறவையின் உடலில் எந்தப் பகுதியை நீ காண்கிறாய் அர்ஜுனா?" எனக் கேட்டார் துரோணர்.

"பறவையின் கண்களை மட்டுமே காண்கிறேன்!" என்றான் அர்ஜுனன்.

"மிக நன்று!" என வியந்து பாராட்டினார் துரோணர். "ஒரு திறமையான வில்லாளன் நீ என நிரூபித்துவிட்டாய் அர்ஜுனா! பறவையின் கண்களைத் தவிர தன்னைச் சூழ்ந்திருக்கும் எந்தப் பொருளும் உன் விழிகளுக்குத் தெரியாதபோதுதான் உன் அம்பு தன் இலக்கை மிகச் சரியாய் சென்றடையும்!" என்றார் துரோணர்.

துரோணரின் அபிமான மாணவனாய் அர்ஜுனன் விளங்கினான். அந்தக் காலகட்டத்தின் மிகச்சிறந்த வில்லாளனாகவும் அர்ஜுனன் உருவெடுத்தான்.

ஏகலைவன்

பாண்டவ இளவரசர்கள் ஹஸ்தினாபுரத்தில் வளர்ந்து கொண்டிருந்த அதே காலக் கட்டத்தில், தற்போது தென்னிந்தியா என அழைக்கப்பெறும் பகுதியில் உள்ள தூரதேசக் காடுகளில் ஏகலைவன் எனும் சிறுவன் வாழ்ந்து வந்தான்.

காடுகள் சூழ்ந்த விந்திய மலையில் வாழும் 'நிஷாடாஸ்' எனும் மலைவாழ் மக்களின் அரசன் ஒருவனின் மகன்தான் ஏகலைவன். வேட்டையாடுதல், மீன்பிடித்தல் மற்றும் காடுகளில் சுற்றித் திரிந்து உணவுப்பொருட்களைச் சேகரிக்கும் நடவடிக்கைகள் மூலம் நிஷாடாஸ் இனமக்கள் தம் தினசரி வாழ்வை மேற்கொண்டனர்.

தனது தந்தை மற்றும் சில பழங்குடி ஆண்களுடன் சேர்ந்து பல சமயங்களில் ஏகலைவனும் காட்டுக்குள் வேட்டையாடச் சென்று வந்தான். வேட்டையாடும் வித்தைகளில் ஏகலைவன் சிறந்து விளங்கினான். குறிப்பாக, வில்வித்தையில் அவன் தலைசிறந்தவனாய் இருந்தான். எனினும், அவன் தன் திறமையில் திருப்தியடையவில்லை. போர்க்கலைகளை ஒரு திறமையான போர்வீரன் கற்றுக் கொள்வதைப்போல் தானும் அறிந்து கொள்ள அவன் விழைந்தான். ஆனால், நிஷாடாஸ் இன மக்களிடையே அவனுக்கு வில்வித்தை கற்றுத்தர எவருமே இல்லை.

ஒரு நாள், ஹஸ்தினாபுர இளவரசர்கள் குறித்தும் அவர்தம் குருவாகிய துரோணர் பற்றியும் ஏகலைவன் அறிந்து கொண்டான். துரோணருக்கு நிகரான வில்வித்தை கற்பிக்கும் குரு எவருமே இல்லை என அவன் கேள்வியுற்றான். எனவே, துரோணரிடம் சென்று தனக்கும் அவர் குருவாக இருந்து வில்வித்தை கற்பிக்குமாறு வேண்டிக்கொள்ள ஏகலைவன் முடிவு செய்தான்.

மலைக்காடுகளில் இருந்த தன் இல்லத்தை நீங்கி, நீண்ட களைப்பான பயணமொன்றை மேற்கொண்ட ஏகலைவன், வடக்கே தொலைவில் இருந்த ஹஸ்தினாபுர நகரை ஒருநாள் அடைந்தான். நகருக்குள் நுழைந்ததும், அவன் நேராக அரண்மனையை நோக்கிச் சென்றான். அங்கிருந்த அரச பூங்காவனத்தில், ஒரு குள்ளமான கருத்த மனிதன் கவுரவர்களுக்கும் பாண்டவர்களுக்கும் வில்வித்தை பயிற்றுவித்ததை அவன் கண்டான்.

ஒரு புதரின் பின் மறைந்துகொண்டு அவர்களை ஏகலைவன் கவனித்தான். இளவரசர்கள் மிகுந்த திறமையுடையவர்களாக இருப்பினும், வித்தைகளை அவர்களுக்குப் பயிற்றுவித்த குருவின் பக்கமே ஏகலைவன் மிகவும் ஈர்க்கப்பட்டான். அவர்தாம் பெருமைமிக்க துரோணாச்சாரியராக இருக்க வேண்டும் அவன் உணர்ந்தான்.

புதரைவிட்டு வெளியே வந்த ஏகலைவன், நேராக துரோணரிடம் சென்று அவரை பெருமதிப்புடன் வணங்கினான். இளவரசர்களுக்குக் கற்பித்துக் கொண்டிருந்த தனது பாடங்களை நிறுத்திக்கொண்ட துரோணர், ஏகலைவனின் வணக்கங்களை ஏற்றுக்கொண்டார். பின்னர் அவன் யார் என விசாரித்தார்.

ஏகலைவன் துரோணரிடம் தனது கதையைக் கூறத் துவங்கினான். தனது தந்தையுடன் வனங்களில் வேட்டையாடியது குறித்தும், உயர்வான ஒரு குருவிடம் இருந்து வில்வித்தைப் பயில தான் விரும்புவது குறித்தும், துரோணரைப் பற்றியும் அவர்தம் அளவளாவிய திறமைகள் பற்றியும் தான் அறிந்து கொண்டது குறித்தும், அவரைச் சந்திக்க நூற்றுக்கணக்கான மைல்கள் கடந்து தான் அங்கு வந்துசேர்ந்திருப்பது குறித்தும் ஏகலைவன் விளக்கினான். அவனது விருப்பம் பற்றி அறிந்ததும் துரோணர் நிறைவாக உணர்ந்தார். இத்தனைத் திறமையான மாணவனுக்கு வித்தைகள் கற்பிப்பது மகிழ்வான ஒன்றாய் இருக்குமென அவர் எண்ணினார்.

ஏகலைவனைப் பார்த்து புன்னகைத்தபடியே அவர், “உன் பெயர் என்ன மகனே? உனது தந்தையார் யார்? நீ எங்கிருந்து வருகிறாய்?” எனத் துரோணர் வினவினார்.

“என் பெயர் ஏகலைவன் ஐயா! நிஷாடாஸ் இன மக்களின் தலைவன் என் தந்தையார் ஆவார். நாங்கள் மலைவாழ் பழங்குடியினர் ஆவர். தெற்கே அமைந்துள்ள விந்திய மலைகளை மூடியிருக்கும் அடர்வனங்களில் நாங்கள் வாழ்கிறோம்!” என ஏகலைவன் பதிலளித்தான்.

இதனைக் கேட்டதும், “என்ன! நிஷாடாஸின் மகன்! என்னால் உனக்கு குருவாக இருக்க முடியாது. இக்கணமே இங்கிருந்து சென்றுவிடு!” எனக் கோபத்தில் அலறினார் துரோணர்.

துரோணரின் ஆவேசத்தைக் கண்டு திகைத்துப் போயிருந்த ஏகலைவன், மிகுந்த குழப்பத்துடன் அவரை வெறித்தபடி நின்றான்.

மிகுந்த வெறுப்புடன் அவனைப் பார்த்த துரோணர், "உனக்குத் தெரியவில்லையா? போர் வீரர்களின் பரம்பரையில் வந்தவர்களுக்கே நான் வில்வித்தைகளைக் கற்பிப்பேன் என்பதை நீ அறிந்ததில்லையா? ஹஸ்தினாபுரியின் ராஜவம்ச இளவரசர்கள் சத்ரியர்கள் ஆவர். பெருமையும் உயர்வும் பொருந்திய வீரர்களின் வம்சத்தில் தோன்றியவர்கள். அவர்களே என் மாணவர்களாக இருக்க உரிமையானவர்கள். உன்னைப்போன்ற மலைவாழ் மக்களின மாணவனுக்கு நான் குருவாக இருக்க முடியாது. உடனே இங்கிருந்து சென்றுவிடு!" என ஆக்ரோஷமாகக் கூறினார்.

இத்தகைய கடுஞ்சொற்களைக் கேட்டதும், ஏகலைவன் அமைதியாக துரோணரிடம் இருந்து விலகி நடந்தான். ஏமாற்றத்துடனும் காயம்பட்ட நெஞ்சத்துடனும் அவன் தன் காடுகளுக்குத் திரும்பினான்.

எனினும், துரோணரைக் குறித்தும், அவர் ஹஸ்தினாபுர இளவரசர்களுக்குக் கற்பித்த வித்தை முறைகளையும் அவனால் மறக்க முடியவில்லை. துரோணரே உலகின் மிகச்சிறந்த வில்வித்தை ஆசிரியர் எனவும், அவரிடமிருந்தே தான் வில்வித்தைகளைப் பயிலவேண்டும் எனவும் முன்பை விடவும் தீர்க்கமாய் அவன் எண்ணத் துவங்கினான்.

எனவே, ஒரு பெரிய களிமண் உருண்டையை எடுத்துக் கொண்ட ஏகலைவன், அதில் துரோணரின் உருவத்தை தத்ரூபமாக வடித்தான். அந்த உருவத்தைக் காட்டின் மத்தியப்பகுதியில் அவன் நிறுவினான். துரோணர் அவனுக்குக் குருவாய் இருந்திருப்பின் அவருக்கு அவன் செய்திருக்கக்கூடிய அனைத்து மரியாதைகளையும் பெருமதிப்புடன் இந்தக் களிமண் உருண்டைக்கும் ஏகலைவன் செய்தான். துரோணரிடம் நேரடி மாணவனாய்த் தான் கற்றுக்கொள்வதைப் போல் பாவித்துக் கொண்டு இந்தக் களிமண் உருவத்தின் முன் நின்று ஏகலைவன் வில்வித்தைகளைப் பயின்றான். வருடங்கள் பல உருண்டோடின. மிகத் தனியனாய் அந்தக் கானகத்தில் இருந்தபடியே, ஹஸ்தினாபுர இளவரசர்களுக்குத் துரோணர் கற்பித்திருந்த அனைத்துப்

போர்க்கலைகளிலும் அந்தக் களிமண் உருவத்தின் வாயிலாய் ஏகலைவனும் தேர்ச்சி பெற்றிருந்தான்.

ஒருநாள் பாண்டவர்களையும் கௌரவர்களையும் அழைத்துக் கொண்டு காட்டுக்குள் வேட்டையாடச் சென்றார் துரோணர். அவர்கள் சென்ற அந்த வனத்திற்குள்தான் ஏகலைவன் துரோணரைப் போன்ற உருவச்சிலையை நிறுவி வழிபட்டும் பயிற்சி செய்தும் வந்தான். ஆனால், துரோணருக்கு இது தெரிந்திருக்கவில்லை. தன்னிடம் ஒரு சிறுவன் வில்வித்தை பயில சில வருடங்கள் முன் வந்ததையும், சத்ரியனாக இல்லாத ஒரே காரணத்திற்காய் அவனைத் தான் திருப்பி அனுப்பிய செயலும் துரோணருக்கு நினைவில் இல்லை.

இளவரசர்களை அந்த வனத்தின் வழியே அழைத்துச் சென்றபோது, வனத்தின் பல மரங்களிலும் அம்புகள் குத்திட்டு இருந்ததை துரோணர் கண்ணுற்றார். "எவரோ இவ்வனத்திற்குள் வில்வித்தை பயில்கிறார் போலும்" என அவர் எண்ணிக்கொண்டார். அவ்வாறு பயில்கிறவர் எவரென அறிந்து கொள்ளும் ஆர்வத்தால், அவர் இளவரசர்களை அழைத்துக்கொண்டு வனத்தின் உள்ளே சென்றார்.

திடீரென, துரோணரின் வேட்டைநாய்கள் பலமாய் குரைக்கத் துவங்கின. அப்போது, காற்றைக் கிழித்துக்கொண்டு பாய்ந்து வந்த ஏழு அம்புகள் குரைத்த நாயொன்றின் வாயினை அடைத்துக்கொண்டு தைத்தன. இதனால் நாய் மேலும் குரைக்க முடியாது போனது. எனினும், நாய்க்கு எந்தக் காயமும் ஏற்படவில்லை. இதனைக் கண்டு துரோணர் ஆச்சரியமுற்றார். "இத்தனைத் திறமையாக அம்பெய்தக் கூடிய நீ யார்? என்முன்னே வந்து நின்று உன்னை வெளிப்படுத்து! நாம் அமைதியாய் பேசலாம்" என துரோணர் அழைத்தார்.

துரோணரின் இந்த அழைப்பை ஏற்றுப் புதர்களை விலக்கிக்கொண்டு ஏகலைவன் வெளிப்பட்டான். உயரமானவனாய், ஒரு தடகள வீரனைப்போல் வளர்ந்திருந்தான் ஏகலைவன். எனவே, துரோணரால் அவனை அடையாளம் காண இயலவில்லை.

"உன்னுடைய குரு யார் இளைஞனே? அவரை சந்திக்க நான் விரும்புகிறேன். உனது இந்த அசாத்திய வில்வித்தை கலைக்கு

அவர்தாம் காரணகர்த்தாவாக இருத்தல் வேண்டும்!" என்றார் துரோணர்.

துரோணரைத் தலைவணங்கித் தொழுத ஏகலைவன், அவருக்குத் தனது குருவாகிய களிமண் சிற்பத்தைக் காண்பிக்க அழைத்துச் சென்றான்.

சிலையை அடைந்ததும், "இவர்தான் என் குரு! உயர்வுகள் அனைத்தும் பொருந்திய துரோணாச்சாரியார் அவர்கள்!" என்றான் ஏகலைவன்.

தன்னைப்போலவே வடிவமைக்கப்பட்டிருந்த அந்தச் சிலையைக் கண்டு துரோணர் விக்கித்துப் போனார். பெருமதிப்புடன் தன் பாதங்களைத் தொழுது நின்ற ஏகலைவனை அவர் வியப்புடன் பார்த்தார். துரோணரிடம், "நான்தான் ஏகலைவன். நான் ஒரு சத்ரியன் அல்ல என்ற ஒரே காரணத்தால் நீங்கள் என்னைப் புறக்கணித்தீர்கள். ஆனால், நான் உங்கள் உருவச்சிலையை இந்த வனத்தில் நிறுவி, அதன் முன் நின்று வில்வித்தைகளைப் பயின்று கொண்டேன்!" என்றான் ஏகலைவன்.

ஏகலைவனின் அர்ப்பணிப்பைக் கண்டு துரோணர் பெருமையடைந்தார். எனினும், அவனுடைய திறமையைக் கண்டு அவர் மகிழ்வடையவில்லை. தான் வில்வித்தை கற்பிக்கும் ராஜகுல இளவரசர்களுக்கு இணையாக ஏகலைவன் திறமையுடன் விளங்குவதை துரோணர் விரும்பவில்லை. அவர்களை விடவும் ஏகலைவன் வில்வித்தையில் தேர்ச்சி பெற்றிருப்பதையும் அவர் வெறுத்தார்.

எனினும், ஏகலைவனின் திறனைக் கண்டு தான் மிகுந்த மகிழ்வடைந்ததுபோல் பொய்யாகத் தன்னைத்தானே துரோணர் வெளிப்படுத்திக் கொண்டார். "இப்போது நானே நேரிடையாகவே இங்கு வந்திருப்பதால் உன் வில்லெய்தும் திறனை நானே சோதிக்கப் போகிறேன்!" என அவர் ஏகலைவனிடம் கூறினார்.

பின்னர், அவர் ஏகலைவனை இளவரசர்களை எதிர்த்துப் போட்டியிடுமாறு பணித்தார். யுதிஷ்ட்ரன், பீமன், துரியோதனன், துட்ஷாசனன் என அனைவரும் ஒருவர்பின் ஒருவராக வந்து ஏகலைவனை எதிர்த்தனர். ஆனால், அவர்கள் அனைவரையும்

ஏகலைவன் தோற்கடித்தான். இறுதியாக அர்ஜுனன் களமிறங்கினான். துரோணரின் அபிமான மாணவன் அர்ஜுனன் ஆவான். அவன் வில்வித்தையில் சூரன். ஆனால், ஏகலைவனோ ஏனையோரைத் தோல்வியுறச் செய்ததைப் போலவே மிகச் சுலபமாக அர்ஜுனனையும் தோற்கடித்தான்.

அர்ஜுனனின் தோல்வியை துரோணரால் ஏற்றுக்கொள்ளவே முடியவில்லை. அனைத்து வகைகளிலும், வில்வித்தைகளில் அர்ஜுனனே தேர்ந்தவன். அத்தகையவனே ஏகலைவனிடம் தோல்வியுற்றதும், ஏகலைவனை முற்றிலுமாய் ஒடுக்கிவிட துரோணர் எண்ணினார்.

"உன் குருவிடம் நீ மிக நல்ல முறையில் கற்றுத் தேர்ந்திருக்கிறாய்!" என ஏகலைவனைப் புகழ்வதுபோல் பேசினார் துரோணர். தொடர்ச்சியாய், "சரி! இப்போது நீ உனது குருவிற்கான தட்சணையை அதாவது இதுநாள்வரை அவர் உனக்குக் கற்பித்தக் கலைகளுக்குப் பிரதிபலனாய் நீ அவருக்கு என்ன தரப் போகிறாய்?" எனத் துரோணர் ஏகலைவனிடம் வினவினார்.

துரோணரின் முன் மண்டியிட்ட ஏகலைவன், "தாங்கள் என்னிடமிருந்து என்ன விரும்பினாலும் அதைத் தரச் சித்தமாயுள்ளேன் குரு!" எனப் பணிவுடன் கூறினார்.

"அவ்வாறெனில் எனக்கானக் குரு காணிக்கையாக உன் வலதுகரத்தின் பெருவிரலைக் கொடு!" எனக் கேட்டார் துரோணர்.

இதைக் கேட்டதும் ஏகலைவன் அவரை உற்று நோக்கினான். அவருடைய திட்டத்தைப் புரிந்துகொண்டான். ஏகலைவனின் வலது கைப்பெருவிரலைக் கேட்பதன் மூலமாய், இனியெப்போதும் அவன் வில்எடுத்து அம்பினை எய்த முடியாதவாறு செய்ய துரோணர் முயல்கிறார். பின்னர், அர்ஜுனனே மீண்டும் மிகத் திறமையான வில்லாளன் ஆகிடுவான். ஆனால், ஏகலைவனோ போர்க்கலைகளை அறிந்துகொள்ள சத்ரியனாய் பிறப்பெடுக்காத காரணத்தினால் இந்தச் செயல் மூலம் அவனை வில்வித்தைகளில் இருந்து விலக்கி வைக்கிறார் துரோணர். ஏகலைவன் எப்போதும் ஒரு மலைவாழ் பழங்குடியாகவே இருந்துவிட வேண்டும். இதுவே துரோணரின் திட்டமாக இருந்தது.

ஏகலைவன் தன்னுடைய கத்தியை எடுத்தான். சிறிதும் தாமதிக்காமல் தனது வலக்கை பெருவிரலைத் துண்டித்தான். மறுநொடியே துண்டித்த விரலை மறுவார்த்தையின்றி தன் குருவான துரோணரிடம் ஒப்படைத்தான்.

அர்ஜுனனிற்கு இணையான ஒரு போட்டியாளனை நிரந்தரமாய் தோல்வியுறச் செய்துவிட்ட பெருமிதத்துடன் துரோணரும் இளவரசர்களும் ஹஸ்தினாபுரம் திரும்பினர். ஏகலைவன் காட்டில் இருந்த தம் மக்களுடன் சென்று இணைந்தான்.

பல்லாயிரம் ஆண்டுகட்கு முன்னர் இந்நிகழ்வு நடைபெற்றிருந்தது. ஆனால், கல்விகான தன் அர்ப்பணிப்பிற்காகவும், குருவிற்கானத் தன் பக்திக்காகவும் ஏகலைவன் இன்றும் நம்மால் நினைவுகூரப்படுகிறான்.

ஆனால், துரோணர் எத்தகையவர்? உன்மையில் அவர் ஒரு உயர்ந்த ஆசிரியர்தானா?

சித்தார்த்தனும் அன்னப்பறவையும்

புத்த மதத்தைத் தோற்றுவித்தவர், கவுதம புத்தர். தற்போதைய நேபாள நாட்டில் அமைந்திருக்கும் 'கபிலவஸ்து' சாம்ராஜ்யத்தில் கி.மு. 563 இல் பிறந்தார். புத்தரைப் பற்றியும் அவரது சீடர்களைப் பற்றியும் கதைகள் பல உண்டு.

இரண்டாயிரத்து ஐநூறு ஆண்டுகளுக்கு முன், கபிலவஸ்து சாம்ராஜ்யத்தை, சாக்கியர்களின் மன்னரான 'சுத்தோதனர்' ஆண்டு வந்தார். மன்னர் சுத்தோதனர், அரசி மாயா தம்பதியருக்குக் குழந்தைப் பாக்கியம் இல்லை.

ஓர் இரவில், அரசி மாயா ஆழ்ந்த உறக்கத்திலிருந்தபோது, ஒரு விசித்திரக் கனவைக் கண்டார். பனியைப் போன்ற தூய வெண்ணிறத்தில் இருந்த ஓர் அழகான யானைக்குட்டி வானில் இருந்து இறங்கி வந்து, அவள் உடலுக்குள் புகுந்து கொள்கிறது. உடனே, இன்னிசை ஒலிக்கத் துவங்குகிறது. புதர்களும்,

மரங்களும் பூத்துக் குலுங்கத் துவங்குகின்றன. ஏரிகளைத் தாமரைப் பூக்கள் மூடுகின்றன. உலகமே அந்த உயிரின் வரவை இத்தகைய முறைகளில் கொண்டாடுவதாக அரசி மாயா கனவு கண்டாள்.

அடுத்த நாள் காலை, இந்த விசித்திரக் கனவை விவரித்தாள் அரசி. இதனைக் கேட்டதும், வெகு விரைவில் அரசியாருக்கு ஒரு ஆண்மகவு பிறக்கப் போவதாயும், அவன் ஒரு மாபெரும் அரசனாகவோ அல்லது மிகச்சிறந்த ஞானியாகவோ விளங்குவான் எனவும் பிராமணர்கள் ஆருடம் கூறினர். சில மாதங்கள் சென்றதும் அரசியாருக்கு ஒரு அழகிய மகன் பிறந்தான். மன்னர் சுத்தோதனரும் அரசி மாயாவும் தன் மகனிற்கு 'சித்தார்த்தன்' எனப் பெயர் சூட்டி மகிழ்ந்தனர்.

அரசரும் அரசியும் தம்மால் இயன்ற வகையில் உலகில் இருந்த அனைத்துச் சுகபோகங்களையும் சித்தார்த்தனுக்கு அளித்தனர். அரண்மனையிலும் அதன் எழில் பொருந்திய தோட்டத்திலும் விளையாடி மகிழ்ந்த சித்தார்த்தன் தமது உறவினர்கள் மற்றும் நண்பர்களுடன் சேர்ந்து பல்வேறு கலைகளைப் பயின்றும் தம் நாட்களைக் கழித்தான். அவனுடைய உற்ற நண்பர்களாக உறவினன் ஆனந்தா, மெய்க்காப்பாளன் சந்தக் மற்றும் அவனது குதிரை கன்தக்கும் இருந்தனர்.

அன்பும் பரிவும் நிறைந்திருந்த சித்தார்த்தனை அனைவரும் விரும்பினர். ஆனால், அவனுடைய உறவினச் சகோதரன் தேவதத்தா மட்டும் சித்தார்த்தனை வெறுத்தான். சித்தார்த்தனது அன்பையும் கருணையையும் அவன் வெறுத்தான். மேலும், அரண்மனையில் இருந்த அனைவரும் சித்தார்த்தனை மிகுந்த நேசத்துடன் அணுகுவதையும் அவன் வெறுத்தான். இந்தக் கசப்புகளால் தேவத்தத்தா சித்தார்த்தனுடன் எப்போதும் சச்சரவு செய்தபடியே இருந்தான். சித்தார்த்தனுக்கு இடையூறு செய்யும் காரியங்களை தேவதத்தா தொடர்ந்து செய்துகொண்டே இருந்தான்.

ஒரு அழகிய வசந்தகால காலைவேளையில், அரண்மனைப் பூங்காவிற்கு அருகில் பாய்ந்துகொண்டிருந்த ஆற்றின் கரையில் சித்தார்த்தன் விளையாடிக் கொண்டிருந்தான். அப்போது ஆற்று

நீரில் அன்னப்பறவைகளின் கூட்டம் ஒன்று உற்சாகமாய் நீந்திக் கொண்டிருப்பதை அவன் கண்டான்.

அவற்றைக் காண்பதற்காக சித்தார்த்தன் அங்கே நின்றான். அத்தகைய பெரிய அன்னப்பறவைகள் நீரில் மிகுந்த நிதானமாக நீந்திச் சென்று கொண்டிருந்தன. சூரியஒளிபட்டு அவற்றின் இறகுகளின் நுனிகள் பொன் போல் ஜொலித்துக் கொண்டிருந்தன. "ஓ! நீங்கள் மிகுந்த அழகாக இருக்கிறீர்கள்!" என சித்தார்த்தன் அன்னப்பறவைகளிடம் ரகசியமாக முணுமுணுத்தான். ஆற்றின் கரையில் அமர்ந்து சித்தார்த்தன் அவற்றை ரசிக்கத் துவங்கினான்.

திடீரென எங்கிருந்தோ காற்றைக் கிழித்துக்கொண்டு வந்த அம்பொன்று, அந்த அன்னப்பறவைக் கூட்டத்திலேயே உருவத்தில் பெரியதாகவும், அழகாகவும் இருந்த பறவையின் உடலைத் தைத்தது. இதைக் கண்ட சித்தார்த்தன் அதிர்ச்சியில் அலறியபடியே அடிபட்டப் பறவையை நோக்கி ஓடினான். காயம்பட்ட பறவையோ வலியிலும் அச்சத்திலும் தன் சிறகுகளை காற்றில் படபடத்துக் கொண்டிருந்தது. அதனால் நீந்தவும் முடியவில்லை, பறக்கவும் இயலவில்லை. ஏனெனில், அதன் சிறகுகளில் ஒன்றை அம்பு முறித்திருந்தது.

தனது கரத்தை அடிபட்டப் பறவையின் முன் நீட்டிய சித்தார்த்தன், அதனை அமைதியுறுமாறு சைகை செய்தான். பறவையை தனது கைகளில் ஏந்திக் கொண்ட சித்தார்த்தன், அதைக் கரைக்குத் தூக்கி வந்தான். பறவையைச் சமாதானம் செய்தவாறே, அதன் உடலில் தைத்திருந்த அம்பை சித்தார்த்தன் உருவி எடுத்தான். ஒரு சிறு குச்சியை சிம்பு ஆக்கி, தன்னுடைய உடையில் கிழித்த ஒரு துண்டு துணியைக் காயத்தின் மீது கட்டினான். இவ்வாறு பறவையின் முறிந்த சிறகைப் பிணைத்துக் கட்டினான் சித்தார்த்தன்.

இதற்கிடையில், தான் எய்தியிருந்த அம்பினைத் தேடி தேவதத்தா ஓடி வந்தான். அவனும் இந்த அன்னப்பறவைக் கூட்டத்தைத் தொலைவில் இருந்தே கண்டிருந்தான். தன் வில்வித்தையை இந்த அழகிய பறவைகளின் மீது சோதித்துப் பார்க்கவே அவன் அம்பு எய்தியிருந்தான்.

"அந்த அன்னப்பறவை எனக்குரியது. நான்தான் அதை அம்பெய்தி வீழ்த்தினேன், நீயல்ல!" என்றான் தேவதத்தா.

"இல்லை! இந்தப் பறவை எனக்குச் சொந்தமானது. நானே அதைக் காப்பாற்றினேன்!" என்றான் சித்தார்த்தன்.

"சரி! நாம் நமது குருவிடம் செல்வோம்! அவரே உன்னிடம் சொல்வார், என் அம்பு தைத்திருக்கும் இந்தப் பறவை எனக்கே சொந்தமென!" என்றான் தேவதத்தா.

இரு சிறுவர்களும் காயம்பட்ட பறவையுடன் தம் குருவிடம் சென்றனர். தேவதத்தாவின் விளக்கங்களைக் கேட்டுக் கொண்ட குரு சித்தார்த்தனிடம் திரும்பினார்.

"சித்தார்த்தா! நீ என்ன கூற விரும்புகிறாய்?" என குரு சித்தார்த்தனை வினவினார்.

"தேவதத்தா பறவையைக் காயப்படுத்தினான். அந்தப் பறவை அவனுக்கு எவ்விதத் தீங்கும் செய்திருக்கவில்லை. இந்த நதியில் அந்தப் பறவை அழகாக நீந்திக்கொண்டு இருந்தது. ஏன் அதை தேவதத்தா அம்பெய்தி காயப்படுத்தினான்? இந்தப் பறவையை நான் அவனிடம் தரமாட்டேன். மீண்டும் அதைக் காயப்படுத்தி விடுவான். பறவையின் வலியை நான் ஆற்றுப்படுத்தி உள்ளேன். எனவே அது எனக்கே சொந்தம்!" என்றான் சித்தார்த்தா.

இதைக் கேட்டதும் குரு மென்மையாகப் புன்னகைத்தார்.

"இந்த அன்னப்பறவை சித்தார்த்தனுக்கே உரியது. அதன் உயிரை சித்தார்த்தன் காப்பாற்றியுள்ளான். அதன் காயத்தை குணமாக்க முயன்றுள்ளான். ஆனால், தேவதத்தா அந்தப் பறவையைக் காயப்படுத்தியுள்ளான். அதைக் கொல்லவே முயன்றுள்ளான். ஒரு உயிரை நேசிப்பவனுக்கே அந்த உயிர் உரியது. எனவே, சித்தார்த்தனுக்கே இந்தப் பறவை உரிமையானது!" எனக் குரு பதிலளித்தார்.

இதைக் கேட்டதும் தேவதத்தா ஆத்திரமடைந்தான். என்றாவது ஒருநாள் சித்தார்த்தனைப் பழிவாங்கியே தீரவேண்டுமென்று அவன் வெறுப்புடன் அங்கிருந்து அகன்றான்.

ஆனால், சித்தார்த்தனோ புன்னகை மட்டுமே புரிந்தான். அந்தப் பறவையை அவன் காப்பாற்றிவிட்டான். அதன் முறிந்த சிறகு குணமடையும் வரையிலும் அதனை அக்கறையுடன் கவனித்துக் கொண்டான். குணமானதும் அதனை நதியிலேயே விட்டுவிட்டான்.

சித்தார்த்தன் இளைஞனாய் வளர்ந்ததும், அவனது குழந்தைப் பருவத்தில் கூறப்பட்ட ஆருடம் பலிக்குமாறு ஒரு மிகப்பெரும் ஞானியாக உருவாகினான். சித்தார்த்தனே 'கௌதம புத்தனாக' உருவானார்.

ஹோரசும் எகிப்திய அரியணையும்

எகிப்திய பிரமிடுகளின் சுவர்களிலும், மன்னர்களின் சவப்பெட்டியின் மேற்புறங்களிலும், பாப்பிரஸ் சுருள்களிலும் இருந்த எழுத்துகளையும் அவை தந்த செய்திகளையும் ஒன்று சேர்த்துதான் எகிப்திய பழங்கதைகளை அறிஞர்கள் உருவாக்கினர். ஹோரசின் இந்தக் கதையானது, எகிப்து முழுவதும் சிறுசிறு மாறுதல்களுடன் சொல்லப்பட்டும் அறியப்பட்டும் வருகிறது. கி.பி. 40 முதல் கி.பி. 120 வரை வாழ்ந்தவர் புளூடார்ச் எனும் கிரேக்க எழுத்தாளர். இவர், ஹோரசின் கதையை, பழமையான எகிப்திய கதைகளுடன் கிரேக்கக் கருத்துகளையும் கலந்து வெளியிட்டார்.

'கெப்' எனும் பூமிதேவனுக்கும் 'நட்' எனும் வான தேவதைக்கும் பிறந்த மூத்த மகன் 'ஒசிரிஸ்'. தனது சகோதரியான

‘ஐசிஸ்’சினையே தனது மகாராணியாக வரித்துக் கொண்ட ஓசிரிஸ் எகிப்தை ஆண்டு வந்தான்.

ஓசிரிஸுேம் ஐசிஸுேம் சேர்ந்து நாட்டில் போர்களுக்கும், கலவரங்களுக்கும் முற்றுப்புள்ளி வைத்தனர். மேலும் நிறைய செல்வங்களையும் அமைதியையும் எகிப்திற்கு அவர்கள் உண்டாக்கித் தந்தனர். ஓசிரிஸ், தனது மக்களுக்கு திராட்சைப் பழரச பானமும், ரொட்டியும் தயாரிக்கக் கற்றுத் தந்தான். நகரங்கள், கோவில்கள், பூங்காக்களை உருவாக்கிய ஓசிரிஸ், தன் நாட்டுமக்களின் நலனுக்காக நற்சட்டங்களையும் உருவாக்கினான். அதே வேளையில் ஐசிஸ், சோளம் அரைப்பதற்கும், ஆளிவிதை திரிப்பதற்கும், ஆடைகள் நெய்வதற்கும் அந்நாட்டுப் பெண்களுக்குக் கற்பித்தாள். மேலும் ஆண்களுக்கு உண்டாகும் நோய்களைக் குணமாக்கும் கலைகளையும் அவள் பயிற்றுவித்தாள். ஓசிரிஸ் மற்றும் ஐசிஸின் ஆளுமையின் கீழ் எகிப்து செல்வ வளங்களுடன் செழித்து வளர்ந்தது.

கெப் மற்றும் நட் தம்பதியரின் இளைய மகனான ‘சேத்’ ஒருநாள் எகிப்திற்கு விஜயம் செய்தான். ஓசிரிஸிற்கும் ஐசிஸிற்கும் சகோதரன் ஆவான் அவன். பூரணமாய் வளம் கொழித்து நிற்கும் எகிப்தைக் கண்டதும், அதைத் தனதாக்கிக் கொள்ள வேண்டுமெனப் பேராசைக் கொண்டான் சேத். சேத் பலம் பொருந்திவன், இரக்கமற்றவன், கொடூர குணமுடையவன். நான்கு கால்களையும், தேளின் கொடுக்கினையும் கொண்ட ஒரு கொடூர விலங்காகத் தன்னைத்தானே உருமாற்றிக் கொண்டான் சேத். ‘நெட்யெட்’ எனும் ஊரின் அருகிலுள்ள ஒரு ஆற்றங்கரையில் ஓசிரிஸ் நடைபயிலும்போது, விசித்திர விலங்காய் உருமாறியிருந்த சேத் ஓசிரிஸைத் தாக்கிக் கொன்றான். பின்னர், ஓசிரிஸின் உடலை மறைத்து வைத்துவிடும் சேத், இனி எகிப்தைத் தானே ஆட்சிபுரியப்போவதாய் அறிவித்தான். ஐசிஸின் இரட்டைச் சகோதரியான ‘நெப்திஸ்’சை தன் மகாராணியாக அரியணையில் அமர்த்தினான் சேத்.

ஆனால், நெப்திஸால் சேத்துடன் மகிழ்வாக இருக்க முடியவில்லை. நெப்திஸ் தனது சகோதரன் ஓசிரிஸைதான் காதலித்திருந்தாள். ஓசிரிஸை சேத் கொன்றுவிட்டச் செயலை அவளால் ஏற்றுக் கொள்ளவே முடியவில்லை. ஓசிரிஸை இழந்திருந்த ஐசிஸின்

துயரத்தில் நெப்திஸும் பங்கு கொண்டாள். இருவரும் சேர்ந்து ஓசிரிஸின் மரணத்திற்காய் துக்கம் அனுஷ்டித்தனர்.

இழப்பின் வலியிலும், கோபத்திலும் இருந்த ஐசிஸ், வஞ்சகமான முறையில் சேத்தைப் பழிதீர்க்க எண்ணினாள். ஓசிரிஸின் உயிரற்ற உடலை எப்படியேனும் தேடிக் கண்டெடுத்து, அவனுக்கு மீண்டும் உயிர் கொடுக்க அவள் விரும்பினாள். அவ்வாறு உயிர்த்தெழும் ஓசிரிஸ் மூலமாக ஒரு மகனைப் பெற்றெடுத்து, அந்த மகனின் மூலமாக சேத்தைப் பழிதீர்க்க ஐசிஸ் திட்டம் தீட்டினாள். மேலும், எகிப்தைத் தன் மகனான உரிமைபட்ட வாரிசே ஆள வேண்டும் எனவும் அவள் விரும்பினாள்.

ஐசிஸும், நெப்திஸும் சேர்ந்து ஓசிரிஸின் உடலைத் தேடி எகிப்து முழுவதும் அலைந்து திரிந்தனர். இறுதியாக ‘அபிடோஸ்’ எனும் இடத்தில் அவன் உடலைக் கண்டுபிடித்தனர்.

உடனே, ஐசிஸ் தன்னை ஒரு பருந்தாக உருமாற்றிக்கொண்டாள். பருந்தாகிய ஐசிஸ் தன் சிறகுகளின் மூலமாக ஓசிரிஸிற்குத் தேவையான மூச்சுக்காற்றை உருவாக்கினாள். அதன் விளைவாய் ஓசிரிஸ் உயிர் பெற்றான். விழித்தெழுந்த ஓசிரிஸ் தனக்கு உயிரளித்த தன் மகாராணியை மென்மையாக அணைத்துக்கொண்டான். இந்த அன்பின் மூலமாய் ஐசிஸ் கருவுற்றாள். அவள் கருவுற்றிருந்த மகன்தான் ‘ஹோரஸ்’. பூமியில் தன் காலம் முடிவுற்றதால், எகிப்து ஓசிரிஸினுடைய மகனுக்கு உரியதாகும். ‘துவாட்’ என்று அழைக்கப்படும் பாதாள உலகினை ஆட்சி புரிவதற்காய் ஓசிரிஸ் இடம் பெயர்ந்தான். இவ்வாறு ஓசிரிஸ் அனைத்து நித்தியங்களுக்குமான பாதாள உலகின் மன்னன் ஆனான்.

பருந்தைப் போன்ற ஒரு மகனைத் தான் பெற்றெடுக்கப் போவதாயும், அவன் எகிப்திய நிலங்களின் மேல் திரிந்து வானில் உயர உயரப் பறப்பது போலவும் ஐசிஸ் கனவு கண்டாள். அவனுடைய விழிகளாய் சூரியனும் நிலவும் இருந்தன. எகிப்தின் நிரந்தர அரசனாய் அவன் வீற்றிருக்கப் போகிறான் என அவள் நம்பினாள். தன் மகனை அவள் ‘ஹோரஸ்’ என அழைத்தாள். ‘அனைத்திலும் உயர்வாய் இருப்பவன்’ எனப் பொருள் கொண்ட பெயர்தான் ‘ஹோரஸ்’.

ஏழு தேள்களும் மற்றவையும்

ஒருநாள், ஓசிரிஸின் உடல்மேல் போர்த்த லினென் துணிகளை நெய்து கொண்டிருந்தாள் ஐசிஸ். அவளது சிறுமகன், அவளருகில் இருந்தான். அப்போது சூரியப்படகில் வானில் உலாவந்துகொண்டிருந்த 'தோத்' எனும் ஞானதேவன் ஐசிஸை கண்டார். உடனே அவர் பூமிக்கு இறங்கிவந்தார். தோத் ஐசிஸிடம், "உன் மகனை வெளியுலகிற்கு காட்டாதே! அவனை எவர் கண்களிலும் படாதவாறு மறைத்து வை. நீயும் மறைந்து வாழ். உங்களைக் கொடியவன் சேத்திடம் இருந்து பாதுகாத்துக் கொள்ளுங்கள். சேத் எகிப்தின் அரியணையைக் கைப்பற்ற எவ்விதப் பாதகத்தையும் செய்யத் துணிந்தவன். அவன் அரியணை ஏறத் தடையாக உள்ள உங்களை அவன் இன்னமும் மறக்கவில்லை. எனவே பாதுகாப்பாய் வாழுங்கள். மேலும், உன் மகன் நல்ல பலம் பொருந்திய ஆண்மகனாய் வளர்வதற்கு துணையாயிரு. உன் மகன் பெரியவனானதும், தன் தந்தையைக் கொன்றவனை அவன் பழிதீர்த்து உரிமைப்பட்ட வாரிசாக இந்த எகிப்திய அரியணையை அலங்கரிப்பான்" என்றார்.

தோத் கூறியவற்றை ஐசிஸ் சிரத்தையாய் கேட்டுக் கொண்டாள். அன்று மாலையே அவள் தன் மகன் ஹோரஸைத் தூக்கிக்கொண்டு தன் இல்லத்தைவிட்டு வெளியேறினாள். அவளுடன் ஏழு தேள்களும் அவளுக்குத் துணையாய் உடன்சென்றன.

"நாம் கவனமாக இருக்க வேண்டும். நமது தற்போதைய இருப்பிடம் குறித்து சேத் எதுவும் அறியாவண்ணம் நாம் விழிப்புடன் இருக்க வேண்டும். அவன் நம்மைக் கண்டுபிடித்துவிட்டால் சர்வ நிச்சயமாய் குழந்தை ஹோரஸைக் கொன்று விடுவான். நமது வழியில் எதிர்ப்படும் அந்நியர்கள் எவரிடமும் நாம் உரையாடக் கூடாது. நம்மைக் குறித்த எந்தத் தகவலும் வெளியுலகிற்கு தெரியாதவாறு நம் நடவடிக்கைகள் இருக்க வேண்டும்" என ஐசிஸ் அந்த ஏழு தேள்களிடமும் கூறினாள்.

இதைக் கேட்ட தேள்கள் தங்கள் தலைகளை ஆட்டி ஆமோதித்தன. தொடர்ந்து ஐசிஸ் மற்றும் ஹோரஸிற்கு காவலாக உடன் சென்று மறைவிடத்தைத் தேடின. பீடட், ஜேடட், மேடட் எனும் மூன்று தேள்களும் ஐசிஸ் மற்றும் ஹோரஸின் முன் சென்றன. இதன்

மூலம் அவை அவர்களுடைய பாதையின் பாதுகாப்பை உறுதி செய்துகொண்டன. மெஸடேட் மற்றும் மெஸ்டேஃப் எனும் இரு தேள்களும் ஐசிஸின் பல்லக்கின் கீழ் நடந்துவந்தன. மீதமிருந்த இரண்டு தேள்களான டெபன், பெபன் பல்லக்கின் பின் பாதுகாப்பிற்காய் வந்தன.

இறுதியாக ஐசிஸ், அவள் மகன் ஹோரஸ் மற்றும் பாதுகாவலர்களான ஏழு தேள்களும் நைல் நதியின் கழிமுகத்தில் அமைந்திருந்த ‘இரு சகோதரிகள்’ எனும் நகரத்திற்கு வந்து சேர்ந்தனர். அப்போது இரவாகி இருந்தது. எனவே ஒரு இருப்பிடம் தேடினாள் ஐசிஸ். அந்த நகரத்தின் நடுவே ஒரு பெரியவீடு இருந்தது. அதன் உரிமையாளர் மிகப்பெரிய செல்வ சீமாட்டியாவார். அவரிடம் சென்ற ஐசிஸ் தங்களை அன்றைய இரவு மட்டும் அவர் இல்லத்தில் தங்கிக் கொள்ள அனுமதிக்க வேண்டினார். ஆனால், அந்த சீமாட்டியோ மறுத்துவிட்டார்.

அதே நேரம், ஐசிஸின் வருகையை ஒரு ஏழைக் குடியானவளும் கண்டாள். ஐசிஸ் தங்குவதற்கு இடமில்லை என அறிந்துகொண்ட அந்தப் பெண், ஓடோடிச் சென்று ஐசிஸிடம் தன் இல்லத்தில் அவர்கள் தங்கிக் கொள்ளுமாறு வேண்டி நின்றாள். அந்த ஏழைக் குடியானவளின் அழைப்பையேற்று அவளின் குடிசையிலேயே ஐசிஸ், ஹோரஸ் மற்றும் அவர்களின் விசுவாசமுள்ள ஏழு தேள் பாதுகாவலர்களும் தங்கிக் கொண்டனர்.

ஐசிஸின் மீது மிகுந்த பற்றுடன் இருந்தன ஏழு தேள்களும். ஐசிஸிற்கு இடம் தர மறுத்த அந்தச் செல்வச் சீமாட்டியின் மூர்க்கத்தனத்தின் மீதும் அவள் மீதும் ஏழு தேள்களும் கோபமுற்றன. எனவே, அவளைப் பழிதீர்க்க அவை முடிவு செய்தன. அன்றைய இரவு, நகரம் அமைதியானதும், தேள்கள் விழித்துக் கொண்டன. ஆறு தேள்களும் தங்களுடைய விஷங்களை ஏழாவது தேளான டெபனின் கொடுக்கில் நிரப்பின.

மெதுவாக, அமைதியாக டெபன் செல்வச் சீமாட்டியின் வீட்டிற்குள் நுழைந்தது. சீமாட்டியின் வீட்டுத்தரையில் ஊர்ந்து அறைக்குள் நுழைந்தது டெபன். படுக்கைவிரிப்புகளின் ஊடே சென்று அது சீமாட்டியின் மகனைத் தீண்டியது. உடனே அது சுமந்து வந்த ஏழு தேள்களின் விஷங்களும் சீமாட்டியின் மகனின் உடலுக்குள் பாய்ந்தது.

கடிபட்டதும் சிறுவன் அலறித் துடித்து எழுந்தான். அதைக் கேட்டதும் செல்வச் சீமாட்டியும் அலறி எழுந்தாள். தேள் ஒன்று கதவின் வழியே தப்பித்துச் செல்வதைக் கண்டதும்தான் தன் மகன் தேள்கடி பட்டிருப்பதை அவள் உணர்ந்தாள். அந்தத் தேளின் விஷம் தன் மகனைக் கொன்றுவிடும் என அறிந்துகொண்ட சீமாட்டி, கதறி அழுதபடியே நகர வீதிகளில் ஓடினாள். ஒவ்வொரு வீட்டின் கதவையும் தட்டி உதவிகள் கேட்டு மன்றாடினாள். "என் குழந்தையைக் காப்பாற்றுங்கள்!" எனக் கதறினாள். "தயவுசெய்து எவரேனும் என் குழந்தையைக் காப்பாற்றுங்கள். அவன் உயிரிழக்கப் போகிறான். எவரேனும் அவன் பிழைத்திருக்க உதவுங்கள்!" என அவள் உதவிக்கு அழைத்தாள். ஆனால், அவளுக்கு உதவ எவருமே முன் வரவில்லை.

ஆனால், ஐசிஸ் மட்டும் சீமாட்டிக்கு உதவ முன்வந்தாள்.

சீமாட்டிக்கு நடந்திருந்த கேடினை ஐசிஸ் உடனே புரிந்து கொண்டாள். தன் தேள்களினால்தான் அவள் மகன் தீண்டப்பட்டு சீமாட்டி பழிதீர்க்கப்பட்டுள்ளதை ஐசிஸ் அறிந்து கொண்டாள். "ஒரு தாயின் முட்டாள்தனத்திற்காக அவள் குழந்தையைப் பழிதீர்ப்பது கூடாது! தாயின் இரக்கமற்ற குணத்திற்கு அவளது குழந்தை எப்படி பொறுப்பாகுவான்?" என ஐசிஸ் எண்ணினாள். உடனே ஐசிஸ் செல்வச் சீமாட்டியின் வீட்டிற்கு விரைந்தாள். வலியில் துடித்துக் கொண்டிருந்த குழந்தையை அள்ளி மடியில் போட்டுக்கொண்டாள். அவனை அணைத்துக்கொண்டு, விஷம் பரவியிருந்த அவன் உடலின் மீது ஐசிஸ் மந்திரங்களை ஓதத் துவங்கினாள். மந்திரங்களின் சக்தியால் கொஞ்சம் கொஞ்சமாக சிறுவனின் உடலில் இருந்து நஞ்சு மறைந்து, அவன் நலமானான். இதைக் கண்டதும் சீமாட்டி மனம் வருந்தி ஐசிஸிடம் மன்னிப்பு கோரினாள். மேலும், தன் மகனை உயிர் பிழைக்க வைத்ததற்கான நன்றிக்கடனாக தன் செல்வங்கள் அனைத்தையும் ஐசிஸிற்கும், ஐசிஸிற்கு புகலிடம் அளித்து உதவிய ஏழைக் குடியானவளுக்கும் தந்து விட்டாள் செல்வச் சீமாட்டி.

ஆனால், ஐசிஸின் மந்திரங்கள் எப்போதும் ஐசிஸிற்கு உதவுவதில்லை. ஒருநாள் தன் குழந்தை ஹோரஸை 'நைல்' கழிமுகத்தின் 'கெம்மிஸ்'ஸின் பேப்பிரஸ் காடுகளுக்குள் ஒளித்து

வைத்துவிட்டு, இரைதேடச் சென்றாள் ஐசிஸ். சிறிது நேரம் கழித்துத் திரும்பி வந்த ஐசிஸ், தேள்களால் தீண்டப்பட்டு இறந்துகிடக்கும் தன் மகன் ஹோரஸைக் கண்டாள். ஆத்திரத்திலும் துக்கத்திலும், ஐசிஸ் அலறினாள். வானின் வழியே தன் படகில் பயணித்துக் கொண்டிருந்த 'ரே' எனும் சூரியக்கடவுள் ஐசிஸின் இந்த அலறலைக் கேட்டார். உடனே அவர் தன் சூரியப்படகை நிறுத்தினார். இதனால் உலகம் முழுவதும் இருளுக்குள் மூழ்கியது.

ரேவின் படகைவிட்டு இறங்கிவந்த ஞானக்கடவுள் 'தோத்' ஐசிஸிற்கு உதவ முன்வந்தார். மிகவும் சக்திவாய்ந்த மந்திரங்களை ஹோரஸின் பிணத்தின் மீது ஜெபித்தார் தோத். மேலும், ஹோரஸ் உயிர்த்தெழவில்லை என்றால் உலகம் எப்போதைக்குமாய் இருளிலேயே கிடக்க நேரிடும் எனவும் அவர் மிரட்டினார். இதைக் கேட்டு மிரட்சி அடைந்த நஞ்சு, ஹோரஸின் உடலைவிட்டு வெளியேறியது. உடனே குழந்தை விழித்து எழுந்தான். 'கெம்மிஸ்' நில மக்களைப் பார்த்து தோத், "உங்கள் உயிர்களை விடவும் மேலாக ஹோரஸைப் பாதுகாத்திடுங்கள். ஏனெனில் இந்த உலகின் விதியையே மாற்ற வல்லவன் அவன்!" என்றார். பின்னர், தோத் தன் சூரியப்படகில் ஏறிப் பயணித்தார். அவ்வாறு அவர் வானில் தன் பயணத்தைத் தொடங்கியதும் உலகம் முழுவதும் மீண்டும் வெளிச்சமும் வெப்பமும் பரவத் துவங்கின.

பண்டைய எகிப்தின் மக்கள் தேள் கடிபட்ட குழந்தைகளை குணமாக்க ஐசிஸின் மந்திரங்களையே ஜெபித்தனர். இதன் மூலம், ஐசிஸ் சீமாட்டியின் குழந்தையைக் காப்பாற்றியது போல் தம் குழந்தைகளையும் குணமாக்க முடியும் என மக்கள் நம்பினர்.

ஹோரஸ் அரியணையேறிய கதை

ஹோரஸின் பால்யகாலம் முழுவதும், அவனைப் பாம்புகளிடமிருந்தும், தேள்கள் மற்றும் முதலைகளிடமிருந்தும், தீயவன் சேத்தின் சதித்திட்டங்களில் இருந்தும், அவனை ஐசிஸ் பாதுகாத்தாள். ஹோரஸ் தன் மாமனை எதிர்த்து வெல்வதற்கும், அதன் மூலம் எகிப்தின் அரியணையை அடைவதற்குமான நேரம் நெருங்கி விட்டதை ஒரு நன்னாளில் ஐசிஸ் உணர்ந்தாள்.

இதன் தொடர்ச்சியாய், எகிப்தை ஆள்வதற்கானத் தனது உரிமையைத் மீட்டுத் தரும்படி, புனித நீதிமன்றத்தின் தலைவராகிய சூரியக்கடவுள் 'ரே'வின் முன் வேண்டுகோள் விடுத்தான் ஹோரஸ். ஞானக்கடவுள் 'தோத்' மற்றும் வாயுதேவன் 'ஷு' ஆகிய இருவரும் எகிப்தின் உரிமைப்பட்ட மன்னராக ஹோரஸை அறிவித்தனர். இதைக் கேட்ட ஐசிஸ் மகிழ்ச்சியில் திளைத்தாள். தன் மகனுக்கு உரிய எவற்றிற்காக அவள் வெகுகாலமாக காத்திருந்தாளோ அந்த உரிமை ஹோரஸிற்குக் கிட்டிவிட்டது. பாதாள உலகின் தலைவனாக இருக்கும் தன் கணவன் ஓசிரிஸிடம் இந்த நற்செய்தியைச் சொல்வதற்காய் வடக்கு காற்றை அனுப்ப எண்ணினாள் ஐசிஸ். ஆனால், ரே அவளைத் தடுத்து நிறுத்தினார். தன்னால் எந்த முடிவிற்கும் வர முடியவில்லை என அவர் வருந்தினார்.

"ஓசிரிஸின் வாரிசாகிய ஹோரஸே எகிப்தின் மீது உரிமையுள்ள அரசன். ஓசிரிஸ் எகிப்தின் மன்னராக இருந்தபடியால், அவர் மகன் ஹோரஸ்தான் எகிப்தின் அடுத்த மன்னராக இருக்க வேண்டும்" என வாதிட்டார் தோத்.

இதைக் கேட்டதும் ரே, "ஆஹ்! ஆனால், சேத் மிகவும் வலிமையானவன். ஹோரஸைவிட சேத் வயதில் மூத்தவன். எனவே புத்திக்கூர்மையிலும் அவனே சிறந்திருப்பான். ஹோரஸ் இன்னும் சிறுவனாய்தான் உள்ளான். எனவே, ஒரு சிறந்த மன்னனாய் இருக்க சேத்தான் உகந்தவன்" என்றார். ரேவின் விருப்பமானத் தேர்வாக சேத் இருந்தான்.

இவ்வாறு கடவுள்களிடையேயான வாக்குவாதம் தொடர்ந்து எண்பது வருடங்கள் நீடித்தது. தோத் மற்றும் ஷு எகிப்தின் உரிமையுள்ள வாரிசான ஹோரஸ்தான் மன்னராக வேண்டும் என்றும் 'ரே'வோ சேத்தின் வயதையும் பலத்தையும் கருத்தில் கொண்டு அவனே எகிப்தின் மன்னராக வேண்டும் என்றும் வாதிட்டனர். இதனால் எந்த ஒரு முடிவிற்கும் வரமுடியாமல் தவித்த புனித நீதிமன்றத்தின் கடவுள்கள், எகிப்தின் மன்னரைத் தேர்ந்தெடுக்கும்படி இறைவி 'நெய்த்' அவர்களுக்குக் கடிதம் எழுதினர்.

"எகிப்தின் அரசாட்சி ஓசிரிஸின் மகனான ஹோரஸிடமே ஒப்படைக்கபட வேண்டும், ஏனெனில், அவனே அந்நாட்டின்

சட்டப்பூர்வமான வாரிசு" என பதில் கடிதம் எழுதினார். மேலும், "சேத்திற்கு பொக்கிஷங்களை அளியுங்கள். சூரியக்கடவுளின் மகள்களான 'அனாத்' மற்றும் 'அஸ்டார்ட்'டினை சேத்திற்கு மணம் முடியுங்கள். இவ்வாறு செய்யாமல் எதிர்மறைச் செயலில் ஈடுபட்டீர்களானால், வானம் இடிந்து எகிப்தின் மீது வீழ்ந்துவிடும்" என அக்கடிதத்தில் நெய்த் எச்சரித்திருந்தார். அவர் தீர்க்கமாக ஹோரஸை ஆதரித்தார். எனினும் இக்கடிதத்தின் மூலம் ரே சமாதானம் அடையவில்லை.

"எனது பலம் நேர்மையானது. எனவே, அரியணை எனக்கே சொந்தம். என்னைவிடவும் பலசாலியென ஹோரஸ் நிரூபித்துவிட்டு அரசாட்சியை ஏற்றுக்கொள்ளட்டும்" என அறைகூவல் விடுத்தான் சேத்.

எகிப்தின் அரசாட்சி முறைப்படி தன்னையே சேரவேண்டும் என்ற நம்பிக்கை ஹோரஸிற்கு இருந்தது. மேலும், தன் தந்தையைக் கொன்றவனைப் பழிதீர்க்கும் ஒரு வாய்ப்பாகவும் இதனைக் கருதினான். ஹோரஸ், "உன் சவாலை நான் ஏற்றுக் கொள்கிறேன். நம் இருவரில் பலமானவன் யார் என்பதை உனக்கு நிரூபிக்கிறேன்!" எனக் கூறித் தன் மாமனின் சவாலை ஏற்றுக் கொண்டான் ஹோரஸ்.

"அப்படியானால் என்னுடன் சேர்ந்து நீருக்கு அடியில் நீ மூன்று மாதங்கள் மூழ்கி இருக்க வேண்டும். மூச்சுக்காற்றைப் பெறுவதற்காக யார் முதலில் நீரிலிருந்து எழும்பி மேலே வருகின்றனரோ அவரே தோல்வியடைந்தவராவார். வென்றருக்கு அவர் அரியணையை விட்டுக் கொடுத்துவிட வேண்டும்" என்று ஆக்ரோஷமாய் கூறினான் சேத். உடனே சேத் தன்னை ஒரு மிகப்பெரிய நீர்யானையாக உருமாற்றிக்கொண்டு நைல் நதியின் அடியாழத்தில் மூழ்கினான். இந்த அறைகூவலை ஏற்றுக் கொண்ட ஹோரஸ், தன்னையும் ஒரு பிரமாண்டமான நீர்யானையாக உருமாற்றி ஆழ்ந்து மூச்சிழுத்துக்கொண்டு நைல் நதியில் மூழ்கினான்.

மூழ்கிய நீர்யானைகளை ஐசிஸ் கவலையுடன் பார்த்தாள். சேத்தின் மீது அவளுக்கு நம்பிக்கை இல்லை. எனவே செம்பு உலோகத்தால் ஆன ஈட்டியொன்றை சேத்தைத் தாக்குவதற்காய் நீருக்குள் எறிந்தாள் ஐசிஸ். ஆனால், சேத்தைத் தாக்குவதற்கு

பதிலாய் தவறிப்போய் ஈட்டி ஹோரஸைத் தாக்கியது. தனது தவறை உணர்ந்த ஐசிஸ் ஈட்டியைத் திரும்பப் பெற்றுக் கொண்டாள். தன் மகன்மேல் தான் செய்த காயத்தையும் தன் மந்திர சக்தியால் ஐசிஸ் குணமாக்கினாள்.

மறுமுறையும் ஈட்டியை எறிந்த ஐசிஸ் சேத்தைத் தாக்கினாள். எனினும், சேத் ஐசிஸின் சகோதரனாக இருந்தபடியால், அவன் தீயவனாக இருப்பினும் ஐசிஸால் சேத்தைக் கொல்ல முடியவில்லை. எனவே, தனது ஈட்டியைத் திரும்பப் பெற்றுக் கொண்ட ஐசிஸ், சேத்தின் காயங்களையும் குணமாக்கினாள்.

ஐசிஸின் இந்தச் செயலால் கோபமுற்ற ஹோரஸ் நீரைவிட்டு வெளியேறினான். ஐசிஸ் யாருடைய பக்கம் இருக்கிறாள் என்பதை அவன் தெளிவுபடுத்திக்கொள்ள விரும்பினான். மிகுந்த ஆத்திரத்தில் இருந்த ஹோரஸ், ஐசிஸின் தலையைத் துண்டாக்கினான்.

உடனே ஐசிஸ் ஒரு கற்சிலையாக உருமாறினாள். இதைக் கண்ட சேத் கோபமடைந்தான். தனது சகோதரியைக் காயப்படுத்திய ஹோரஸைப் பழிதீர்க்க அவனைத் துரத்தினான். பாலைவனங்களின் ஊடாய் ஹோரஸைத் துரத்திச் சென்ற சேத், ஹோரஸின் விழிகளைப் பிடுங்கி பாலை மணலுக்குள் புதைத்தான். உதவிகளுமின்றி விழிகளுமின்றி அந்தப் பாலைவனத்திலேயே ஹோரஸ் இறக்குமாறு அவனை அங்கேயே விட்டு சேத் சென்றான். தன் சகோதரியின் தலையைத் துண்டித்ததற்கான தண்டனையாக ஹோரஸிற்கு இதைச் செய்தான் சேத்.

ஆனால், ஹோரஸைக் காப்பாற்றுவதற்காய் இறைவி 'ஹாதோர்' வந்தார். பாலை நிலத்தில் கிடந்த ஹோரஸைக் கண்டுபிடித்த ஹாதோர், அவனது காயம்பட்ட விழிகளை மணிமானின் பால் கொண்டு கழுவினார். இதன்மூலம் ஹோரஸ் தன் பார்வையையும், உடல்பலத்தையும் திரும்பப் பெற்றான். இதனிடையில், அதிசயம் போல் ஐசிஸும் தன் உயிரை மீண்டும் பெற்றிருந்தாள்.

ஹோரஸ் மீண்டு வந்ததை அறிந்த சேத், தன் அடுத்த சவாலிற்கான போட்டியை அறிவித்தான். ஹோரஸும் தானும் கல்லால் செய்யப்பட்டப் படகுகளின் ஏறி நைல் நதியில் பயணிக்க வேண்டும். எவருடைய படகு நீண்ட தூரம் பயணிக்கிறதோ

அவரே எகிப்தின் அரியணைக்கு உரியவர் ஆவார் எனச் சேத் அறிவித்தான்.

இந்தப் போட்டியை ஹோரஸும் ஒப்புக்கொண்டான். ஹோரஸ் பைன் மரத்தாலான ஒரு படகைச் செய்தான். பின்னர் புத்திசாலித்தனமாக அந்தப் படகு கல்லால் ஆனதுபோல் தோன்றுமாறு அதற்கு வண்ணம் பூசினான். ஹோரஸினுடைய கற்படகு நைல் நதியில் மிதந்து செல்வதைக் கண்ட சேத் ஆச்சரியம் அடைந்தான். உடனே ஒரு மலையுச்சியை அறுத்து, குடைந்து, எழுபது மீட்டர் நீளமுள்ள ஒரு கற்படகினை உருவாக்கினான் சேத். ஆனால், அந்தப் படகு நதியில் மூழ்கியது. ஹோரஸின் தந்திரத்தை அறிந்து கொண்ட சேத் மிகுந்த ஆத்திரமுற்றான். ஒரு மிகப்பெரிய சிகப்பு நீர்யானையாக உருமாறிய சேத் ஹோரஸின் படகை உடைத்துத் தூள்தூளாக்கினான். ஹோரஸ் ஈட்டியைக் கொண்டு சேத்தைத் தாக்கி அவனைக் கொல்ல முடிவு செய்தான். சேத் இறந்துவிடுவதன் மூலம் இந்தச் சண்டை ஒரு முடிவுக்கு வரும் என ஹோரஸ் எதிர்பார்த்தான். ஆனால், கடவுளர்களோ, ஹோரஸ் சேத்தைக் கொல்லும் செயலைத் தடுத்து நிறுத்தினர்.

முடிவில்லா இந்தச் சண்டைகளால் அயர்ச்சியுற்ற ஞான தேவன் தோத், சூரியதேவன் ரேவை அணுகி, பாதாள உலகின் மன்னன் ஓசிரிஸிற்கு கடிதம் எழுதச் சொன்னார். எகிப்தை ஆள்வதற்கான ஓசிரிஸின் ஆதரவு அவனது மகனுக்கா அல்லது அவனது சகோதரனுக்கா என வினவியது அந்தக் கடிதம். கடிதம் கிடைக்கப்பெற்ற ஓசிரிஸ், தனது மகன் ஹோரஸிற்கு ஆதரவாக கடவுளர்களை இந்த வழக்கில் முடிவெடுக்கச் சொன்னான். அவ்வாறு செய்யவில்லையெனில், தன்னிடம் இருக்கும் கொடூரமான, இரத்தருசி அறிந்த வேலையாட்களை கடவுளர்களின் மீது ஏவி, அவர்களின் இதயங்களைத் தன்னிடம் கொண்டு வரச்சொல்லி தான் ஆணையிடப் போவதாயும் ஓசிரிஸ் எச்சரித்திருந்தான்.

சூரியக்கடவுளான ரேவை நோக்கி ஓசிரிஸ், "இவ்வுலகின் மனித இனமும் தேவ இனமும் மிக இறுதியாக வந்தடையப்போகும் பாதாள உலகின் தலைவன் நான். என்னைக் கடந்துதான் விண்மீன்களும், சூரியக்கடவுளான நீங்களும் தினமும் உலா வர

வேண்டும். இதை நினைவில் வைத்துக் கொள்ளுங்கள்!" எனக் கூறினான்.

ஓசிரிஸின் இந்த எச்சரிக்கைகளை ரேவால் எளிதாக எடுத்துக்கொள்ள முடியவில்லை. எனவே ஹோரஸிற்கு ஆதரவாகத் தன் தீர்ப்பை வழங்கினார் ரே. சங்கிலிகளால் பிணைக்கப்பட்டிருந்த சேத், ஒரு கைதியாக ஐசிஸின் முன் கொண்டுவரப்பட்டான். அங்கு அவன் எகிப்தின் அரியணையை ஹோரசிற்கு அளித்தான்.

எகிப்தின் மன்னராக ஹோரஸ் முடிசூடிக் கொண்டான். அதன் பின்னர் எக்காலத்திற்குமாய் எகிப்தின் ஆட்சி ஹோரஸின் ஆட்சியாகவே இருந்தது. ஹோரஸின் இறப்பின் பின் வாரிசுகளாக வந்த மன்னர்கள் அனைவரும் ஹோரஸின் வாயிலாகவும், அவன் தந்தையாகிய பாதாள உலகின் மன்னன் ஓசிரிஸின் வழித்தோன்றல்களுமாகவே அடையாளம் காணப்பட்டனர்.

சேத்தைப் பொறுத்தவரை, சூரியக்கடவுள் ரே அவனுக்கு உதவி செய்து தன் சூரியப்படகில் அவனைக் கொண்டு சென்றார். ரேவுடன் சேர்ந்து அவனும் வானை வலம் வரத் துவங்கினான். அவனது குரல் இடிமுழக்கமாக மாறி சொர்க்க லோகத்தில் முழங்கியது. இன்றும்கூட, இடியுடன் கூடிய மழை பொழியும் நாட்களில், சேத் ஒரு இடியாக மாறி வானின் வழியே முழங்கியபடியும் எதிரொலித்தபடியும் செல்வதை நாம் காணலாம்.

ஹெராகில்ஸ்

கிரேக்கப் புராணக் கதைகளின் புகழ்வாய்ந்த நாயகன் 'ஹெராகில்ஸ்' ஆவான். அழியக்கூடிய அல்லது அழிவே இல்லாத எவராலும் ஹெராகில்ஸின் வீரதீரச் சாகசங்களை முறியடிக்கவே முடியவில்லை. அவனுடைய மிகப்புகழ்வாய்ந்த வீரச்செயல்களாக ஹெராகில்ஸ் தன் உறவினச் சகோதரரான மன்னன் 'யூரிஸ்தென்ஸ்'சிற்கு செய்திட்ட பன்னிரெண்டு வீரச்செயல்களும் சொல்லப்படுகின்றன.

ரோமானியர்கள், பின்னர் ஹெராகில்ஸையும் அவனது வீரச்செயல்களையும் தங்களது புராணக்கதைகளுக்குள் புகுத்திக் கொண்டனர். அவர்கள் அவனை 'ஹெர்குலஸ்' எனவும் அழைத்தனர்.

ஆம்பிடிரியானின் மனைவி ஆல்க்மீன், இரட்டைச் சகோதரர்களான ஆல்கேய்ஸ் மற்றும் இபிகில்ஸ்ஸை பெற்றாள்.

சிலர் ஆல்கேய்ஸ்தான் இரட்டையர்களில் மூத்த சகோதரன் எனவும் சிலர் அவனை இளையவன் எனவும் கூறினர். ஆனால், சகோதரர்களுள் ஆல்கேய்ஸ் தாம் உற்சாகமாகவும், பலசாலியாகவும் அனைவரையும் கவரும்படியும் இருந்தான்.

ஆல்கேய்ஸ் இத்தனைப் பெருமைகளுடன் இருக்கக் காரணம் என்னவெனில் உண்மையில் அவன் கடவுளர்களின் அரசனாகிய ஷுவஸ்ஸின் புதல்வனாவான். ஷுவஸ், ஆல்க்மீனின் கணவனாகிய ஆம்பிடிரியான் போல் வேடம் பூண்டு ஆல்க்மீனிடம் நடித்து, அவளைத் தன் காதல் வலையில் வீழ்த்தினார். அந்தக் காதல் மூலம் உதித்தவனே ஆல்கேய்ஸ்.

இபிகில்ஸ் தாம் ஆல்க்மீனின் கணவரான ஆம்பிடிரியானின் மெய்யான வாரிசாவான்.

பெண் தெய்வங்களின் தலைவியும், ஷீவஸின் மனைவியுமாகிய ஹெரா, தன் கணவர் காதல் கொள்ளும் வேறெந்த பெண்ணின் மீதும் மிகக் கடுமையான பொறாமை கொள்பவள் ஆவாள். இதனால், ஹெராவைக் கண்டு ஆல்க்மீன் அச்சமுற்றாள். ஷீவஸின் மகனைத் தான் ஈன்றிருப்பதால் ஹெரா தன்னைத் தாக்குவாள் என அல்க்மீன் எதிர்பார்த்தாள். எனவே ஓர் இரவில், தன் மகன் ஆல்கேயஸை மட்டும் அணைத்தபடி ஆல்க்மீன் அரண்மனையைவிட்டு வெளியேறினாள். மெல்ல அந்த நகரை விட்டும் வெளியேறிய ஆல்க்மீன், நகரின் சுற்றுச்சுவரைத் தாண்டியிருந்த வயல்களில் தன் மகனைக் கிடத்தினாள். பின்னர் அவன் அங்கேயே இறக்குமாறு அவனை விட்டுவிட்டுத் திரும்பினாள்.

இந்நிகழ்வை, கடவுளர்களின் அரசனாகிய ஷுவஸ் கண்டார். தனது மகன் இறந்து போவதை அவர் விரும்பவில்லை. இந்தக் குழந்தை எதிர்காலத்தில் ஒரு மாபெரும் வீரனாக உருவாகுவான் என முன்னரே ஷுவஸ் ஆருடம் கூறியிருந்தார். எனவே, அவர் தனது மகனை இழக்க அவர் தயாராக இல்லை. தனது விருப்பத்திற்குரிய மகளாகிய ‘ஏதென்னா’வை அழைத்த ஷீவஸ், ஆல்கேயஸிற்கு உதவச் சொன்னார். தன் தந்தையின் மீது அபிமானமுள்ள ஏதென்னாவும் இதற்கு ஒப்புக் கொண்டார்.

மறுநாள் காலை, ஏதென்னா தன் தாய் ஹெராவுடன் நடைப்பயிற்சி மேற்கொண்டாள். ஆல்க்மீன் தன் மகன் ஆல்கேய்ஸை இறக்குமாறு விட்டுச் சென்ற அதே வயல்களுக்குள் ஹெராவை ஏதென்னா அழைத்துச் சென்றாள். "ஓ! அங்கே பாருங்கள்!" எனக் கத்தியபடியே, அதிர்ச்சியடைவதைப் போல் நடித்துக் கொண்டே ஏதென்னா வயலில் கிடந்த குழந்தை ஆல்கேய்ஸை நோக்கி ஓடினாள்.

"எத்தனை அழகான, ஆரோக்கியமான குழந்தை! இவனை இங்கு விட்டுச்செல்ல எப்படி மனம் வந்தது? இவன் தாய் புத்திபேதலித்தவளாய் இருப்பாள் போலும். இல்லையெனில் இத்தனை அம்சமான குழந்தையை இறக்குமாறு இங்கு விட்டுச் சென்றிருக்க மாட்டாள்!" என அழுதாள் ஏதென்னா.

அவ்விடத்திற்கு ஹெராவும் ஓடிவந்து குழந்தையைப் பார்த்தாள். "எத்தனை அழகாக இருக்கிறது குழந்தை!" என அவளும் வியந்தாள்.

"அவன் பசியோடு இருக்கிறான்! உங்களிடம்தான் தாய்ப்பால் அமுதம் உள்ளதே! இந்தப் பாவப்பட்ட குழந்தைக்கு புகட்டுங்களேன்!" என்றாள் ஏதென்னா.

உடனே ஹெரா குழந்தையை தன் கரங்களில் ஏந்திக்கொண்டு தாய்ப்பால் புகட்டினாள். ஆனால், ஆல்கேய்ஸ் அவள் மார்பில் இருந்து மிகு வலுவாகப் பாலை உறிஞ்சினான். வலியில் அலறிய ஹெரா அவனைத் தன் மார்பில் இருந்து விடுவித்தாள். அப்போது தெறித்த பாலின் துளிகள் தாம் வானில் பறந்து சென்று பால்வெளியாக உருமாறியது. இதையெல்லாம் கண்டதும், தான் ஏமாற்றப்பட்டிருப்பதை மிகத் தாமதமாகத்தான் ஹெரா உணர்ந்தாள். இந்தக் குழந்தை சாமானியமானவன் அல்ல. இவன் ஷூவஸின் குழந்தை என அவள் அறிந்துகொண்டாள்.

ஆனால், இறைவியின் அமுதத்தைப் பருகியிருந்ததால் இப்போது ஆல்கேய்ஸ் மரணமற்றவனாகி விட்டிருந்தான். அதாவது, இனி எவராலும் அவனைக் கொல்ல முடியாது.

குழந்தை ஆல்கேய்ஸ் இறைவி ஹெராவிடமிருந்து அமுதம் பருகியதால் அவன், 'ஹெராகில்ஸ்' எனவும் அழைக்கப்பெற்றான்.

ஹெராவைப் பெருமைப்படுத்தும் விதமாய் ‘ஹெராவின் புகழ்’ எனப் பொருள்படும்படி அந்தப் பெயர் இருந்தது. எனவே, ஹெராகில்ஸ் ஹெராவின் மகனாகவும் பாவிக்கப்பட்டான்.

ஒரு மாலைவேளையில், எட்டு மாதக் குழந்தைகளாக இருந்த இரட்டைச் சகோதரர்கள் ஹெராகில்ஸ் மற்றும் இபிகில்ஸ்ஸிற்கு அவர்களது தாயார் ஆல்க்மீன் உணவளித்தார். பின்னர், அவர்களைச் சுத்தம் செய்து, பாட்டு பாடி, அவர்களின் தந்தை ஆம்பிடிரியானின் பெரிய வெண்கல கேடயத்திற்குள் குழந்தைகளை உறங்க வைத்தார்.

கடவுள்களின் அரசியாகிய ஹெரா, ஆல்க்மீனையும் அவள் குழந்தை ஹெராகில்ஸையும் அறவே வெறுத்தாள். எனவே, அன்றைய இரவு குழந்தைகள் அமைதியாக ஆம்பிடிரியானின் வெண்கல கேடயத்திற்குள் உறங்கியதும் ஹெராகில்ஸை கொல்வதற்காக நீலநிறச் செதில்கள் கொண்ட இரு நாகங்களை அனுப்பிவைத்தாள் ஹெரா.

இந்த நாகங்கள் ஆம்பிடிரியானின் இல்லத்திற்குள் நழுவிச் சென்றன. அவைகள் இல்லத்தை நெருங்கியதும் வாயில்கள் தாமாகத் திறந்து கொண்டன. உடனே நாகங்கள் வீட்டிக்குள் நுழைந்து, ஒவ்வொரு அறையாகச் சென்று குழந்தைகளைத் தேடின. இறுதியாக இரு குழந்தைகளும் தம் தந்தையின் கேடயத்திற்குள் உறங்கிக்கொண்டிருப்பதை அவை கண்டன. நாகங்கள் குழந்தைகளின் உடலைத் தம் உடலால் வளைத்துக் கொண்டன. அவைகளின் விழிகளில் இருந்து தீப்பொறிகள் வெளிப்பட்டன. பிளந்துகிடந்த அவைகளின் நாவுகள் உள்ளேயும் வெளியேயும் உலா வந்தன. அவைகளின் விஷப்பற்களில் நஞ்சு சொட்டியபடி இருந்தது.

தன் மகன் ஹெராகில்ஸை ஷுவெஸ் எப்போதும் கவனித்தபடியே இருந்தார். இந்த பேராபத்தைக் கண்டதும் அவர் அந்த அறையில் வெள்ளமாய் ஒளியைப் பரவச் செய்தார். உடனே இரட்டையர்கள் விழித்துக் கொண்டனர். ஆம்பிடிரியானின் மகனான இபிகில்ஸ், அந்த ராட்சத நாகங்களைக் கண்டதும் பயத்தில் அலறினான். ஆனால், ஷுவெஸின் மகன் ஹெராகில்ஸோ அவற்றைக் கண்டு கலகலவெனச் சிரித்தான். நாகங்களை எட்டிப்பற்றிய ஹெராகில்ஸ், அவற்றின் கழுத்தைப் பிடித்துத் தூக்கி,

அவற்றின் உடலைக் கசக்கிப் பிழிந்தான். ஒரு பொம்மையிடம் விளையாடுவதைப் போல் அந்த நாகங்களுடன் மகிழ்வாய் விளையாடினான ஹெராகில்ஸ்.

இதனிடையே, இபிகில்ஸின் அலறல்களைக் கேட்டு ஓடிவந்த ஆல்க்மீன், தொட்டிலில் இருந்த ஹெராகில்ஸ், நாகங்களைத் தன் பிஞ்சு விரல்களில் பற்றியிருக்கும் காட்சியைக் கண்டாள். ஹெராகில்ஸ் மிக மகிழ்வாய் சிரித்துக் கொண்டிருந்தான். ஆனால், நாகங்களோ உயிரழந்து கிடந்தன.

அடுத்த நாள் காலை, 'டேரெசியாஸ்' எனும் புத்திமானான முதியவனை அழைத்து முன்தினம் நிகழ்ந்தவற்றைக் கூறினாள் ஆல்க்மீன். பின்னர் அவரிடம் ஹெராகில்ஸ் குறித்து ஆருடம் கூறச் சொன்னாள். டேரெசியாஸ் ஹெராகில்ஸின் வளமிக்க உயர்வான எதிர்காலத்தைக் கணித்துக் கூறினார். அதேபோல், நாம் அனைவரும் அறிந்தபடி, ஹெராகில்ஸ் மிகப்பெரிய வீரனாக உருவாகினான். மனிதர்களையும் கடவுள்களையும் யுகங்களாக அச்சுறுத்திய தீயசக்திகளை அவன் கொன்றொழித்தான். தன்னுடைய விதியின் பயனை அவன் பூர்த்தி செய்ததும், அவனது தந்தையாகிய ஷூவஸ், கிரெக்க கடவுளர்கள் வாழும் ஒலிம்பஸ் சிகரத்திற்கு ஹெராகில்ஸை அழைத்துச் சென்றார். இன்றுவரை ஹெராகில்ஸ் அந்தச் சிகரத்தில்தான் வாழ்கிறான்.

சூரியனை நோக்கிப் பறத்தல்

பல வருடங்களுக்கு முன்னர், புராதன க்ரேட் நகரில், புத்திக்கூர்மையும் கலைஞானமும், மிகுந்த திறமையும் கொண்டவருமான 'டேடலஸ்' வாழ்ந்து வந்தார். இறைவி 'ஏதென்னா'விடம் நேரடியாக கலைகள் பயின்றவரான டேடலஸ் ஒரு திறமை வாய்ந்த ஒரு சிற்பி, ஒரு கட்டிடக்கலை நிபுணர், ஒரு விஞ்ஞானி மற்றும் ஒரு கண்டுபிடிப்பாளர். அவர் பல்வேறு இயந்திர மனிதன்களை உருவாக்கியுள்ளார். மேலும், மனிதர்களைப் போலவே நகர்ந்து செல்லும், மனிதர்கள் செய்யும் அனைத்து வேலைகளையும் செய்யும் திறன்படைத்த சிற்பங்களையும் அவர் தயாரித்திருந்தார்.

க்ரேட்டின் மன்னராகிய 'மினோஸ்', டேடலஸின் கலைத்திறனை பெரிதும் மதித்தான். மிகப் பிரமாண்டமான மாளிகைகளையும், அற்புதமான கட்டிடங்களையும் மினோஸிற்காக டேடலஸ் உருவாக்கித் தந்தார். மன்னன் மினோஸின் வேண்டுகோளிற்கு இணங்க ஒரு சுருள்புழையை உருவாக்கினார் டேடலஸ். மிகச்

சிக்கலான பாதைகள் நிறைந்த ஒரு அரண்மனையாக அந்த சுருள்புழை இருந்தது. எவர் ஒருவர் இந்த சுருள்புழைக்குள் நுழைகிறாரோ அவரால் வெளியேறும் வழியை எப்போதும் கண்டுபிடிக்கவே முடியாது. இந்த மாய அரண்மனையின் இதயப்பகுதியான ஒரு அறையில்தான், மன்னர் மினோஸ் 'மினோடர்' எனப்படும் ஒரு கொடூர விலங்கை அடைத்து வைத்திருந்தான். பாதி மனிதனாகவும் பாதி காளையாகவும் உருப்பெற்றிருக்கும் அந்த விலங்கு. இந்த சுருள்புழையை வடிவமைத்ததற்காகவே டேடலஸை பெரிதும் மதித்தான் மினோஸ்.

'அட்டிகா' எனும் இடத்திலிருந்து, ஒவ்வொரு ஒன்பது வருடங்களுக்கு ஒருமுறையும் ஒரு கப்பல் க்ரேட்டை நோக்கிவரும். அந்தக் கப்பலில் ஏழு இளைஞர்களும் ஏழு இளம்பெண்களும் இருந்தனர். பல வருடங்களுக்கு முன்னர், மன்னர் மினோஸின் மகனை அட்டிகாவின் மக்கள் கொன்றனர். அந்தச் செயலுக்குப் பழிதீர்ப்பதற்காய் ஒவ்வொரு ஒன்பது வருடங்களுக்கு ஒரு முறையும் ஏழு ஆண்களையும் ஏழு பெண்களையும் தனக்குப் பலியிட வேண்டுமென மினோஸ் ஆணையிட்டான். அவ்வாறு கிடைக்கும் ஆண்களையும் பெண்களையும் மினோஸ் மினோடருக்கு இரையாக்கி விடுவான். அவர்களை மிகுந்த வெறியுடன் எலும்புகளும் சதையுமாய் பிய்த்து உண்டுவிடும் அந்த மிருகம். இந்தக் கொடூர அபராதத்திற்கு அட்டிகாவின் மக்களும் ஒப்புக்கொண்டிருந்தனர். ஏனெனில், மினோஸின் ஆளுமையின் முன்பும், மினோடரின் பயங்கரத்தின் முன்பும் அவர்களால் வேறெதுவும் செய்ய முடியவில்லை. ஒரு வருடம், அட்டிகாவில் இருந்து 'தேசியுஸ்' என்ற இளைஞன் க்ரேட்டிற்குச் செல்ல ஆயத்தமானான். மினோடரைப் போரிட்டு அழிப்பதே அவன் இலக்காயிருந்தது.

அட்டிகாவில் இருந்து வந்திருந்த தேசியுஸையும் மற்ற இளைஞர்களையும், இளம்பெண்களையும் சுருள்புழைக்குள் தள்ளினான் மன்னன் மினோஸ். அவர்கள் எவருமே உயிர் பிழைக்க மாட்டார்கள் என மினோஸ் எண்ணினான். ஆனால், மினோஸின் மகளான 'அரியாட்னே' தேசியுஸின் மீது காதல் கொண்டிருந்தாள். அவன் மினோடருக்கு இரையாவதை அவள் விரும்பவில்லை.

தேசியுஸ் உயிருடன் அந்தச் சுருள்புழையைவிட்டு வெளிவர உதவக்கூடிய ஒரே நபர் டேடலஸ் மட்டுமே என்பதை அவள் உணர்ந்திருந்தாள். தேசியுஸிடம் ஒரு நூற்கண்டைத் தந்து சுருள்புழையினுள் அனுப்புமாறு அரியாட்னேவிடம் அறிவுறுத்தினார் டேடலஸ். கொடிய மினோடரைத் தேடி அவன் சுருள்புழைக்குள் செல்லும்போது அந்த நூலை அவிழ்த்தபடியே செல்லச் சொன்னார். அர்யாட்னேவிடம் டேடலஸ் கூறியபடியே தேசியுஸ் செய்தான். மினோடரைக் கண்டுபிடித்து கொன்றழித்த தேசியுஸ், இந்த நூலின் உதவியால் சுருள்புழையில் இருந்தும் தப்பித்தான்.

மினோடரைக் கொன்றுவிட்டு தேசியுஸ் தப்பியதை அறிந்து கொண்ட மினோஸ் மிகுந்த ஆத்திரமுற்றான். தேசியுஸும் அரியாட்னேவும் கிரேட்டை விட்டுத் தப்பிச் சென்றனர். ஆனால், டேடலஸால் தப்பிக்க முடியவில்லை. எனவே, அவர் ஒரு கைதியாக மினோஸால் சிறைபிடிக்கப்பட்டுத் தன் சிறு மகன் 'இகாரஸ்'சுடன் சுருள்புழையினுள் எறியப்பட்டார்.

"ஓ! தந்தையே! இன்னும் எத்தனை காலம் நாம் இந்தப் புழையினுள் இருக்க வேண்டும்? நான் இவ்விடத்தை வெறுக்கிறேன். இங்கே துர்நாற்றமடிக்கிறது!" என்று அழுதான் இகாரஸ்

அந்தச் சிறுவன் உண்மையைத்தான் கூறினான். அந்தச் சுருள்புழை துர்நாற்றமடித்தது. எலும்புகளும், இறகுகளும், அழுகிப்போன இறைச்சியுமாக மினோடர் உண்டுமுடித்திருந்த உணவின் மிச்சங்கள் அங்கே குவிந்து கிடந்தன. அந்தக் கொடிய மிருகத்தால் கிழித்தெறியப்பட்ட நூற்றுக்கணக்கான ஆண்களின், பெண்களின் பீதியுணர்ச்சிகளால் நிரம்பியும் அந்த அறை துர்நாற்றமடித்தது. அனைத்திலும் கீழ்மையான ஒரு காரணமாக, மினோடருக்கே உண்டான வாடையாலும் அங்கே துர்நாற்றம் பரவியிருந்தது. தேசியுஸால் கொல்லப்பட்டிருந்தாலும், உயிரற்ற அந்த மிருகத்தின் உடலில் இருந்து எழும்பிய வெறுக்கத்தக்க கெட்ட வாடையால் அந்த அறை நிரம்பியிருந்தது.

டேடலஸ் பெருமூச்செறிந்தார். அந்தச் சுருள்புழையைவிட்டு வெளியேறக்கூடிய வழியை அவர் அறிவார்தான். அது ஒன்றும் அவருக்குச் சிக்கலான காரியமில்லை. ஏனெனில், அவர்தான் அதனை வடிவமைத்தவர். கொடிய மிருகம்

மினோடர் அடைபட்டுக் கிடக்கின்ற, மனதைக் குழப்பி பிரமைகளை உருவாக்கும் நீண்ட நடைபாதைகளால் ஆன அந்தச் சுருள்புழையின் எந்தவொரு திருப்பத்தினையும் அவர் நன்கு அறிவார்.

இப்போது அவருடைய ஒரே சிக்கல் க்ரேட் தீவைவிட்டு வெளியேறுவதுதான்.

மன்னன் மினோஸ் வலியவன், ஈவு இரக்கமில்லாதவன். டேடலஸும் அவன் மகனும் தப்பித்துச் செல்லாதவாறு அனைத்துச் சாலைகளிலும், துறைமுகத்திலும், படகுத் துறையிலும் மினோஸ் காவலைப் பலப்படுத்தியிருப்பான். எனவே, நிலமார்க்கமாகவும், கடல் வழியாகவும் தப்பிச் செல்லுதல் என்பது இயலாத காரியம்.

"அப்படியானால் ஒரு பறவையைப் போல் பறந்தால் மட்டுமே, காற்றின் மூலம் தப்பிக்க முடியும்!" என விரக்தியில் சொன்னார் டேடலஸ். மெதுவாக, அந்தக் கண்டுபிடிப்பாளரின் மனதில் ஒரு திட்டம் உருவானது. தன்னையும் தன் மகன் இகாரஸையும் தன்னால் பறக்க வைக்க முடிந்தால்? அப்போது அவர்களால் கொடூர மன்னன் மினோஸிடம் தப்பிக்க முடியும்தானே?

"வா, இகாரஸ்! என்னிடம் ஒரு திட்டமுள்ளது. அந்தத் திட்டத்தின்படி நாம் செயல்பட்டால் நம்மால் தப்பிக்கவும் முடியும்!" எனத் தன் மகனிடம் கூறினார் டேடலஸ். அடுத்த சில நாட்களை அந்தச் சுருள்புழையின் உச்சியில் இருந்த கோபுரத்தில செலவழித்தார் டேடலஸ். அங்கிருந்து வானில் பறந்த பறவைகளின் நகர்வுகளை ஆராய்ந்தார். "தம்முடைய சிறகுகளை அவை எப்படி அடித்துக் கொள்கின்றன எனப் பார் இகாரஸ்! எப்படி அவை காற்றில் லேசாய் நகர்கின்றன எனப் பார்!" எனத் தன் மகனிடம் கூறினார். பறவைகளின் இறகுகளின் அமைப்பை அவர் ஆராய்ந்தார். எப்படி அவை வளைந்து, நெளிந்து, காற்றைக் கிழித்துக்கொண்டு பயணிக்கின்றன, எப்படி காற்றில் எழும்புகின்றன எனக் கற்றார். டேடலஸுடன் சேர்ந்து இகாரஸும் அனைத்தையும் பார்த்து, கேட்டு, அறிந்து கொண்டான்.

இறுதியாக, பறவைகளைப் பற்றி முழுமையாக அறிந்து கொண்டார் டேடலஸ். அவை எப்படி பறக்கின்றன என்பதையும்

கற்றுக் கொண்டார். "நாம் இங்கிருந்து பறந்துச் செல்லப் போகிறோம்! நமக்கு நாமே சிறகுகளை உருவாக்கிக் கொள்ளப் போகிறோம். பின்னர், இங்கிருந்து பறவைகளைப் போலப் பறந்துத் தப்பிச் செல்லப் போகிறோம்!" என அவர் வெகு உற்சாகமாகத் தன் சிறு மகனிடம் கூறினார்.

"அப்படியானால் நமக்கு இறகுகள் வேண்டுமே!" எனக் கூவினான் இகாரஸ்.

"ஆம்! அதிர்ஷ்டவசமாக, இந்தச் சுருள்புழை முழுதும் இறகுகள் நிறைந்திருக்கின்றன!" என்றார் டேடலஸ்.

மினோடர் உயிருடன் இருந்தபோது உண்ட பறவைகளின் மிச்சங்களாக பறவைகளின் இறகுகள் அந்தச் சுருள்புழையின் அறை முழுதும் சிதறிக் கிடந்தன.

டேடலஸூம் இகாரஸூம் அந்த இறகுகளைச் சேகரித்தனர். அவற்றைச் சுத்தம் செய்து, மென்மையாக்கி, பெரும் குவியல்களாய் பிரித்து வைத்தனர். பின்னர், சிறகுகள் செய்யும் வேலையில் டேடலஸ் ஈடுபட்டார். பெரிய இறகுகளை நூலின் துணையோடு ஒன்றாக்கிக் கட்டினார். சிறு இறகுகளை மெழுகைக் கொண்டு ஒட்டினார். இறுதியில் சிறகுகள் தயாராகின. பெரிய சிறகுகள் ஜோடி டேடலஸிற்கும், சிறிய சிறகுகள் ஜோடி இகாரஸிற்கும் என முடிவாகின.

டேடலஸ் இகாரஸிற்கு அவன் சிறகுகளைக் கட்டிவிட்டார். பின் தமது சிறகுகளைத் தாமே அணிந்துகொண்டார். தன் மகனை அவர் அணைத்துக்கொண்டார். "மகனே! நீ பறக்கும்போது மிகுந்த கவனமாக இரு! மிகவும் தாழ்வாக பறக்காதே. ஏனெனில் உன் சிறகுகளைக் கடலலைகள் ஈரமாக்கிவிடும். அதே நேரம், மிகவும் உயரவும் பறக்காதே. ஏனெனில், சூரிய வெப்பம் இறகுகளைப் பிணைத்திருக்கும் மெழுகை உருக்கி விடக்கூடும்!" என இகாரஸை டேடலஸ் எச்சரித்தார். தலையை ஆட்டி அவர் அறிவுரைக்கு ஒப்புதல் தெரிவித்தான் இகாரஸ். "என்னைப் பின் தொடர்ந்து வா! நான் செய்வதைப் போல் நீயும் செய்! அப்போதுதான் நீ பத்திரமாக இருப்பாய்!" எனக் கூறினார் டேடலஸ்.

தந்தையும் மகனும் அந்தச் சுருள்புழையின் உச்சியில் இருந்த மிக உயர்ந்த கோபுரத்திற்குச் சென்றனர். சரியான தருணத்திற்காய் காத்திருந்த அவர்கள், நிதானமாக காற்றில் ஏகினார்கள். சிறகுகள் கச்சிதமாக இருந்தன. டேடலஸும் இகாரஸும் ராட்சதப் பறவைகள் போல் இளங்காற்றில் மிதந்து சென்றனர். வட கிழக்கை நோக்கி தங்கள் பயணத் திசையை தீர்மானித்துக்கொண்டு, க்ரேட்டிலிருந்து விலகி டேடலஸ் பறக்கத் துவங்கினார். அவரின் மிக அருகில், அவரின் பின்னால் இகாரஸும் பறந்தான்.

டேடலஸும் இகாரஸும் நிலம், கடல், காடுகள், வயல்கள் மற்றும் பண்ணைகளின் மீது பறந்து சென்றனர். மலைச்சரிவுகளில் தம் ஆட்டுக்கூட்டத்தை மேய்த்துச் சென்ற இடையர்களும், மலையக வயல்களில் உழைத்துக்கொண்டிருந்த விவசாயிகளும், தங்கள் தலைகளை உயர்த்தி இவர்களைப் பார்த்தனர். தேவர்கள்தாம் இப்படி வானில் அநாயசமாய் பறந்து செல்கின்றனர் என அவர்கள் யூகித்துக் கொண்டனர்.

தொடக்கத்தில், தன் தந்தையின் அறிவுரைகளை இகாரஸ் வெகு சிரத்தையாகக் கடைபிடித்தான். மேலும் டேடலஸுக்கு அருகிலேயே தானும் பயணம் செய்தான். மிகத் தாழ்வாகவோ மிக உயரத்திற்கோ அவன் பயணிக்கவில்லை.

தன்னைக் காற்றில் சுமந்து செல்லும் சிறகுகளின் சுகமான உணர்தலை அவன் ரசித்தான். தன் சிறகுகளின் மேல் மிகு நம்பிக்கை அடைந்ததும் அவன் ஒரு பறவையைப் போல் சுதந்திரமாகப் பறக்க விரும்பினான். காற்றின் அலைகளில் மூழ்கி, சுற்றி, வட்டமடித்து, வானில் உயரே எழும்ப அவன் நினைத்தான்.

மிக விரைவில், பறத்தலின் அதீத மகிழ்வில் இருந்த இகாரஸ் தன் தந்தையின் அறிவுரையை முற்றிலுமாய் மறந்துவிட்டிருந்தான். வானில் மேலே, மேலே, மேலே, உயரே, உயரே, உயரே அவன் பறந்தான். தன் சிறகுகள் எவ்விதக் தடையுமின்றி காற்றில் படபடத்துக் கொள்வதையும் அதன் வலிமையையும் கண்டு அவன் வியந்தான். அத்தனை உயரத்தில் இருந்து கீழே பார்த்தபோது, “எத்தனை ஆழத்தில் இந்தக் கடல் இருக்கிறது!” என இகாரஸ் எண்ணிக் கொண்டான்.

மேலும் மேலும் இகாரஸ் உயரே பறந்தான். சூரியன் வெப்பம் மிகுந்தும், வெளிச்சமாகவும், வெளிச்சம் மிகுந்தும், வெப்பமாகவும் மாறி மாறித் தன்னை வெளிப்படுத்தி, இகாரஸை சூடேற்றிக்கொண்டே இருந்தது. அப்போதும் தன் தந்தையின் அறிவுரையான மிக உயரே பறக்கக் கூடாது என்ற அறிவுரையை இகாரஸ் நினைவு கொள்ளவே இல்லை. அய்யோ! இகாரஸ் சூரியனின் வெகு அருகில் சென்றிருந்தான். சூரியனின் கடுமையான வெப்பம் இகாரஸின் சிறகுகளைப் பிணைத்திருந்த மெழுகை உருகச் செய்தது. பாவம், இகாரஸின் கச்சிதமானச் சிறகுகள் உதிர்ந்து விழுந்தன.

கீழே, கீழே, கீழே விழுந்து, காற்றைச் சீறிக்கொண்டு, நீல ஆழ்கடலில் விழப்போனான் இகாரஸ்.

இதனிடையில், நிலையான வேகத்திலும் உயரத்திலும் பறந்து கொண்டிருந்த டேடலஸ், தன் மகன் தன் அருகில் இல்லாததை அப்போதுதான் உணர்ந்தார். பதட்டத்துடன் அவர் வானில் அவனைத் தேடினார். அங்கே, சூரியனின் மிக அருகில் ஒரு கறை போல் தன் மகனைக் கண்டார். அவனைத் தடுத்து நிறுத்திட டேடலஸ் அழைக்கும் முன்னரே, இகாரஸ் மிக வேகமாக கடலை நோக்கிக் கீழே விழத் துவங்கினான்.

டேடலஸ் மிக வேகமாக இகாரஸ் வீழ்ந்திட்ட அலைகளின் அருகே பறந்து வந்தார். அவனைக் கண்டு அழுதார். கடல் இகாரஸை அள்ளியெடுத்துக் கரையில் வீசியிருந்தது. ஆனால், மிகவும் தாமதாமாகி விட்டிருந்தது. இகாரஸ் கடலில் மூழ்கி இறந்திருந்தான். அவன் உடலில் இருந்து உதிர்ந்த இறகுகள் கடலில் சோகமாக மிதந்தபடி இருந்தன.

டேடலஸ் மனமுடைந்துப் போனார். கரங்களில் தன் சிறு மகனை ஏந்தியபடி, அருகிலிருந்த ஒரு தீவுக்குத் தூக்கிச் சென்றார். அங்கு அவனைப் புதைத்தார்.

இகாரஸ் அங்குப் புதைக்கப்பட்டிருப்பதால், இன்றும் அந்தத் தீவு ‘இகாரியா’ என அழைக்கப்படுகிறது. இகாரஸ் விழுந்து மரித்த கடல் ‘இகாரியன் கடல்’ எனப் பெயர் பெற்றது.

டேடலஸ் தன் பறத்தலைத் தொடர்ந்தார். க்ரேட்டில் இருந்தும் மினோஸிடமிருந்தும் வெற்றிகரமாகத் தப்பித்தார். மேலும், பல ஆண்டுகள் உயிர்வாழ்ந்த அவர், பலப்பல பிரம்மாண்டக் கோயில்களையும், கலைத்திறன்மிக்கக் கட்டிடங்களையும் மெடிட்டெரன்னியன் பகுதியில் எழுப்பினார். இன்றும் அவருடைய பல கலை வேலைப்பாடுகளை 'சர்தினியா'வில் காணலாம். அவை 'டேடலியா' என அழைக்கப்படுகின்றன.

'மாரீஸ்'ஸின் மகன்கள்

'ரோம்' நகரம் உருவான காதையே 'ரோமுலஸ்' மற்றும் 'ரெமஸ்'சின் காதையாகும். 'ப்ளூடார்ச்' எனும் புவியியல் ஆய்வாளரின் கூற்றுப்படி ரோம் நகரம் 'பேலடின்' மலையில் 21 ஆம் தேதி ஏப்ரல் மாதம் 753 BCE இல் கண்டுபிடிக்கப்பட்டது.

எனவேதான் இன்றும், ரோம் நகரம் முழுவதிலும் நமக்குப் பற்பலச் சிற்பங்கள், ஓவியங்கள் மற்றும் சீலை ஓவியங்களில் பெண் நரியுடன் இரு குழந்தைகள் இருக்கும் வர்ணனைகளைக் காணக் கிடைக்கின்றது.

பலப்பல நூற்றாண்டுகளுக்கு முன்னர், தற்காலத்தில் 'தென் இத்தாலி' என அழைக்கப்படும் 'ஆல்பா' நகரத்தை 'நுமிடர்' எனும் மன்னன் ஆண்டு வந்தான். நுமிடர் நல்ல பண்புகளையுடைய மன்னன். ஆனால், அவனுக்கு 'அமுலியஸ்' எனும் தீயப் பழக்கங்களையுடைய ஒரு சகோதரன் இருந்தான்.

அமுலியஸிற்கு ஆல்பாவின் அரியணையைப் பற்றும் பேராசை இருந்தது. எனவே, ஓர் இரவில், நுமிடர் உறங்கிய பின்னர், தனது வீரர்கள் சிலருடன் அரண்மனைக்குள் பிரவேசித்த அமுலியஸ், மன்னரைச் சிறைப் பிடித்தான்.

மேலும், நுமிடரின் அழகான மகளான 'ரியா சில்வியா'வையும் அமுலியஸ் சிறைபிடித்தான். ரியாவை 'வெஸ்டல்' எனும் ஒரு கோவிலின் கன்னிகையாக மாறிவிடும்படி அமுலியஸ் வற்புறுத்தினான். உலக வாழ்வையும் திருமணத்தையும் மக்கட்பேறு பெறுவதையும் வெறுத்து ஒதுக்கித் தாம் வாழ்நாள் முழுவதும் கன்னிகைகளாக இருக்க விரும்பும் இளவரசிகளே கோவில் கன்னிகைகள் ஆவர். அவர்கள் தம் வாழ்நாட்களை 'இறைவி வெஸ்டா'வைப் போற்றிப் புகழ்வதிலேயே கழித்து விடுவர். ஒருவேளை ரியா சில்வியா எந்த ஆண்மகனையேனும் மணமுடித்து, குழந்தைகளைப் பெற்றுக்கொண்டாள் எனில், அந்தக் குழந்தைகள் என்றேனும் ஒரு நாள் ஆல்பாவின் அரசாட்சியை அமுலியஸிடமிருந்துப் பறித்துக் கொள்வர் என அமுலியஸ் அஞ்சினான். எனவேதான், அவன் ரியாவைக் கோவில் கன்னிகையாக்க முற்பட்டான்.

ஒரு நாள், போர்க்கலைகளின் தெய்வமாகிய 'மார்ஸ்' நுமிடர் மற்றும் அவர் மகள் ரியா சில்வியாவின் சோகக்கதையை அறிந்து கொண்டார். நீதி தவறுபவர்களைத் தண்டிப்பவர் மார்ஸ். ரியா சில்வியா வெஸ்டல் மாளிகையின் பூங்காக்களில் உலா வருவதைக் கண்ட மார்ஸ், அவள் மேல் காதல் வயப்பட்டார். அன்றைய இரவு உலகமே உறக்கத்தில் ஆழ்ந்ததும், மார்ஸ் ரியாவிடம் தன் காதலை வெளிப்படுத்தினார். அந்த அன்பின் விளைவாக ரியா சில்வியா இரட்டைச் சகோதரர்களைக் கருவுற்றாள்.

ரியா சில்வியா கருவுற்றிருக்கும் செய்தியை அறிந்து கொண்ட அமுலியஸ், மிகுந்த ஆத்திரமுற்றான். "இவளைச் சங்கிலிகளில் பிணைத்து இழுத்துச் செல்லுங்கள்! இருள் சூழ்ந்த சிறையில் இவளைத் தள்ளுங்கள்! இரவும் பகலும் இவளைக் கண்காணியுங்கள்!" எனத் தன் வீரர்களுக்கு ஆணையிட்டான் அமுலியஸ்.

அடுத்து வந்த ஒன்பது மாதங்களுக்கும் ரியா சில்வியா சங்கிலிகளால் பிணைக்கப்பட்டு, ஆல்பாவின் இருளான பாதாளச்

சிறையிலேயே கிடந்தாள். ஒரு நாள் அவளுக்கு அழகான இரட்டைச் சகோதரர்கள் பிறந்தனர்.

ஆனால், பொல்லாத அமுலியஸோ அந்தக் குழந்தைகளை உடனடியாய் கொன்றுவிடுமாறு ஆணையிட்டான். "இந்தக் குழந்தைகளை 'டைபர்' நதிக்குள் வீசிவிடுங்கள். நதி அவர்களை விழுங்கிவிடட்டும்!" என கர்ஜித்தான் அமுலியஸ்.

இளவரசி ரியா மீதும் அவளின் குழந்தைகள் மீதும் வீரர்கள் பரிதாபம் கொண்டிருந்தாலும், அவர்களால் அமுலியஸின் ஆணைகளை மீற முடியவில்லை. குழந்தைகளைப் கோரைப்புற்கள் நிரம்பிய ஒரு கூடைக்குள் வைத்துப் பொதிந்து, அந்தக் கூடையை டைபர் நதியில் வீரர்கள் விட்டனர். ஆழமாகவும் ஆக்ரோஷமாகவும் ஓடிக் கொண்டிருக்கும் டைபர் நதிக்குள் குழந்தைகள் நிச்சயம் மூழ்கி இறந்துவிடுவர் என அமுலியஸ் எதிர்பார்த்தான். தனது அரசாட்சிக்கு இருந்த இறுதி ஆபத்தையும் தான் வென்றுவிட்டதாக எண்ணி அவன் மகிழ்ச்சியில் திளைத்தான்.

ஆனால், குழந்தைகளைக் கொன்றுவிடக்கூடும் என அமுலியஸ் நம்பிய நதியின் வேகமும் மூர்க்கத்தனமுமே குழந்தைகளைக் காக்கவும் செய்தது. நதியலைகளின் சக்திவாய்ந்த ஆற்றலே குழந்தைகளிருந்த கூடையை கரையில் ஒதுக்கியது. பேலண்டின் மலையின் அடிவாரத்தில் இருந்த ஒரு அத்திமரத்தின் கீழே அந்தக் கூடை ஒதுங்கியது. அங்கே, ஒரு பெண் ஓநாய் குழந்தைகளைக் கண்டெடுத்தது.

அந்தப் பெண் ஓநாய், இரட்டையர்களைத் தன்னுடலுடன் அணைத்துக்கொண்டு, தன் தாய்ப்பால் அமுதத்தைப் புகட்டியது. குழந்தைகளை கதகதப்பாக வைத்துக்கொண்டது. அத்திமரக் கிளைகளின் உச்சியில் ஒரு மரங்கொத்தி வாசம் செய்தது. அது குழந்தைகளுக்குக் காவலாக இருந்தது. அந்த ஓநாயும் மரங்கொத்தியும் புனிதமான உயிரினங்களாக பாவிக்கப்படுகின்றன. ஏனெனில், தன் மகன்களை கவனத்துடன் பராமரிக்க கடவுள் மார்ஸ் அனுப்பி வைத்தவைகள் அவை.

ஒருநாள், 'பாஸ்டுலஸ்' எனப்படும் இடையன் ஒருவன் அவ்வழியே கடந்து சென்றான். அப்போது அவன் குழந்தைகளின் சிரிப்பொலியைக் கேட்டான். அதைப்பற்றி ஆராய அவன் அத்தி

மரத்தின் அருகே சென்றான். அங்கே, அத்திமரத்தடியில் ஒரு பெண் ஓநாய் இரு குழந்தைகளுக்கு அமுதம் ஊட்டுவதை அவன் கண்டு வியந்தான்.

இடையனைக் கண்டதும் ஓநாயும் மரங்கொத்தியும் தம் கடமை முடிவுற்றது என முடிவு செய்தன. இனி இந்தக் குழந்தைகளைப் பராமரிக்கவும் அன்பு செய்யவும் ஒருவர் வந்துவிட்டார் என அவை உணர்ந்தன. பாஸ்டுலஸைக் கண்டதும் உடனே அந்தப் பெண் ஓநாய் எழுந்து வனத்தினுள் சென்று மறைந்தது. அதன் பின்னர் அதனை எவருமே பார்க்கவில்லை. மீன்கொத்தியும் வானில் எங்கோ பறந்து சென்று மறைந்தது.

பாஸ்டுலஸ் குழந்தைகளைத் தன் மனைவி 'அக்காலே ரன்ஷியா'விடம் சேர்ப்பிக்கச் சென்றான்.

"பார்! டைபர் நதிக்கரையோரத்தில் நான் என்னக் கண்டெடுத்திருக்கிறேன் எனப் பார்! அநாதரவாய் எவராலோ விட்டுச் செல்லப்பட்டிருக்கும் இரு அழகிய ஆண் குழந்தைகள்!" எனத் தன் மனைவியிடம் வியப்புடன் கூறினான். மேலும், தான் குழந்தைகளின் சிரிப்பொலி கேட்டு அத்திமரத்தடிக்குச் சென்றதையும், அங்கே ஒரு பெண் ஓநாய் குழந்தைகளுக்குப் பால் புகட்டிக் கொண்டிருந்ததைத் தான் பார்த்ததையும் அவன் ஆச்சரியத்துடன் அவளுக்கு விளக்கினான்.

பாஸ்டுலஸ், அக்காலேரன்ஷியா தம்பதியினருக்குக் குழந்தைகள் இல்லை. எனவே, இந்த இரட்டைச் சகோதரர்களைத் தம் மகன்களாக தத்தெடுத்துத் வளர்க்க அவர்கள் முடிவு செய்தனர். குழந்தைகளுக்கு 'ரோமுலஸ்' மற்றும் 'ரெமஸ்' என அவர்கள் குழந்தைகளுக்குப் பெயரிட்டனர்.

அங்கிருந்த ஏனைய இடையரினச் சிறுவர்களுடன் ரோமுலஸுூம் ரெமஸுூம் வளர்ந்தனர். சகோதரர்கள் இருவரும் உயரமாய், கம்பீரமாய் வளர்ந்தனர். வேட்டையாடுவதிலும் விளையாட்டுகளிலும் அவர்கள் சிறந்து விளங்கினர். இரு சகோதரர்களில், ரோமுலஸ் சமநிலை உடையவனாகவும், ரெமஸ் பதற்றமான மனநிலை உடையவனாகவும் இருந்தனர்.

ஒருநாள், இரட்டைச் சகோதரர்களும், இடையரினச் சிறுவர்களும் ஒரு கொள்ளைக் கூட்டத்தால் தாக்கப்பட்டனர். ரோமுலஸ் அவர்களிடமிருந்து தப்பித்தான். ஆனால், ரெமஸ் கொள்ளைக் கூட்டத்திடம் சிக்கிக் கொண்டான். அவர்கள் அவனை கொடுங்கோலன் அமுலியஸிடம் ஒப்படைத்தனர்.

இரட்டைச் சகோதரர்களின் பாட்டனாரும், தன் பதவியை இழந்து நின்ற மன்னருமான நுமிடர், ரெமஸ் கைதானதை அறிந்தார். மேலும், டைபர் நதிக்கரையில் அநாதரவாய் விடப்பட்ட இரட்டையர்களுள் ரெமஸும் ஒருவன் என அவர் தெரிந்து கொண்டார். உடனே, தன் பேரன்களின் ஒருவன்தான் ரெமஸ் என நுமிடர் அறிந்து கொண்டார்.

இதற்கிடையில், இடையனான பாஸ்டுலஸும் ரோமுலஸிடம் அவனது பிறப்பின் உண்மையைக் கூறினார். நதிக்கரையில் இரட்டைச் சகோதரர்களைக் கண்டெடுத்துத் தன் மகன்கள் போல் அவர்களை வளர்த்து வந்ததையும் ரோமுலஸிடம் கூறினார் பாஸ்டுலஸ்.

தன் சகோதரனின் கைதை எண்ணி ஆக்ரோஷமடைந்த ரோமுலஸ் அமுலியஸைத் தாக்கினான். கொடுங்கோலன் அமுலியஸை எதிர்த்து நிற்கும் ஒரு வீரனைக் கண்டதும், ஆல்பா நில மக்களும் அமுலியஸிற்கு உதவ ஓடோடி வந்தனர்.

இப்படியாகத் துவங்கி நடைபெற்ற யுத்தத்தில், ரோமுலஸுடன் ஆல்பா நகர மக்கள் ஒருபுறமும், அமுலியஸுடன் அவன் வீரர்கள் மறுபுறமும் நின்றுப் போரிட்டனர். போரின் இறுதியில், அமுலியஸ் ரோமுலஸால் கொல்லப்பட்டான்.

ஆல்பா மக்கள் நுமிடரை தம் மன்னராக மகிழ்வுடன் ஏற்றுக்கொண்டனர். நுமிடரிடம் அரசாட்சியை மக்கள் ஒப்படைத்தனர். தன் மகள் ரியா சில்வியாவிற்கும் கடவுள் மார்ஸுக்கும் பிறந்த இரட்டைச் சகோதரர்களான ரோமுலஸையும் ரெமஸையும் தன் உண்மையான பேரன்களாக நுமிடர் ஏற்றுக்கொண்டார்.

எனவே, ரோமுலஸும் ரெமஸும் தம் மெய்யான இருப்பிடங்களை மீண்டும் அடைந்தனர்.

ரோம் கண்டுபிடிப்பு

இரட்டைச் சகோதரர்கள் வாலிபர்களாய் வளர்ந்ததும், அவர்கள் தம் பாட்டனார் நுமிடரிடம் சென்றனர். "பாட்டனார் அவர்களே! நாங்கள் சிறுவயதில் அலைந்து திரிந்த காடுகளையும் மலைகளையும் நினைத்து ஏங்குகிறோம். எனவே, நாங்கள் வளர்ந்த மலைகளுக்கே நாங்கள் திரும்பி, அங்கேயே ஒரு புதிய நகரத்தை உருவாக்கி அங்கு நாங்கள் வசித்திட தாங்கள் அனுமதியளிக்க வேண்டும்!" என நுமிடரிடம் சகோதரர்கள் விண்ணப்பித்தனர்.

தமது ஆசிகளையும் அனுமதியையும் ஒருசேர அவர்களுக்கு வழங்கினார் நுமிடர். உடனே இரட்டையர்கள் தாங்கள் பால்யத்தைக் கழித்த மலைகளுக்கும் காடுகளுக்கும் திரும்பினர்.

ரோமுலஸூம் அவனது நண்பர்களும் 'பேலடின்' மலையைக் கண்டுபிடித்தனர். ரெமஸூம் அவனது நண்பர்களும் 'அவெண்டின்' மலையைக் கண்டுபிடித்தனர். அப்போது உயரே வானத்தில் சில கழுகுகள் தோன்றின. அவற்றில் ஆறு கழுகுகள் ரெமஸ் நிற்கும் அவெண்டின் மலை மீதும், பன்னிரெண்டு கழுகுகள் ரோமுலஸ் நிற்கும் பேலடின் மலை மீதும் வட்டமடித்தன.

இவ்வாறு கழுகுகள் வட்டமிடுவதை தெய்வங்களின் சமிக்ஞையாகக் கருதிக் கொண்ட ரோமுலஸ், புதிய நகரத்துக்கான மலையாக பேலடின் மலையையே தேர்வு செய்தான். எனவே, ஒரு காளையையும், ஒரு பசுவையும் ஏர்க்காலில் பூட்டி அவன் நிலத்தில் உழத் துவங்கினான். மேலும், உழவுக்கால்களை நிலத்தில் நட்டு, நகரத்தின் எல்லைகளைக் குறித்தான்.

ஆனால், தன் சகோதரனைத் கடவுளர்கள் தேர்வு செய்தமைக்காக ரோமுலஸ் மீது ரெமஸ் பொறாமை கொண்டான். ரோமுலஸைக் கண்டு ரெமஸ் எள்ளி நகையாடினான். "உனது உழவுகால்களின் மீது நான் தாண்டிக் குதித்துச் செல்வதைப் போல் மிக எளிதாக உன் நகரம் எதிரிகளின் கைகளின் விழுந்துவிடும்!" எனக் கூறினான் ரெமஸ். மேலும், நையாண்டிகள் செய்தபடி, ரோமுலஸ் எல்லைகளாக வரைந்து வைத்திருந்த புனித உழவுக்கால்களின் மேல் குதித்தான். இதனால் கடுங்கோபடைந்த ரோமுலஸ் தன் ஈட்டியைக் கொண்டு ரெமஸைக் கொன்றான்.

பின்னர் ரோமுலஸ் தன் நகரைத் தானே நிர்மாணிக்கத் துவங்கினான். அந்த நகரம் இப்போதும் பிரமாண்டமாய் எழுந்து நிற்கிறது. அதன் பெயர்தாம் 'ரோம்'.

சித்திரக்குள்ளனின் புராணக்கதை

தென் மெக்சிகோ, கோடேமாலா மற்றும் வட பெலிச் ஆகிய பகுதிகளில் வசிக்கும் மக்களாகிய 'மாயா அல்லது மாயன் மக்கள்' அனைவரும் மத்திய அமெரிக்காவின் பூர்வகுடிகள் ஆவர். கி.மு. 1500-இன் தொடக்கங்களில் மாயன்கள் கிராமப்புறங்களில் தங்கி விவசாயமும் பண்ணை வேலைகளும் செய்து வந்தனர். கி.பி. 200களில், அவர்கள் மிகப்பெரிய நகரங்களையும், பிரமாண்ட அரண்மனைகளையும் கோயில்களையும், விளையாட்டுக் கூடங்களையும், பிரமிடுகளையும் உருவாக்கினர். அவர்கள் பயிர்களை விளைவித்தனர். தங்கமும் செம்பு உலோகமும் கொண்டு அணிகலன்கள் செய்தனர். மேலும் சித்திர எழுத்துகள் மூலம் படைப்புகள் பல படைத்துள்ளனர். அந்தச் சித்திர எழுத்துகளின் எளிமையினால் அவற்றை இந்நாட்களிலும் எளிதாக விளங்கிக் கொள்ள முடிகிறது. பதினாறாம் நூற்றாண்டின் தொடக்கத்தில் அமெரிக்காவில் நிகழ்ந்த ஸ்பானிய

படையெடுப்புகளின் முன்புவரை, மேற்கத்திய அரைக்கோளத்தின் மிக உயர்ந்த நாகரிகத்தை மாயன்கள் உருவாக்கி வைத்திருந்தனர்.

மாநகரங்களில் இன்றும் காணப்படும் பாழ்மண்டபங்கள் மூலமாகவும், பகுதிகளாக கிடைக்கப் பெற்றிருக்கும் மாயன்களின் எழுத்துகளின் வாயிலாகவும், பல்வேறு கதைகள் மற்றும் காவியங்கள் வழியாகவும் மாயன்களின் நாகரிகங்கள் குறித்து நம்மால் அறிய முடிகிறது. புத்தகங்களின் வழியாக நமக்குக் கிடைத்திருக்கும் 'போபல் வூஹ்' எனும் புராணக்கதை இவற்றுள் மிகப் பிரசித்திப் பெற்றதாகும்.

'யுகாடன்' தீபகற்பத்தில் வாழ்ந்துவந்த மாயன் மக்களாகிய 'யுகாடெக்' இன மாயன்களிடையே 'சித்திரக் குள்ளனின் புராணக்கதை' பிரபலமானதாகும். 'உக்ஸ்மால்' நிலத்தின் பழமையான 'யுகாடன்' நகரை களமாகக் கொண்டு இந்தக் கதை உள்ளது. இந்த நகரில் இன்றும் நம்மால் மிகப் பெரிய அரண்மனை மற்றும் கோவிலின் இடிபாடுகளின் மீதங்களைக் காணலாம். இவை சித்திரக்குள்ளன் வாழ்ந்ததற்கான சாட்சிகளாக இன்றும் அங்கு இருக்கின்றன. கதையில் வரும் பாத்திரமான முதிய பெண்தான் 'மழைதேவி' எனவும் சித்திரக்குள்ளன்தான் 'சூரியமனிதன்' எனவும் மாயன்களிடையே நம்பிக்கை உள்ளது. யுகாடன் நகரில், சித்திரக்குள்ளன்களை சூரியதேவனுக்கு உரியவர்களாய் நம்புகின்றனர். எனவே, சித்திரக்குள்ளர்களை சூரியனுக்குப் படைக்கவும் செய்கின்றனர்.

பல நூறு வருடங்களுக்கு முன்னர், ஒரு சிறு குடிசைக்குள் மிகத் தனிமையாக ஒரு முதியவள் வாழ்ந்து வந்தாள். அவளுக்குக் குழந்தைகள் இல்லை. அவளை அக்கறையுடன் பராமரிக்கவும் எவரும் இல்லை. இரவும் பகலுமாக அந்த முதியவள் தனக்கு ஒரு குழந்தை வேண்டி அழுதபடியே இருந்தாள். எனினும் எந்தப் பலனுமில்லை.

ஒருநாள், அவள் ஒரு முட்டையை எடுத்தாள். மிகக் கவனமாக அதை ஒரு பருத்தித் துணியில் சுற்றினாள். பின்னர் அதைத் தன் குடிசையின் ஒரு மூலையில் வைத்தாள். இரவும் பகலும் அந்த முட்டையையே முதியவள் பார்த்துக் கொண்டிருந்தாள்.

என்றேனும் ஒரு நாள் அந்த முட்டை தனக்கு ஒரு குழந்தையைத் தரும் என அவள் நம்பியிருந்தாள். ஆனால், அவ்வாறு எதுவும் நிகழாததால், முதியவள் நாளுக்கு நாள் மிகுந்த துக்கமடைந்தாள்.

ஒரு நாள் காலை, அந்த முட்டையைக் காண முதியவள் அருகில் சென்றாள். அப்போது அது இரண்டாகப் பிளந்திருப்பதை அவள் கண்டாள். மேலும், முட்டையின் ஓட்டின் மீது, உருவத்தில் மிகச்சிறிய, அழகான ஒரு குழந்தை அமர்ந்திருப்பதை அவள் கண்டாள். அந்தக் குழந்தை முதியவளைக் கண்டு புன்னகைத்து, அவளுடைய கரங்களைத் தன் சிறு விரல்களால் பற்றிக் கொண்டது. தான் நீண்ட நெடுங்காலமாய் வேண்டிநின்ற ஒன்று கிட்டிவிட்ட மகிழ்ச்சியில் முதியவள் ஆனந்தக் கூத்தாடினாள்.

அந்தக் குழந்தையை மிகுந்த பாசத்துடன் முதியவள் வளர்த்தாள். அவளின் கவனமான பராமரிப்பினால் அந்தக் குழந்தையும் வேறெந்த சராசரி குழந்தையையும் போலவே ஒரு வயதில் நன்றாகப் பேசவும் நடக்கவும் செய்தான். ஆனால், எவருக்குமே புரியாத ஏதோவொரு விசித்திரக் காரணத்தினால், அந்தக் குழந்தையின் உடல் வளர்ச்சி தடைபட்டது. ஒரு வயது குழந்தையினுடையது போலவே அவனுடைய உருவம் அவன் வாழ்நாள் முழுதும் நிலைத்துவிட்டது. எனவே அவன் 'சித்திரக் குள்ளன்' என அழைக்கப்பட்டான்.

ஆனால், அவனது உருவம் குறித்து முதியவள் கவலையுறவில்லை. எப்போதும் போல் அவள் அந்தக் குழந்தையை மிகவும் விரும்பினாள். "நீ ஒரு நாள் மிகப்பெரிய அரசனாகுவாய் மகனே!" என அவனுக்கு முதியவள் நம்பிக்கை அளித்தாள். அவள் கூறியதுபோலவே சர்வ நிச்சயமாய் அருஞ்செயல்களை செய்பவன்தான் சித்திரக்குள்ளன்.

ஒருநாள் முதியவள் சித்திரக்குள்ளனிடம், "என் மகனே! நீ இந்நாட்டு மன்னனின் அரண்மனைக்குச் செல்! அவனுடன் பலப்பரீட்சை செய்!" எனக் கூறினாள்.

சித்திரக்குள்ளன் முதியவளிடம் வாதிட்டான். "நான் எப்படி அரசனை எதிர்த்துப் போட்டியிட முடியும் தாயே? அவன் என்னைவிட வலிமையானவனாகவும் சக்தியுடையவனாகவும் இருப்பவனாயிற்றே!" என அச்சத்துடன் கேட்டான்.

ஆனால், முதியவள் வற்புறுத்தி சித்திரக்குள்ளனை அரண்மனைக்கு அனுப்பிவைத்தாள்.

குழந்தையான சித்திரக்குள்ளனின் சவாலைக் கேட்டு மன்னன் சிரித்தான். பின் அவனை ஒரு பெரிய பாறாங்கல்லைத் தூக்கச் சொன்னான். உடனே சித்திரக்குள்ளன் அழுதபடியே தன் தாயிடம் சென்றான். "என்னால் எப்படி தாயே அத்தனைப் பெரிய கல்லைத் தூக்கமுடியும்?" என அவன் கேட்டான்.

"அரசனால் அந்தக் கல்லைத் தூக்க முடியுமெனில் உன்னாலும் முடியும்!" எனக்கூறிய முதியவள் அவனை அரண்மனைக்குத் திருப்பியனுப்பினாள்.

அவள் கூறியதைப்போலவே சித்திரக்குள்ளன் அந்தக் கல்லைத் தூக்கினான்.

இதே போல் பல கடுமையான வேலைகளைச் சித்திரக்குள்ளன் செய்யப் பணித்தான் மன்னன். மன்னனால் எந்த வேலைகளை யெல்லாம் செய்ய முடிந்ததோ அவற்றையெல்லாம் சித்திரக்குள்ளனாலும் செய்யமுடிந்தது.

இந்தச் சிறுவன் தான் செய்யும் அனைத்துச் செயல்களையும் செய்வதைப் பார்த்ததும் மன்னன் அச்சப்படவும் ஆத்திரப்படவும் துவங்கினான்.

எனவே, சித்திரக்குள்ளனிடம் சாத்தியமற்றக் காரியமொன்றைச் செய்யச் சொல்ல எண்ணினான் மன்னன்.

"இந்த நகரிலேயே மிகவும் உயரமானதும் பிரமாண்டமானதுமான ஓர் அற்புத அரண்மனையை நீ உருவாக்க வேண்டும். இதை நீ ஒரே இரவில் செய்து முடிக்க வேண்டும். நாளை காலைக்குள் அந்த அரண்மனை தயாராகவில்லையெனில், நீ இறக்க நேரிடும்" என மன்னன் சித்திரக்குள்ளனை எச்சரித்தான். அவனால் இந்தக் கட்டளையை நிறைவேற்ற முடியாது என மன்னன் எண்ணினான். எனவே, அவன் தலையைக் கொய்து விடலாம் என நினைத்தான் மன்னன்.

இதனைக் கேட்ட சித்திரக்குள்ளன் மிகவும் அஞ்சினான். தனது முதிய தாயிடம் சென்று மீண்டும் அழுதான் அவன். "என்னால்

எப்படி அத்தனை உயர்ந்த மாளிகையை எழுப்பமுடியும்? நான் நிச்சயமாய் நாளை இறக்கப் போகிறேன்" என அவன் கதறினான்.

ஆனால், அந்த முதியவளோ குழந்தையைச் சமாதானம் செய்தாள். "நீ உறங்கச் செல், மகனே! நாளை காலைக்குள் வேண்டியவை நடந்திருக்கும்" என அவள் சொன்னாள். தன் தாய் கூறியது போலவே சித்திரக்குள்ளனும் உறங்கச் சென்றான்.

மறுநாள் காலை, ஓர் அழகிய, பிரமாண்டமான, உயர்ந்து நின்ற மாளிகையில் அவன் கண்விழித்தான். அந்த மாளிகை மன்னனின் அரண்மனையை விடவும் பெரிதாய் இருந்தது. 'உக்ஸ்மால்' நகரத்தில் இன்றும் இந்த மாபெரும் மாளிகையின் மிச்சங்கள் காணப்படுகின்றன.

அன்றைய காலையில் தன் மாளிகையின் ஜன்னல் வழியாக மன்னன் பார்த்தபோது, அந்நகரிலேயே பிரமாண்டமான ஒரு அரண்மனை சித்திரக்குள்ளனால் உருவாக்கப்பட்டிருப்பதை அறிந்துகொண்டான். சித்திரக்குள்ளனை பழிதீர்க்கத்தான் வேறு வழிகளைக் கையாள வேண்டும் என மன்னன் முடிவு செய்தான்.

சித்திரக்குள்ளனை அழைத்துவரச் செய்த மன்னன், அவனை இரண்டு 'கோகோயில்' வகை மரத்தின் கட்டைகளை கொண்டுவரச் சொன்னான். கோகோயில் மரக்கட்டைகள் மிகவும் கடினமானவையாகும். "ஒரு மரக்கட்டினைக் கொண்டு நான் உன் தலையைத் தாக்குவேன். அதில் நீ உயிர் பிழைத்தால் மீதியிருக்கும் மரக்கட்டினைக் கொண்டு நீ என் தலையில் தாக்கலாம்" என மன்னன் அவனிடம் கூறினார்.

இதைக் கேட்டதும், எப்போதும்போல் சித்திரக்குள்ளன் அழுதபடியும் கதறியபடியும் அவன் தாயிடம் ஓடினான். "அந்த மன்னன் என்னைக் கொல்வதற்குத் திட்டம் தீட்டியுள்ளான். கடினமான மரத்தின் கட்டைகளைக் கொண்டு என் தலையில் அவன் தாக்கினால் எப்படி நான் உயிர் பிழைப்பேன்?" எனத் தாயிடம் சித்திரக்குள்ளன் கேட்டான்.

அவனைக் கவலையுற வேண்டாம் எனத் தேற்றிய முதியவள், அவனிடம் இரண்டு கோகோயில் மரக்கட்டைகளை கொடுத்தாள். சித்திரக்குள்ளனின் தலையில் 'டார்டில்லா' எனப்படும் கோதுமை

ரொட்டியை வைத்தாள். பின்னர் அவனை மன்னனின் அரசவைக்கு அனுப்பினாள்.

நாட்டின் அனைத்து பிரபுக்களையும், மந்திரிகளையும் தன் அரசவையில் கூடச் செய்திருந்தான் மன்னன். தானே அன்று வெல்லப்போவதாய் மிகுந்த நம்பிக்கையுடன் இருந்தான் மன்னன். தனது மரக்கட்டினை எடுத்துச் சித்திரக்குள்ளனின் தலையில் பலமாக அடித்தான் மன்னன். மன்னர் அடித்த அடியில் அவன் கையிலிருந்த மரக்கட்டு தூள்தூளாகி திசையெங்கும் பறந்தன. ஆனால், சித்திரக்குள்ளனுக்கு எந்தக் காயமும் ஏற்பட்டிருக்கவில்லை.

இதைக் கண்டதும் மன்னன் பீதியடைந்தான். அவன் உடனே இந்தப் போட்டியில் இருந்து விலக எண்ணினான். ஆனால், பிரபுக்களும் மந்திரிகளும் அவனைப் போட்டியை நிறைவேற்றச் சொல்லி வற்புறுத்தினர். மேலும் மன்னனின் தலையில் தன் மரக்கட்டினைக் கொண்டுத் தாக்கச் சொல்லி அவர்கள் சித்திரக்குள்ளனை வற்புறுத்தினர்.

அவ்வாறே சித்திரக்குள்ளன் செய்ததும், அவனது தாக்குதலில் மன்னன் இறந்தான்.

அரசவையில் குழுமியிருந்த மந்திரிகளும், பிரபுக்களும், இந்தப் போட்டியைக் காண வந்திருந்த நாட்டு மக்களும், சித்திரக்குள்ளனே தமது அடுத்த மன்னர் என முடிவு செய்தனர். தன் மகன் நாட்டின் மன்னனாக வேண்டும் என்ற அந்த முதியவளின் விருப்பம் இப்படியாக நிறைவேறியது.

இந்த நிகழ்வின் பின்னர் முதியவள் மாயமானாள். மிகத் தொலைவில் இருக்கும் ‘மாணி’ எனும் கிராமத்தில், பாதாளக் குகையை உடைய ஓர் ஆழ்கிணறு இருப்பதாகச் சொல்லப்படுகிறது. அந்தக் குகையின் அருகில் ஓடிக்கொண்டிருக்கும் நதியின் கரையில் இருக்கும் ஒரு பெரிய மரத்தின் நிழலில், ஒரு முதியவள் அமர்ந்திருக்கிறாள் எனவும், அவளருகில் ஒரு நாகம் இருப்பதாகவும் சொல்லப்படுகிறது. அவள் தண்ணீர் விற்பவள். ஆனால், அதற்காய் பணமேதும் பெற்றுக் கொள்ள மாட்டாள். எனினும், அவளிடம் நீரை வாங்கும் முன் நாம் எச்சரிக்கையாக இருக்க வேண்டும், ஏனெனில், பணத்திற்கு

பதிலாய் முதியவள் நம் குழந்தைகளை அபகரித்துக் கொள்வாள். பின்னர் அக்குழந்தைகளை தன் நாகம் புசிக்க அவள் தந்து விடுவாள் எனச் சொல்லப்படுகிறது.

இந்த முதியவள்தான் சித்திரக்குள்ளனின் தாய் என்று நம்பப்படுகிறது.

ஹுனாபுவும் எக்ஸ்பாலான்க்யூவும்

'கோட்டேமாலா'வைச் சேர்ந்த 'குவிச்சே' மாயா இன மக்களின் சபைப் புத்தகமாகிய 'போபல் வூஹ்'வில் 'ஹுனாபு' மற்றும் 'எக்ஸ்பாலான்க்யூ' எனும் இரட்டையர்களின் கதைகள் இடம்பெற்றுள்ளன. ஸ்பானிஷ் படையெடுப்பின் பின்னர் தாம் 'போபல் வூஹ்' புத்தகம் குவிச்சே இனத் தெய்வங்களால் எழுதப்பட்டது. இந்தப் புத்தகத்தின் கதைகள் மூலம் தம் பாரம்பரியம், வரலாறு மற்றும் புராணங்களைத் தக்கவைத்துக் கொள்ள அவர்கள் முயன்றனர். இன்று நம்மால் முற்றிலும் அறியப்பட்டிருக்கும் மாயனின் புராணங்கள் மற்றும் நாகரிகத்திற்கு இந்தப் புத்தகமே அடிப்படையாகும்.

கடவுளர்கள் மற்றும் இறைவிகளைப் பற்றிப் போபல் வூஹ் சொல்கிறது. மேலும், உண்மையான விடியலின் முன் இவ்வுலகம் எப்படித் துவங்கியது எனவும், அவற்றுடன் தொடர்புடைய நிகழ்வுகளையும் இப்புத்தகம் விவரிக்கிறது. குவிச்சே இனத் தெய்வங்களின் பராக்கிரமங்களைப் பற்றிய

ஆருடத்தையும், ஹுனாபு, எக்ஸ்பாலான்க்யூ இரட்டையர்களின் தெய்வீகத்தன்மையையும் இப்புத்தகம் உரைக்கிறது. ‘எக்ஸ்பியாகாக்’ மற்றும் ‘எக்ஸ்முகேன்’ எனும் பழம்பெரும் கடவுள் தம்பதியினருக்கு ‘ஹுன்ஹுனாபு’, ‘வுகுப்-ஹுனாபு’ என இரு மகன்கள் இருந்தனர்.

‘எக்ஸ்பாகியாலோ’வை மணந்துகொண்ட ஹுன்ஹுனாபுவிற்கு இரு மகன்கள் பிறந்தனர். அவர்கள்தாம், ‘ஹுன்பட்ச்’ மற்றும் ‘ஹுன்சோன்’ ஆவர். மொத்தக் குடும்ப உறுப்பினர்களும் ‘ட்சாட்லி’ எனும் விளையாட்டில் ஆர்வம் கொண்டிருந்தனர். இந்த விளையாட்டை மிகப்பெரிய மைதானத்தில் விளையாடுவர். இரு குழுக்களினிடையே விளையாடப்படும் இந்த விளையாட்டில், உடலின் ஒருபகுதியோடு இணைக்கப்பட்டிருக்கும் ஏர்போன்ற தோற்றமுடைய ஒரு கருவியினால் ரப்பரால் ஆனப் பந்தை விளையாட்டு வீரர்கள் அடிக்க வேண்டும். (தற்போதைய மாயன் நகர இடிபாடுகளின் மிச்சங்களிலும் ட்சாட்லி விளையாட்டு மைதானங்களை நாம் காணலாம்)

ஒருநாள், ஹுன்ஹுனாபுவும் வுகுப்-ஹுனாபுவும் சதிவேலைகளால் தூண்டப்பட்டு ‘எக்ஸிபல்பா’ எனப்படும் பாதாள உலகிற்குச் சென்றனர். அங்கு அவர்கள் ட்சாட்லி விளையாட்டில் தந்திரமாய் தாக்கப்பட்டு, கொடுமை செய்யப்பட்டுக் கொல்லப்பட்டனர். ஆனால், ‘எக்ஸிபல்பா வின் இளவரசியான ‘எக்ஸ்குவிக்’ ஹுன்ஹுனாபு மற்றும் வுகுப்-ஹுனாபுவின் கருக்களைச் சுமந்து கொண்டிருந்தாள். இதனையறிந்த அவளது தந்தை மிகுந்த ஆத்திரத்துடன் அவளைக் கொல்லப் பணித்தார். ஆனால், அங்கிருந்துத் தப்பிப் பிழைத்து எக்ஸ்குவிக் நேராக ஹுன்ஹுனாபு மற்றும் வுகுப்-ஹுனாபுவின் தாயாராகிய எக்ஸ்முகேனிடம் சென்று தஞ்சமடைந்தாள்.

தன் மகன்களின் இழப்பில் துக்கமுற்றவாறு, ஹுன்பட்ச் மற்றும் ஹுன்சோன்னினை வளர்த்துக் கொண்டிருந்த எக்ஸ்முகேன், முதலில் எக்ஸ்குவிக்கின் கதையை நம்ப மறுத்தார். எனினும், எக்ஸ்முகேனுக்குக் கிடைத்த சில அறிகுறிகள் மூலம் எக்ஸ்குவிக் கூறுவது உண்மைதான் என அவள் நம்பினாள்.

இரட்டையர்களும் அவர்களுடைய மூத்த சகோதரர்களும்

இரட்டையர்கள் மலைகளில் பிறந்தனர். அவர்களை எக்ஸ்குவிக் அவர்தம் பாட்டியாகிய எக்ஸ்முகேனிடம் கொண்டு வந்தாள். இரட்டையர்களோ எப்போதும் விழித்துக்கொண்டு, உரத்த குரலில் அழுதபடியே இருந்தனர்.

முதியவள் எக்ஸ்முகேனால் அவர்களின் அழுகையைப் பொறுத்துக் கொள்ளவே முடியவில்லை. "இவர்கள் மிகுந்த சத்தமிடுகின்றனர். தூக்கி வெளியே எறியுங்கள் இந்தக் குழந்தைகளை!" என அவள் கத்தினாள்.

எனவே, இரு குழந்தைகளும் வீட்டைவிட்டுத் துரத்தப்பட்டனர். அன்றிலிருந்து அவர்கள் வீட்டின் வெளியே வளரத் துவங்கினர்.

அவர்களின் இந்த ஒடுக்கப்பட்ட வாழ்வு , 'ஹுன்பட்ச்' மற்றும் 'ஹுன்சோன்'னான ஹுன்ஹுனாபின் மூத்த மகன்களுக்கு மிகுந்த மகிழ்வை தந்தது. தமது இளைய சகோதர்களைக் கண்டு அவர்கள் பொறாமை கொண்டிருந்தனர். அவர்கள் வீட்டிற்குள் வருவதை மூத்த சகோதரர்கள் விரும்பவில்லை. இரு சிறுவர்களும் வீட்டின் வெளியே கிடந்து இறந்துவிடுவர் என அவர்கள் எதிர்பார்த்தனர்.

ஹுன்பட்ச் மற்றும் ஹுன்சோன் இருவரும் மிகுந்த புத்திசாலிகள். அவர்களின் அறிவாற்றலால் நிறைய மகத்தான காரியங்களை சாதித்தனர். அவர்கள் புல்லாங்குழல் வாசிக்கவும், அற்புதமாக பாடவும் செய்தனர். மேலும் எழுதவும், சிற்பங்கள் செதுக்கவும் தெரிந்திருந்தனர். தங்களது இரட்டைச் சகோதரர்களும் தம்மைப்போலவே மிகுந்த திறனுடன்தாம் இருப்பார்கள் என அவர்களும் அறிந்திருந்தனர். எனினும், பொறாமை அவர்களின் அறிவுக்கண்களை மறைத்துவிட்டிருந்தது. இளைய சகோதரர்களை அவர்கள் வெறுத்தனர். அவர்கள் இறந்துவிட வேண்டும் என மூத்த சகோதரர்கள் எதிர்பார்த்தனர்.

இளையவர்கள் பலசாலிகளாகவும் ஆரோக்கியமானவர்களாகவும் வளர்ந்தனர். வேட்டையாடவும் ஊதுகுழல் வாசிக்கவும் தேர்ந்தனர்.

தினமும் அவர்கள் காட்டிற்குள் சென்று, பறவைகளைச் சுட்டுக் கொண்டுவந்து தங்கள் பாட்டியிடம் சமைக்கக் கொடுத்தனர்.

அந்தப் பறவைகளை எக்ஸ்முகேன் சமைத்து ஹுன்பட்ச் மற்றும் ஹுன்சோனுக்குக் கொடுத்தார். ஹுனாபுவுக்கும் எக்ஸ்பாலான்க்யூவிற்கும் ஏதும் கிடைக்கவில்லை. உணவேதும் கிடைக்காமல் அவர்கள் பட்டினி கிடந்தனர். அவர்களுக்கு அன்பும் ஆதரவும் கிடைக்கவேயில்லை. பாட்டியிடமிருந்தும் மூத்த சகோதரர்களிடமிருந்தும் சாபங்கள்தான் கிடைத்தன. ஆனால், இரட்டையர்கள் அவற்றைப் பொருட்படுத்தவே இல்லை. அது குறித்து சகோதரர்கள் புகார் சொல்லவில்லை, குறைபட்டுக் கொள்ளவில்லை. அவற்றை ஒரு பொருட்டாக அவர்கள் எண்ணவுமில்லை.

ஒருநாள் பறவைகள் எதையும் கொண்டுவராமல் ஹுனாபுவும் எக்ஸ்பாலான்கியூவும் பாட்டியிடம் வந்து சேர்ந்தனர்.

மிகுந்த கோபமாக எக்ஸ்முகேன், "இன்று ஏன் நீங்கள் எந்தப் பறவையையும் கொண்டு வரவில்லை?" எனக் கேட்டாள்.

"நாங்கள் பறவைகளை வேட்டையாடினோம் பாட்டி. ஆனால், அவை மரத்திலேயே சிக்கிக் கொண்டன. நாங்கள் பறவையைச் சுட்டோம். ஆனால், அவை கீழே விழவேயில்லை. மரத்திலேயே சிக்கிக்கொண்டன. அவற்றைக் கீழே கொண்டுவர எங்களுக்குத் தெரியவில்லை. எனவே, எங்களது மூத்த சகோதரர்கள் எங்களுடன் வந்து அந்தப் பறவைகளை கீழே கொண்டுவர உதவ முடியுமா?"

"நாளை காலை நாங்கள் வருகிறோம்" என்று பதிலளித்தனர் மூத்த சகோதரர்கள்.

இதைக் கேட்டதும் ஹுனாபுவும் எக்ஸ்பாலான்கியூவும் மிகுந்த மகிழ்வுற்றனர். ஏனெனில், அவர்கள் ஒரு திட்டம் தீட்டியிருந்தனர். தம்மிடம் அன்பாயில்லாத மூத்த சகோதரர்களைப் பழிதீர்க்கும் முடிவில் இருந்தனர் இரட்டையர்கள். "நம் மூத்த சகோதரர்கள் நம்மிடம் கொடூரமான முறையில் நடந்து கொண்டனர். அவர்களுக்குப் பாடம் புகட்ட இதுவே தகுந்த நேரம்" என இரட்டையர்கள் அவர்களுக்குள் பேசிக் கொண்டனர்.

எனவே அடுத்த நாள், ஹுனாபுவும் எக்ஸ்பாலான்கியூவும் தங்கள் மூத்த சகோதரர்களை அழைத்துக்கொண்டு மரத்தை நோக்கி நடந்தனர். அந்த மரத்தில் நிறைய பறவைகள் இருந்தன. ஹுனாபுவும் எக்ஸ்பாலான்கியூவும் மரத்தை நோக்கி சுடத் துவங்கினர். ஆனால், ஒரு பறவைகூட கீழே விழவில்லை. இதை மூத்த சகோதரர்கள் வியப்புடன் பார்த்தனர்.

"ஓ! பறவைகள் மரத்திலேயே சிக்கிக் கொண்டிருக்கின்றனவே! நீங்கள் இருவரும் மரத்தின் மீதேறி அந்தப் பறவைகளை கீழே எறியுங்களேன்!" என ஹுனாபுவும் எக்ஸ்பாலான்கியூவும் தம் சகோதரர்களிடம் கூறினர்.

"சரி!" எனக் கூறிய மூத்த சகோதரர்கள் மரத்தின் மீது ஏறினார்கள்.

ஆனால், அவர்கள் மரத்தில் ஏற ஏற, மரமும் வளர்ந்துகொண்டே இருந்தது. மரத்தின் அகலமும் அதிகமாகிக்கொண்டே இருந்தது.

இப்போது மூத்த சகோதரர்கள் மரத்தில் இருந்து கீழே இறங்க முடியாமல் தவித்தனர்.

"அன்புள்ள இளைய சகோதரர்களே! எங்களால் மரத்தை விட்டுக் கீழே இறங்க முடியவில்லை. இங்கிருந்து எப்படி கீழே இறங்குவது என சொல்லித் தாருங்கள். எங்களுக்கு அச்சமாக உள்ளது!" என ஹுன்பட்சும் ஹுன்சோனும் கதறினர்.

"ஓ! அப்படியானால், உங்களுடைய கௌபீனத்தை அவிழ்த்திடுங்கள், மூத்த சகோதரர்களே! அதனை உங்கள் இடுப்பைச் சுற்றி வால்களைப் போல கட்டிக் கொள்ளுங்கள்! அப்போதுதான் உங்களால் எளிதாக மரத்தைவிட்டுக் கீழே இறங்க முடியும்!" எனக் கூறினர் ஹுனாபுவும் எக்ஸ்பாலாக்யூவும்.

அதன்படியே மூத்த சகோதரர்கள் செய்தனர். ஆனால், உடனே அவர்கள் குரங்குகளாக மாறிவிட்டனர். அவர்கள் மரக்கிளைகளின் இடையே தாவியபடியும், கூக்குரல்கள் இட்டபடியும், கத்தியபடியும் இருந்தனர்.

இவ்வாறு தங்களிடம் இரக்கமற்று நடந்து கொண்ட தங்கள் மூத்த சகோதரர்களை ஹுனாபுவும் எக்ஸ்பாலான்கியூவும் பழிதீர்த்துக்

கொண்டனர். அவர்களை இரட்டையர்கள் குரங்குகளாக மாற்றிவிட்டனர்.

ஹுனாபுவும் எக்ஸ்பாலான்கியூவும் அவர்களுடைய பாட்டி எக்ஸ்முகேனிடம் சென்று, “எங்களது மூத்த சகோதரர்களுக்கு விசித்திரமாக ஏதோ ஆகிவிட்டது. திடீரென அவர்கள் குரங்குகளாக மாறிவிட்டனர்” என்றனர்.

“உங்களுடைய மூத்த சகோதரர்களை எதுவும் செய்து விடாதீர்கள். அப்படி ஏதேனும் நீங்கள் அவர்களைச் செய்திருந்தீர்கள் எனில் என்னால் அதை பொறுத்துக்கொள்ளவே முடியாது” என்று பாட்டி எக்ஸ்முகேன் கூறினார்.

“கவலைப்படாதீர்கள், பிரியமிக்க பாட்டியே! எங்களுடைய மூத்த சகோதரர்களை நாங்கள் வீட்டிற்கு அழைத்து வருகிறோம். ஆனால், நீங்கள் எங்களுக்கு ஒரு வாக்கு தரவேண்டும். அவர்கள் இங்கே வந்ததும் நீங்கள் அவர்களைப் பார்த்துச் சிரிக்கக்கூடாது. நீங்கள் அவ்வாறு சிரித்தால், அவர்கள் மீண்டும் மிருகங்களாக மாறி விடுவர்!” என்றனர் ஹுனாபுவும் எக்ஸ்பாலான்கியூவும்.

பின்னர் ஹுனாபுவும் எக்ஸ்பாலான்கியூவும் தங்கள் ஊதுகுழல்களை இசைக்கத் துவங்கினர். உடன் அவர்கள், பாடல்கள் பாடிக்கொண்டும் மத்தளங்களைத் தட்டிக்கொண்டும் இருந்தனர். சிறிது நேரத்தில், அவர்களுடைய மூத்த சகோதரர்கள் ஹுன்பட்ச் மற்றும் ஹுன்சோன் மரங்களின் இடையே ஊஞ்சலாடியபடியே வந்து சேர்ந்தனர். மூத்த சகோதரர்களின் வேடிக்கையான முகங்களையும் அவர்களுடைய வால்களையும் கண்ட பாட்டி சிரிக்கத் துவங்கினார். அவரால் தன் சிரிப்பை அடக்கவே முடியவில்லை. இதனால், மூத்த சகோதரர்கள் இருவரும் மீண்டும் காட்டிற்குள்ளேயே ஓடி மறைந்தனர்.

“ஏன் பாட்டி நீங்கள் சிரித்தீர்கள்? இவ்வாறு சிரித்தீர்களானால் அவர்கள் மீண்டும் வரவே மாட்டார்கள். மேலும், மூன்று முறைதாம் அவர்களை எங்களால் வரவழைக்க இயலும். எனவே அவர்களின் முன் நீங்கள் சிரிக்காமல் இருங்கள்!” என ஹுனாபுவும் எக்ஸ்பாலான்கியூவும் பாட்டி எக்ஸ்முகேனிடம் கூறினர்.

கூறியபடியே, மீண்டும் இரட்டையர்கள் தம் குழல்களை இசைக்கத் துவங்கினர். பாடல்கள் பாடி மத்தளங்களைத் தட்டினர். அவர்களின் மூத்த சகோதரர்கள் மரங்களின் இடையே தாவி வந்தனர்.

அவர்களை அவ்வாறு காணும் ஒவ்வொரு முறையும் அவர்களுடைய விந்தையான முகங்களைக் கண்டும், அவர்களுடைய கோமாளித்தனமானச் செய்கைகளைக் கண்டும் பாட்டி எக்ஸ்முகேன் அடக்கமுடியாமல் பலமாகச் சிரித்தார். அவ்வாறு அவர் சிரிக்கும் ஒவ்வொரு முறையும் அவமானப்பட்டு ஹுன்பாட்சும் ஹுன்சோனும் காட்டிற்கே திரும்பி ஓடி மறைந்தனர்.

நான்காவது முறையாக ஹுனாபுவும் எக்ஸ்பாலான்கியூவும் பாடி அழைத்தபோது, மூத்த சகோதரர்கள் வரவில்லை. காட்டில் எங்கோ ஓடி மறைந்த அவர்கள், அதன்பின் எப்போதும் திரும்பவே இல்லை.

“கவலைப்படாதீர்கள், பாட்டியே! நாங்கள் உங்களுக்காய் இருக்கிறோம். இனி நாங்கள்தான் உங்களின் பேரன்கள். எங்களது மூத்த சகோதரர்களுக்காக வருத்தப்படாதீர்கள். அவர்கள் என்றென்றும் நினைவுகூரப்படுவார்கள். இதுதான் அவர்களுடைய விதிக்கப்பட்ட வாழ்வு!” என்றனர் ஹுனாபுவும் எக்ஸ்பாலான்கியூவும்.

எனவே, அன்றுமுதல் ஹுனாபுவும் எக்ஸ்பாலான்கியூவும் அவர்களது தாய் மற்றும் பாட்டியுடன் வாழத் துவங்கினர். புல்லாங்குழல் வாசிப்பதிலும், பாடல்கள் இசைப்பதிலும், எழுதுவதிலும், செதுக்குவதிலும் அவர்களுடைய மூத்த சகோதரர்களே நினைவுகூரப்பட்டனர். உலகம் முழுவதிலும் உள்ள புல்லாங்குழல் வாசிப்பவர்கள், எழுத்தாளர்கள் மற்றும் சிற்பிகள் அனைவரும் ஹுன்பட்ச் மற்றும் ஹுன்சோனை வணங்கி வழிபடுகின்றனர்.

எனினும், அவர்கள் தங்கள் மூத்த சகோதரர்களாகிய இரட்டையர்களிடம் அன்பாயில்லாத காரணத்தால்தான், கீழ்மை நிலைக்கு உள்ளாகினர்.

அதுவே அவர்களின் விதியாக இருந்தது.

சோள வயல், எலி மற்றும் ப்சோப்லி பை

இரட்டையர்களான ஹுனாபுவும் எக்ஸ்பாலான்கியூவும் தன் தாய் எக்ஸ்கிவிக் மற்றும் பாட்டியுடன் எக்ஸ்முகேனுடன் வசிக்க வீட்டிற்குள் வந்தனர். குரங்குகளாக மாறிவிட்டிருந்த மூத்த சகோதரர்களை வீட்டிலிருந்து வெளியேற்றிய பின், அவர்களின் இடத்தில் இரட்டையர்கள் வந்தனர்.

“உங்களை நாங்கள் பராமரிப்போம் பாட்டி! இந்த வீட்டிற்காக மூத்த சகோதரர்கள் ஆற்றிய கடமைகளை நாங்கள் செய்வோம். நீங்கள் கவலைப்படாதீர்கள், பாட்டி!” என இரட்டையர்கள் பாட்டி எக்ஸ்முகேனிடம் ஆறுதல் உரைத்தனர்.

அதன்படி, நிலத்தைச் சுத்தம் செய்து, பண்படுத்தி அதில் சோளம் விளைவிக்க இரட்டையர்கள் முடிவு செய்தனர். தாங்கள் செய்யப்போகும் வேலையை தங்கள் தாயிடமும் பாட்டியிடமும் இரட்டையர்கள் கூறினர். பின்னர், “மதிய உணவைத் தயார் செய்து நாங்கள் வேலை புரியும் வயலுக்கே கொண்டு வந்துவிடுங்கள் பாட்டி!” என எக்ஸ்முகேனிடம் அவர்கள் கூறிச் சென்றனர்.

இரட்டையர்கள் தங்கள் தொழில் கருவிகளான, கோடரி, நிலம் கொத்தி மற்றும் மண்வெட்டியுடன் வயலுக்குச் சென்றனர். தங்கள் ஊதுகுழல்களைத் தோள்களில் மாட்டிக்கொண்டு அவர்கள் நிலத்தைப் பண்படுத்தத் துவங்கினர்.

நிலத்தை அடைந்ததும், முன்னரே தீர்மானித்தபடி அவர்களால் நிலத்தில் உழைக்க முடியவில்லை. வேட்டையாடவும், ஊதுகுழல்களை இசைக்கவும் மட்டுமே அவர்களுக்கு பிடித்தமாயிருந்தது. எனவே மண்வெட்டியை நிலத்திலும், கோடரியை மரத்திலும் குத்தி வைத்தனர். அந்த மண்வெட்டியும் கோடரியும் வயலைச் சுத்தம் செய்தன. அவை மரத்தின் ஊடேயும் முட்செடிகளின் இடையேயும் சென்று நிலத்தைப் உழுதன. இவ்வாறு கருவிகள் வயல் வேலைகளைச் செய்து கொண்டிருந்தபோது, ஹுனாபுவும் எக்ஸ்பாலான்கியூவும் தங்கள் ஊதுகுழல்களுடன் வேட்டையாடச் சென்றனர்.

எனினும், ஒரு புறாவை அழைத்து, வயலைக் காவல் காக்கச் சொன்னார்கள் இரட்டையர்கள். "எமது பாட்டி வருவதைப் பார்த்ததும் குரலெழுப்பி எங்களுக்குத் தெரிவி!" எனப் புறாவிடம் அவர்கள் கூறினர்.

அதன்படியே மரத்தின் மீதமர்ந்து புறா காவல் காத்தது. முதியவள் எக்ஸ்முகேன் வருவதை அறிந்ததும் புறா குரலெழுப்பியது. அதைக் கேட்டதும், ஹுனாபுவும் எக்ஸ்பாலான்கியூவும் ஓடிச் சென்றுக் கருவிகளை எடுத்துக் கொண்டனர். தங்கள் முகங்களில் புழுதியையும், விரல்களில் மண்ணையும் இரட்டையர்கள் பூசிக் கொண்டனர். இதன்மூலம் அவர்கள் நாள் முழுதும் வயலில் உழைத்ததாய் எக்ஸ்முகேனை நம்ப வைக்கலாம் என இரட்டையர்கள் நம்பினர்.

எக்ஸ்முகேன் அவர்களுக்காக மதிய உணவு கொண்டு வந்திருந்தாள். அங்கேயே அமர்ந்து அவர்கள் உண்பதைப் பார்த்துக் கொண்டிருந்தாள். அவர்கள் வயல்வேலைகளைச் செய்து கொண்டிருந்ததாய்தான் அவள் நம்பியிருந்தாள். அவர்கள் வேட்டையாடச் சென்றிருந்ததை அவள் அறியவில்லை. இரட்டையர்கள் உண்டு முடித்ததும், எக்ஸ்முகேன் அங்கிருந்து கிளம்பிச் சென்றாள்.

இரவானதும் இரட்டையர்கள் வீட்டிற்குக் கிளம்பிச் சென்றனர். அவர்கள் வயல் பண்படுத்தப்பட்டு, விதைப்பிற்காய் தயாராக இருந்தது.

"ஓ! பாசமிக்க தாயே, பாட்டியே, நாங்கள் மிகவும் சோர்வாக உள்ளோம்!" எனக் கூறிய இரட்டையர்கள், தாங்கள் வேலை செய்து களைத்திருந்ததைப் போல் நடித்தனர். கொட்டாவிகள் விட்டபடியும் உடல்களை முறுக்கியபடியும் அவர்கள் படுக்கச் சென்றனர்.

மறுநாள் காலை விழித்தெழுந்த இரட்டையர்கள், தங்கள் சோள வயலுக்குச் சென்றனர். ஆனால், வயலோ அவர்களின் கருவிகள் நிலத்தைச் சுத்தம் செய்வதற்கு முன் எந்த நிலையில் இருந்ததோ அதே நிலைக்குத் திரும்பியிருந்தது. இரட்டையர்களின் கருவிகள் வெட்டி எறிந்திருந்த ஒவ்வொரு மரமும், ஒவ்வொரு புதரும், ஒவ்வொரு முட்செடியும் மீண்டும் வளர்ந்திருந்தன.

“இதனை யார் செய்திருப்பார்கள்? நாம் நமது வயலை இரவில் கண்காணிக்க வேண்டும். அப்போதுதான் இதை யார் செய்தார்கள் என நம்மால் கண்டுபிடிக்க முடியும்?” எனக் கூறினர் இரட்டையர்கள்.

மீண்டும் அவர்களுடைய கருவிகள் வயலைச் சுத்தம் செய்யத் துவங்கின. அன்றைய இரவில் இரட்டையர்கள் தம் இல்லத்திற்குச் சென்றனர். தங்கள் தாய் மற்றும் பாட்டியிடம் நடந்தவற்றைக் கூறினர். மரங்களும் புதர்களும் முட்செடிகளும் இரவில் மீண்டும் வளர்ந்துவிடுவதைக் கூறினர். “நாங்கள் இன்று இரவு வயலுக்குச் சென்று காவல் இருக்கப் போகிறோம். இதைச் செய்தவர்கள் எவரெனக் கண்டுபிடிக்கப் போகிறோம்” என இரட்டையர்கள் தங்கள் தாயிடமும் பாட்டியிடமும் கூறினர்.

ஹீனாபுவும் எக்ஸ்பாலான்கியூவும் வயலுக்குத் திரும்பிச் சென்றனர். வயலில் பெரிய வலையொன்றை விரித்து வைத்தனர். தங்கள் வயலில் மீண்டும் புதர்களை வளரச் செய்த நபரைப் பிடிக்கவே அவர்கள் வலை விரித்துவைத்து மறைந்து நின்று கண்காணித்தனர்.

நடுஇரவில், அந்த வயலிலும் காட்டிலும் பதுங்கியிருந்த மிருகங்கள் அனைத்தும் வெளியே வந்தன. சிறியதும் பெரியதுமாக பல மிருகங்கள் வெளியேறி, வயலில் குழுமி நின்றன. அவ்வாறு குழுமி அவை பாடத் துவங்கின. அந்தப் பாடலைக் கேட்டதும் முட்செடிகளும், புதர்களும், மரங்களும் மீண்டும் வளரத் துவங்கின.

ஹுனாபுவும் எக்ஸ்பாலான்கியூவும் அந்த மிருகங்களைப் பிடிக்க முயன்றனர். முதலில் சிறுத்தையும், கரும்புலியும் வெளியே வந்தன. ஆனால், அவை பிடிபடாமல் தப்பித்துச் சென்றன. அடுத்து முயலும் மானும் வந்தன. இரட்டையர்கள் அவற்றின் வால்களைப் பிடித்து இழுத்தனர். வால்கள் அவர்களின் கையோடு வந்துவிட்டன. ஆனால், முயலும் மானும் தப்பி விட்டன. அதனால்தான் இன்றும் முயலுக்கும் மானுக்கும் வால்கள் சிறியதாக உள்ளன.

இரட்டையர்களால் எந்த மிருகத்தையும் பிடிக்க முடியவில்லை. அனைத்து உயிரினங்களும் தப்பிச் சென்றன. ஆனால், எலி

மட்டும் அவர்களிடம் சிக்கிக்கொண்டது. இரட்டையர்களின் வலையில் எலி மட்டும் மாட்டிக்கொண்டது.

ஹுனாபுவும் எக்ஸ்பாலான்கியூவும் சிக்கிக்கொண்ட எலியிடம், "ஏன் எங்கள் வேலையைக் கெடுத்தீர்கள்? எதற்காக மரங்களையும் புதர்களையும் முட்செடிகளையும் மீண்டும் வளரச் செய்தீர்கள்?" எனக் கேட்டனர்.

"நான் உண்மையைக் கூறினால் எனக்கு உணவு தருவீர்களா?" என எலி கேட்டது.

"சரி! எங்களிடம் நீ உண்மையைச் சொன்னால் உனக்கு உணவு தருகிறோம்!" என்று எலியிடம் கூறினர் இரட்டையர்கள்.

"வயல்களைச் சுத்தப்படுத்துவதற்கும், விவசாயம் செய்வதற்கும் உரியவர்கள் இல்லை நீங்கள். உங்கள் தந்தையர்களின் பந்துகள் கொண்டு ட்சாட்லி விளையாடவே நீங்கள் பிறப்பெடுத்துள்ளீர்கள்" என எலி இரட்டையர்களிடம் கூறியது. மேலும் இரட்டையர்களின் தந்தைகளாகிய ஹுன்ஹுனாபு மற்றும் வுகுப்-ஹுனாபுவைப் பற்றியும், எக்ஸிபல்பா நாட்டில் ட்சாட்லி விளையாடச் சென்ற அவர்களின் சாகசங்களையும், அவற்றின் தொடர்ச்சியாய் நிகழ்ந்த அவர்களின் இறப்புகளைக் குறித்தும் எலி கூறியது.

தமது தந்தையர்கள் குறித்து அறிந்ததும் இரட்டையர்கள் பெரு மகிழ்வு கொண்டனர்.

"எம் தந்தையருடைய ட்சாட்லி பந்தும், பையும் தற்போது எங்கிருக்கின்றன?" என எலியிடம் வினவினர் இரட்டையர்.

"உங்கள் பாட்டி, முதியவள் எக்ஸ்முகேன் அதனை உங்கள் இல்லத்தின் கூரையில் மறைத்து வைத்திருக்கிறாள்" என்றது எலி.

மேலும் எக்ஸ்முகேன் தன் மகன்களின் பந்து மற்றும் பையை ஒளித்து வைத்திருந்த இடத்திற்கு அவர்களை அழைத்துச் சென்றது எலி. தன் மகன்கள் பந்து விளையாட்டை விளையாட எக்ஸிபல்பா நாட்டிற்குச் சென்று இறந்துவிட்டதால்தான் அந்த விளையாட்டுப் பொருட்கள் அடங்கிய பையை எக்ஸ்முகேன் மறைத்து வைத்திருந்தாள். தன் பேரன்களும் அந்த விளையாட்டின் மூலம் அழிந்துபோவதை அவள் விரும்பவில்லை.

ஹுனாபுவும் எக்ஸ்பாலான்கியூவும் எலிக்கு நன்றி கூறிவிட்டு, அதற்கு உணவளித்தனர். சோள முத்துகள், பீன்ஸ் விதைகள், கொக்கோ ஆகியவற்றை எலிக்கு உணவாகக் கொடுத்தனர். எனவேதாம் இன்றும் எலிகள் இவற்றையே உண்ணுகின்றன. “எங்கேனும் உணவுப்பொருட்கள் மிகுதியாக சேமிக்கப்பட்டிருப்பதையோ வீணாகிப் போவதையோ அறிந்தால், அதை நீ உண்டுவிடு!” என இரட்டையர்கள் எலியிடம் கூறினர். எனவேதான், இன்றும் எலிகள் சேமிக்கப்பட்டிருக்கும் உணவுகளையும் வீணாகும் உணவுகளையும் உண்பதை வழக்கமாகக் கொண்டுள்ளன.

இவ்வாறு இரட்டையர்களாகிய ஹுனாபுவும் எக்ஸ்பாலான்கியூவும் தங்கள் தந்தையரின் பந்தையும் ட்சாட்லி பையையும் கண்டபோது மிகுந்த மகிழ்வடைந்தனர். அதைக் கொண்டு ட்சாட்லி விளையாடத் துவங்கினர். தங்கள் தந்தையரைப் போல் திறமையுடன் விளையாட இரட்டையர்கள் முடிவு செய்தனர். அப்போதுதான் எக்ஸிபால்பாவின் தேவர்களிடமிருந்து தமக்கு விளையாட அழைப்புகள் வருமென அவர்கள் எதிர்பார்த்தனர். எவ்வாறு இரட்டையர்கள் எக்ஸிபால்பா சென்றார்கள் என்பதும், அதன் இருள் தேவர்களை எவ்வாறு தந்திரமாக ட்சாட்லி விளையாடித் தோற்கடித்தனர் என்பதும் தனிக்கதையாக எழுதப்பட்டுள்ளது.

ஹூட்சிலோபோச்ட்லி

பதினைந்தாம் நூற்றாண்டிலும் பதினாறாம் நூற்றாண்டின் தொடக்கத்திலும், மத்திய அமெரிக்கா முழுவதும் ‘ஆஷ்டெக்’ இன மக்களின் நாகரிகமும் பண்பாடுமே பரவியிருந்தது. 1325 இல், ஆஷ்டெக் மக்கள் தங்கள் நகரமான ‘டெனோச்டிட்லன்’னினை தற்போது மெக்சிகோ நகரம் இருக்கும் இடத்தில் நிர்மாணித்தனர். அதற்கடுத்த இருநூறு வருடங்களில் வேட்டையாடி, உணவுசேகரித்த ஒரு சிறு பழங்குடியினக் குழுவான ஆஷ்டெக், மத்திய அமெரிக்காவினையே ஆளக்கூடிய செல்வவளமும், பலமும், முக்கியத்துவமும் பொருந்திய சாம்ராஜ்யமாக உருவாகியது. ஆனால், ஸ்பானிஷ் படையெடுப்பால் ஆஷ்டெக்கின் கலாச்சாரம் முழுவதுமாய் ஒரு திடீர் முடிவுக்குக் கொண்டுவரப்பட்டது. ஸ்பானிஷ்யர்கள் ஆஷ்டெக்கின் இறுதி மன்னரான ‘மோக்டெசுமா 2’ அவர்களை 1519 இல் கைது செய்தனர். பின்னர், 1521 இல் டெனோச்டிட்லன் நகரையும் ஸ்பானிஷ்யர்கள் அழித்தனர்.

ஆஷ்டெக்கின் முக்கியக் கடவுளாக 'ஹுட்சிலோபோச்ட்லி' வழிபடப்பட்டார். சூரியக் கடவுளாகவும் போர்க்கடவுளாகவும் அவர் போற்றப்பட்டார். ஆஷ்டெக்ஸ் இன மக்களின் மூதாதையர்களை உருவாக்கியதும், அவர்களுக்கு மொழியும் சடங்குகளும் கற்றுக் கொடுத்ததும், அவர்களின் தொழிலான மீன்பிடிப்பையும் வேட்டையாடுதலையும் அவர்களுக்குப் பயிற்றுவித்ததும் ஹுட்சிலோபோச்ட்லி தாம் என அவ்வின மக்கள் நம்பினர்.

'ஹுட்சிலின்' என்பதற்கு 'தேன்சிட்டு' எனவும், 'ஓபோச்ட்லி' என்பதற்கு 'இடது' எனவும் பொருள்படுமாறு ஹுட்சிலோபோச்ட்லியின் பெயர் உள்ளது. ஆஷ்டெக்ஸ் மக்கள் தம் நாட்டில் இறந்துபோன போர்வீரர்கள் தேன்சிட்டுகளாக மறுபிறப்பு கொள்வதாக நம்பினர். மேற்கொண்டு 'தெற்கு' திசைதான் உலகின் இடதுபக்கத்தில் இருப்பதாகவும் நம்பினர். எனவே ஹுட்சிலோபோச்ட்லி எனும் பெயர் 'தென் திசை வீரனின் மறுபிறவி' என அர்த்தம் கொள்ளப்படுகிறது.

ஹுட்சிலோபோச்ட்லி, 'டுலா' நகரின் அருகில் அமைந்துள்ள, 'கோட்பெக்' எனும் நாகமலையில், 'கோட்லிக்' எனும் பூமி தேவதைக்கு பிறந்தவனாவான். பொதுவாய் அவன் தேன்சிட்டாகவோ அல்லது தேன்சிட்டுகளின் இறகுகளை தலைப்பாகையாக அணிந்த வீரனாகவோ உருபெற்றவனாய் நம்பப்பெறுகிறான். அவனுடைய கரங்கள், கால்கள் மற்றும் முகத்தின் கீழ்பாகம் நீலநிறமாய் இருக்கும்; முகத்தின் மேற்பகுதி கருவண்ணமாய் இருக்கும். கேடயம் ஒன்றையும் ரத்தினம் பதிந்திருந்த நாகம் ஒன்றையும், தீ உமிழும் பாம்பாகிய 'எக்ஸியூகோட்ல்'வையும் அவன் சுமந்திருந்தான். அவனுடைய 'நஹுவால்' ஆக, அதாவது அவன் உருமாறிக்கொள்ளும் உயிரினமாக கழுகு இருந்தது.

ஹுட்சிலோபோச்ட்லிக்கு தினமும் உணவாக மனித இதயங்களும் உதிரமும் படைக்கப்பட வேண்டும் என ஆஷ்டெக்ஸ் நம்பினர். எனவே, போர்களில் சிறைபிடிக்கப்பட்ட கைதிகளும் அடிமைகளும் பல்வேறு சடங்குகளின் மூலம் தொடர்ந்து ஹுட்சிலோபோச்ட்லிக்கு பலி கொடுக்கப்பட்டு வந்தனர். இவ்வாறு பலியிடப்படும் வீரர்களையும், போர்க்களத்தில்

உயிர் துறப்போரையும் 'குவாக்சிகல்லி' எனப் பெயரிட்டனர். இதன் பொருள், 'கழுகின் புதல்வர்கள்' ஆகும். இறப்பின் பிறகு அனைத்து வீரர்களும் சூரியனின் பரிவாரங்களுடன் சேர்ந்து விடுவதாகவும் அங்கேயே தொடர்ந்து நான்கு வருடங்கள் இருப்பதாகவும், அதன் பின்னர் அவர்கள் எப்போதைக்குமாய் தேன்சிட்டுகளின் உடலில் வசிப்பதாகவும் ஆஷ்டெக்ஸ் நம்புகின்றனர்.

இந்தக் கதையின் தலைப்பு ஆஷ்டெக்ஸ் இன மக்களின் கடவுள் துதிப்பாடலில் வரும் ஒரு வரியில் இருந்து எடுக்கப்பட்டதே ஆகும். "மஞ்சள் தோகையாலான ஆடையை நான் வீணாக அணிந்துகொள்ளவில்லை, நானே இந்தச் சூரியனைத் தோன்றச்செய்பவன்!"

நானே இந்தச் சூரியனைத் தோன்றச்செய்பவன்!

'டுலா' எனும் நாட்டின் 'டோல்டெக்' நகரத்தில் 'கோட்பெக்' எனும் நாகமலையின் நிழலில் 'கோட்லிக்' எனும் பெண் வாழ்ந்து வந்தாள். அவள் நாக உடை தரித்திருந்தாள். கோட்லிக்கிற்கு 'சென்ட்சோன் ஹுட்ஸ்னாஹுஹா' என அழைக்கப்படும் நானூறு மகன்கள் இருந்தனர். 'நானூறு தென்னக வீரர்கள்' என நவால் மொழியில் அவர்கள் குறிப்பிடப்படுகின்றனர். கோட்லிக்கிற்கு ஒரு மகளும் இருந்தாள். அவள் பெயர் 'கோயோல்சாகியூ' ஆகும்.

ஒருநாள் கோட்லிக் மலைகளின் ஆழத்தில் பிரார்த்தனை செய்யச் சென்றாள். அவள் அவ்வாறு பிரார்த்தனை செய்து கொண்டிருந்தபோது, வானில் இருந்து பலவண்ணங்களில் மினுங்கும் தேன்சிட்டு இறகுகளால் ஆன ஒரு பந்து அவள் மடிகளில் வீழ்ந்தது. அத்தனைப் பிரகாசமான, பலவண்ண இறகுகளைக் கண்டு வியந்த கோட்லிக், அந்தப் பந்தை எடுத்துத் தன் மார்பில் பொதிந்து பத்திரமாய் வைத்துக் கொண்டாள். "இந்த அற்புதமான இறகுகளை நான் சூரியனுக்கு அர்ப்பணிக்கப் போகிறேன்" என அவள் எண்ணிக்கொண்டாள்.

ஆனால், அவை சாதாரண இறகுகள் இல்லை. போர்க்களத்தில் வீரமரணம் அடைந்த ஒரு வீரரின் ஆத்மாதாம் அந்த இறகுகள். எனவே, அந்த இறகுகள் மூலம் தான் கருவுறப்போவதை கோட்லிக் அறிந்து கொண்டாள். கோட்லிக்கின் நானூறு மகன்களும் கோயோல்சாகியூவும் இதைக் கேள்விபட்டதும் மிகுந்த ஆத்திரமடைந்தனர். "இந்தக் குழந்தை இறந்துவிட வேண்டும்!" என கோயோல்சாகியூ முடிவு செய்தாள். எனவே, அந்தக் குழந்தையையும் தன் தாயையும் கொல்லச் சொல்லித் தன் சகோதரர்களை அவள் வற்புறுத்தினாள்.

கோட்லிக் இந்தத் திட்டத்தை அறிந்து மிகவும் மனம் வருந்தினாள். அச்சப்பட்டாள். ஆனால், அவளுடைய வயிற்றில் இருந்த கரு, "கவலைப்படாதீர்கள், அஞ்சாதீர்கள். அவர்கள் நமக்குத் தீங்கு செய்யமுடியாது!" எனக் கூறி அவளைத் தேற்றியது.

ஆனால், கோயோல்சாகியூவும் நானூறு சகோதரர்களும் அவர்களுடைய தாயையும், தம் தாயின் வயிற்றிலிருக்கும் இன்னும் பிறவாத கருவினையும் கொல்வதற்கு தீர்க்கமாக முடிவு செய்தனர்.

அவர்கள் தங்களின் கவசங்களை அணிந்துகொண்டனர். தங்களின் ஆயுதங்களை ஏந்திக் கொண்டனர். கோயோல்சாகியூவைத் தங்கள் தலைவியாக வரித்துக் கொண்டு நானூறு மகன்களும், கோட்லிக் அச்சத்துடன் காத்துக்கொண்டிருந்த கோட்பிக் மலையை நோக்கிச் சென்றனர்.

ஆனால் 'குவாயூட்லிகாக்' எனும் ஒரு மகன் மட்டும் நானூறு மகன்களுள் தன் மனதை மாற்றிக்கொண்டான். தன் தாயையும் அவளது கருவில் இருக்கும் சிசுவினையும் கொல்வதற்கு அவன் மனம் விரும்பவில்லை. எனவே, தன் சகோதரர்களையும் சகோதரியையும் விடுத்துத் தன் தாயை எச்சரிக்க அவன் கோட்லிக்கிடம் ஓடினான்.

அவன் கூறியதைக் கேட்டதும், கோட்லிக்கின் கருவில் இருக்கும் சிசுவானது, "அஞ்சாதீர்கள் சகோதரரே! என் சகோதரியும் மற்ற சகோதரர்களும் தீட்டியிருக்கும் திட்டத்தை நான் நன்கறிவேன். எதற்கும் நான் தயாராக உள்ளேன்!" என்றது.

அந்தச் சிசுவின் சொற்களால் சமாதானமடைந்திருந்தாலும், குவாயூட்லிகாக், தம் சகோதரர்களால் அவர்களுக்கு வரப்போகும் ஆபத்தை எண்ணிக் கவலையுற்றான். எனவே, அந்தப் பகுதியின் மிக உயர்ந்த மலையில் ஏறி நின்று நெருங்கி வரும் நானூறு சகோதரர்களின் படைகளை அவன் கண்காணித்தான்.

"சகோதரா! அவர்களைக் கண்காணித்து எந்தப் பகுதியில் முன்னேறி வருகின்றனர் என்பதை எனக்குத் தொடர்ந்து தெரிவியுங்கள்!" என்று சிசு குவாயூட்லிகாக்கிடம் கூறியது.

"அவர்கள் ட்சோம்பாண்டிலானில் இருக்கிறார்கள்!" என்றான் குவாயூட்லிகாக்.

சிறிது நேரம் கழித்து, சிசு மீண்டும் அவனை அழைத்தது, "சகோதரா! இப்போது அவர்கள் எங்கிருக்கிறார்கள்?" என வினவியது.

"அவர்கள் கோவாக்ஸால்கோ எனும் இடத்தில் இருக்கிறார்கள்!" என்றான்.

மீண்டும் ஒருமுறை சிசு குவாயூட்லிகாக்கை அழைத்து, "எனக்குச் சொல்லுங்கள் சகோதரா! அவர்கள் இப்போது எங்கிருக்கிறார்கள்?" எனக் கேட்டது.

"அவர்கள் பெட்லாக்கில் இருக்கிறார்கள்!" என்றான் குவாயூட்லிகாக்.

அதன் பிறகு, கோட்லிக்குன் கருவிலிருந்த அந்த சிசுவும், கோட்லிக்கும் அமைதியாக இருந்தனர். திடீரென அழைத்த குவாயூட்லிகாக், "இதோ அவர்கள் வந்துவிட்டார்கள்! கோயோல்சாகியூவும் செண்ட்சோன் ஹுட்ஸ்னாஹுஹாக்களும் வந்து விட்டார்கள்! அவர்கள் இப்போது கோட்பெக்கில் இருக்கிறார்கள்!" என்று கூவினான்.

இதனைக் கேட்ட மறுநொடியே, கோட்லிக்கின் சிசு அவளின் கருவறையில் இருந்து பாய்ந்து வெளியேறியது. அந்த சிசு முழுதாய் வளர்ந்து, உருவம் பெற்றிருந்தது. அந்தச் சிசுதாம் சூரியக்கடவுளின் மகிமைகள் பொருந்திய 'ஹுட்சிலோபோச்ட்லி' ஆவான். தேன்சிட்டுகளின் இறகுகளைத் தன் தலையில் அவன்

அணிந்திருந்தான். தன் கை கால் மூட்டுப்பகுதிகளில் நீலமும் கருப்பும் கலந்து கோடுகளை வரைந்திருந்தான். தனது இடது கரத்தில் நீல வண்ணக் கேடயம் ஒன்றையும், வலது கரத்தில் தனது பிரத்யேக ஆயுதமான தீ நாகத்தையும் அவன் ஏந்தியிருந்தான். அவனது முகமானது மேற்பகுதி கருவண்ணமாகவும் கீழ்ப்பகுதி நீல நிறமாகவும் இருந்தது. அவனது இந்தத் தோற்றம் மிகுந்த அச்சமூட்டுவதாக இருந்தது.

'தீ நாக'த்தின் ஒரே அடியால், கோயோல்சாகியூவை ஹுட்சிலோபோச்ட்லி சுக்குநூறாகச் சிதறச் செய்தான். அந்தத் துண்டுகள் மலைச்சரிவில் பறந்து வீழ்ந்தன. அவை விழுந்த இடத்தில் பிற்காலத்தில் ஹுட்சிலோபோச்ட்லியின் மக்கள் ஒரு கோவிலை எழுப்பினார்கள். தம் கண்ணெதிரிலே தம் சகோதரி சிதறியதைக் கண்ட சென்ட்சோன் ஹுட்ஸ்னாஹுஹாக்கள் தலைதெறிக்க ஓடினர். தீ நாகத்தின் தாக்குதல் கண்டு அவர்கள் மிரண்டு போயிருந்தனர். ஆனால், அவர்களைப் பின் தொடர்ந்த ஹுட்சிலோபோச்ட்லி, கோட்பெக் மலையைச் சுற்றி அவர்களை நான்கு முறை துரத்தி ஓடினான். இந்தத் துரத்தலில் நானூறு சகோதரர்களில் பெரும்பான்மையானவர்கள் அருகிலிருந்த ஏரியில் மூழ்கி இறந்தனர். மீதமிருந்தோரில் பலரைத் தன் தீ நாகத்தின் மூலம் தாக்கிக் கொன்றான் ஹுட்சிலோபோச்ட்லி. அவர்களுள் சிலர் மட்டும் தப்பித்து, 'உட்ஸ்லம்பா' எனும் இடத்திற்கு ஓடினர். அங்கு அவர்கள் தங்கள் ஆயுதங்களை தூர எறிந்துவிட்டு, ஹுட்சிலோபோச்ட்லியிடம் உயிர்ப்பிச்சை கேட்டு மன்றாடினர்.

இவ்வாறுதான், சூரியனைத் தோன்றிடச் செய்யும் மகிமை பெற்ற இளம் வீரன் ஹுட்சிலோபோச்ட்லி உருவாகினான். ஆஷ்டெக்ஸ் இன மக்களை அவனே தோற்றுவித்தான். அவர்களுக்குத் தம் இரகசியப் பெயரையும் அவன் தெரிவித்தான். இதன் மூலம் அவ்வின மக்கள் என்றென்றைக்குமாய் சூரியனின் மக்களாக போற்றப்பட்டு வருகின்றனர்.

ஆப்ரஹாமின் மகன்கள்

ஹீப்ருவின் முற்பிதாவாகிய 'ஆப்ரஹாமி'ன் மகன்கள்தான் 'ஐசக்' மற்றும் 'இஸ்மாயில்'. மூன்று மதங்களாகிய யூத மதம், கிறித்துவ மதம் மற்றும் இஸ்லாம் மதங்களால் பெரிதும் மதிக்கப்படுவர் ஆப்ரஹாம்.

பைபிளில் ஆதியாகமத்தின் பழைய ஏற்பாட்டினில் ஆப்ரஹாம், அவன் மகன்கள் ஐசக் மற்றும் இஸ்மாயில் குறித்த கதை சொல்லப்பட்டிருக்கிறது. ஹீப்ரு மொழியில் 'கடவுள்' எனக் குறிக்கப்படும் 'யாஹ்வே' ஆப்ரஹாமை அழைத்தார். 'மெசப்போடேமியா' இருக்கும் 'உர்' நகரைவிட்டு ஆப்ரஹாமை வெளியேறச் சொன்ன யாஹ்வே, அவரைப் பெயரறியாத புது நிலத்தில் ஒரு புதிய தேசத்தை உருவாக்கச் சொன்னார். அவ்வாறு செய்தால், அதன் பிரதிபலனாய், ஆப்ரஹாமை பல தேசங்களின் தந்தையாகத் தாம் ஆக்கப்போவதாக யாஹ்வே உறுதியளித்தார்.

ஆப்ரஹாமின் மனைவி சாராவிற்கு குழந்தைகளே பிறக்கவில்லை. அவளுக்கு இப்போது தொண்ணூறு வயது. எனவே, அவள் குழந்தைகளைப் பிரசவிக்கும் வயதைக் கடந்து விட்டிருந்தாள். ஆனால், யாஹ்வே உறுதியளித்தவாறு அவளுக்கு ஒரு மகன் பிறந்தான்.

இஸ்மாயிலும் ஆப்ரஹாமின் மகன்தாம். ஆனால், அவன் சாராவின் எகிப்திய ஏவற்பெண்ணான 'ஹகர்' எனும் பெண்ணிற்குப் பிறந்தவனாவான். ஐசக்கின் கதையோடு இஸ்மாயிலின் கதையும் பிணைந்துள்ளது.

சாராவின் மூலமாய் ஆப்ரஹாமிற்குப் பிறந்த மகனான ஐசக்கை தான், கடவுளின் விருப்பத்தின் பேரில் பலியிட வேண்டும் என யூதர்களும் கிறித்துவர்களும் நம்பினர். ஆனால், இஸ்லாமிய நம்பிக்கையின்படி, இஸ்மாயில்தான் ஆப்ரஹாமினால் பலியிடப் படவேண்டும் எனக் கூறப்படுகிறது. மேலும், இஸ்லாமிய பாரம்பரியத்தின்படி, ஏவற்பெண் ஹகரையும் இஸ்மாயிலை வீட்டைவிட்டு வெளியேறும்படி சாரா செய்ததும், ஆப்ரஹாம் அவர்களைக் கொண்டு சென்று தங்கவைத்த இடம்தான், பல நூறு வருடங்களுக்குப் பிறகு 'மெக்கா'வாக மாறியது என நம்பப்படுகிறது. நீரின்றித் தவித்த இஸ்மாயிலின் வேதனையையும், உடனே அவர்களின் முன் அதிசயம் போல் உருவாகிய சுனைநீரான 'சம்-சம்' நீரையும், ஹஜ் யாத்திரைக்காகச் செல்லும் பக்தர்கள் இன்றும் நினைவுகூறுகின்றனர். மெக்காவின் மிகப் பிரபலமான மசூதியின் அருகே இருக்கும் புனித ஸ்தலமான 'காபா'வை ஐசக்கும் இஸ்மாயிலும் தாம் இணைந்து உருவாக்கியதாகவும் இஸ்லாமியர்கள் நம்புகிறார்கள்.

ஐசக்

நான்காயிரம் வருடங்களுக்கு முன்னர், 'உர்' அருகேயுள்ள சுமேரியன் நகரத்தில், ஆப்ரமும் அவன் மனைவி சாரையும் வாழ்ந்து வந்தனர். 'ஆப்ரம்' மற்றும் 'சாரை' தம்பதியினருக்குக் குழந்தைகள் இல்லை.

ஒருநாள், ஆப்ரமின் கடவுளாகிய 'யாஹ்வே' அவனிடம் பேசினார். அப்போது, ஆப்ரமை அவனுடைய மக்களையும் நாட்டையும் விட்டு வெளியேறி, தான் சுட்டிக்காட்டும் நிலத்தில் ஒரு தேசத்தை உருவாக்கி, அதன் தந்தையாக ஆப்ரமை உருவாகச் சொன்னார். எழுபத்தைந்து வயதாகியிருந்த ஆப்ரம், யாஹ்வேயின் கட்டளையை மறுப்பேதுமின்றி ஒப்புக்கொண்டார். தன்னுடைய மாடுகளையும் ஆட்டு மந்தைகளையும் கூட்டிக் கொண்டும், தன் மனைவி சாரையுடன் 'கானான்' எனும் இடத்திற்குப் பயணப்பட்டார். அவ்விடம் எகிப்திற்கும் சிரியாவிற்கும் இடையே அமைந்துள்ளது.

அங்கே மீண்டும் தோன்றிய யாஹ்வே, கானான் நிலத்தை ஆப்ரமுக்கே தான் கொடுத்துவிட்டதாய் அறிவித்தார். மேலும், அந்நிலம் ஆப்ரமுக்கும், அவன் குழந்தைகளுக்கும், அந்தக் குழந்தைகளின் குழந்தைகளுக்கும் உரியதாகும் என அந்நிலத்திற்கு ஆப்ரமின் சந்ததியினரே உரிமைபட்டவர்கள் என அவர் உறுதியளித்தார்.

எனவே, ஆப்ரமும் அவன் மனைவி சாரையும் கானானில் வாழத் துவங்கினர். தமது ஆட்டு மந்தையிடையேயும், இடையர்களின் குடும்பங்களின் இடையேயும் அவர்கள் வாழ்ந்து வந்தனர். தன் கடின உழைப்பால் ஆப்ரம் தன் கால்நடைகளின் எண்ணிக்கையைப் பெருகச் செய்தார். இப்போது ஆப்ரம் தொண்ணூற்றி ஒன்பது வயதுடைய முதியவனாகவும், அவன் மனைவி சாரை முதியவளாகவும் ஆகியிருந்தனர். அதுநாள்வரையிலும் அவர்களுக்குக் குழந்தைகள் ஏதும் பிறக்கவில்லை. அதற்கான நம்பிக்கையையும் அவர்கள் இழந்து விட்டிருந்தனர்.

ஒருநாள், யாஹ்வே மீண்டும் ஆப்ரமின் முன் தோன்றினார். முதலில் ஆப்ரமின் பெயரை 'ஆப்ரஹாம்' என அவர் மாற்றினார். அதன் பொருள் 'பல நாடுகளின் தந்தை' என்பதாகும். மேலும், சாரையின் பெயரை 'சாரா' எனவும் மாற்றினார். அதன் பொருள் 'இளவரசி' என்பதாகும். மிக விரைவில் ஆப்ரஹாம் - சாரா தம்பதியினருக்கு ஒரு மகன் பிறப்பான் எனக் கடவுள் உறுதியளித்தார்.

இதனைக் கேட்டு வியப்படைந்த ஆப்ரஹாம் சிரித்தார். நூறு வயதாகும் தனக்கும், தொண்ணூறு வயதாகும் சாராவிற்கும்

இனியெப்படி குழந்தை பிறக்கும் என அவர் எண்ணினார். ஆனால், யாஹ்வே ஆப்ரஹாமைச் சமாதானம் செய்தார். மிகச் சீக்கிரத்தில் அவர்களுக்கு ஒரு மகன் பிறப்பான் எனவும், அவனுக்கு 'ஐசக்' எனப் பெயரிடுமாறும் அவர் கூறினார்.

மற்றொரு நாள், ஆப்ரஹாம் தன் கூடாரத்தின் வெளியே அமர்ந்திருந்தபோது, யாஹ்வே மீண்டும் அவர்முன் தோன்றினார். தலையை உயர்த்திப் பார்த்த ஆப்ரஹாம், தன் முன் மூன்று ஆண்கள் நிற்பதைப் பார்த்தார். அவர்களை வரவேற்ற ஆப்ரஹாம், அவர்களின் பாதங்களைக் கழுவிச் சுத்தம் செய்தார். தயிரும் இறைச்சியும் பாலும் கொடுத்து அவர்களை உபசரித்தார்.

அந்தப் பயணிகள், "உன் மனைவி சாரா எங்கே?" என விசாரித்தனர்.

"கூடாரத்தின் உள்ளே இருக்கிறாள்" எனப் பதிலளித்தார் ஆப்ரஹாம்.

"விரைவில் அவளுக்கு ஒரு குழந்தை பிறக்கப் போகிறது" என அவர்களுள் ஒரு பயணி கூறினார்.

இந்த உரையாடலைக் கூடாரத்தின் உள்ளிருந்து சாரா கேட்டுக் கொண்டிருந்தாள். "எனக்கெப்படி குழந்தை பிறக்கும்? ஒரு குழந்தையை பெற்றெடுக்கும் வயதை நான் என்றோ கடந்து விட்டேனே!" என எண்ணிய சாரா, தன்னையும் அறியாமல் சிரித்தாள்.

சிரிப்பொலியைக் கேட்ட பயணிகள், "எதற்காக சாரா சிரிக்கிறாள்? இறைவனால் நிகழ்த்த முடியாதது என எதுவேனும் உண்டோ?" என வினவிய அவர்கள், சாரா நிச்சயமாய் மகனைப் பெற்றெடுப்பாள் என மீண்டுமொருமுறைச் சொல்லிச் சென்றனர்.

யாஹ்வே உறுதி கூறியபடியே சாரா ஆப்ரஹாமின் மகனைப் பெற்றெடுத்தாள். யாஹ்வே கூறியபடியே அவனை 'ஐசக்' எனப் பெயரிட்டு அழைத்தனர்.

மகன் பிறந்ததில் சாரா மிகுந்த மகிழ்வுற்றாள். "எனது இத்தனை முதிய வயதில் எனக்கொரு மகன் பிறந்திருக்கிறான்.

நான் இப்போதுதான் உண்மையான மகிழ்ச்சியைக் கண்டடைந்துள்ளேன்!" என அவள் கூறினாள்.

மிகுந்த அன்புடனும் கவனிப்புடனும் ஐசக்கை அவன் பெற்றோர் வளர்த்தனர். அவர்களுக்கு அவன்தான் அனைத்துமாக இருந்தான்.

ஐசக் சிறுவனாக இருந்தபோது, ஒருநாள் மீண்டும் ஆப்ரஹாமின் முன் தோன்றினார் யாஹ்வே. "ஆப்ரஹாம்!" என அவர் அழைத்தார்.

"இருக்கிறேன் இறைப்பெருந்தகையே!" எனப் பதிலளித்தார் ஆப்ரஹாம்.

"ஆப்ரஹாம்! நீ மிகவும் விரும்பும் உன் மகன் ஐசக்கை அழைத்துக்கொள். 'மோரியா' நிலத்திற்கு உன் மகனுடன் செல். அங்கே, நான் குறிக்கும் ஒரு மலையின் உச்சியில், இறைவனுக்கு எரியூட்டப்பட்டக் காணிக்கையாக உன் மகனை அளித்துவிடு!" எனக் கூறினார் யாஹ்வே. ஆப்ரஹாமின் இறைபக்தியை இதன் மூலம் சோதிக்க எண்ணினார் யாஹ்வே. எனவே, ஆப்ரஹாம் தன் பிரியமான மகனைக் கொன்று தனக்கு காணிக்கையளிக்கும்படி யாஹ்வே கட்டளையிட்டிருந்தார்.

யாஹ்வேயின் கட்டளையை நிறைவேற்ற ஆப்ரஹாம் அமைதியாக ஏற்பாடுகள் செய்யத் துவங்கினார். மறுநாள் காலை, தன் கழுதையை ஆப்ரஹாம் சேணம் பூட்டினார். தன்னுடன் இரு உதவியாளர்களை அழைத்துக் கொண்டார். பின்னர், தன் மகனையும் அழைத்துக்கொண்டு, யாஹ்வே முன்னரே கூறியிருந்த காணிக்கையிடப்பட வேண்டிய மலையை நோக்கி ஆப்ரஹாம் பயணமானார்.

ஆப்ரஹாம், ஐசக் மற்றும் இரு உதவியாளர்களும் மூன்று நாட்களுக்குத் தொடர்ந்து பயணித்தார்கள். தனக்கு நிகழப்போகும் விபரீதத்தை அறியாத ஐசக், அந்தப் பயணம் முழுவதிலும் மகிழ்ச்சியாக ஆப்ரஹாமுடன் உரையாடிக்கொண்டே இருந்தான். மூன்று நாட்களின் பிறகு, தாம் தேடி வந்த மலைகளைக் கண்டான் ஆப்ரஹாம்.

தன் உதவியாளர்களிடம், "இங்கேயே கழுதையுடன் காத்திருங்கள்! நானும் என் மகனும் மட்டும் மலையின் உச்சிக்குச் சென்று,

காணிக்கையைச் செலுத்தி வழிபட்டுவிட்டு வருகிறோம்” எனக் கூறினார் ஆப்ரஹாம்.

காணிக்கையை எரியூட்டுவதற்குத் தேவையான விறகுகளை ஆப்ரஹாம் கொண்டு வந்திருந்தார். அவற்றைச் சுமந்துகொண்டு ஐசக்கை அவர் மலையேறச் சொன்னார். நெருப்பையும் கத்தியையும் ஆப்ரஹாமே சுமந்துச் சென்றார்.

சிறிது தூரத்திற்கு ஆப்ரஹாமும் ஐசக்கும் மவுனமாக நடந்தனர்.

பின்னர் ஐசக், “தந்தையே!” என அழைத்தான்.

“சொல் மகனே! என்ன விஷயம்?” என வினவினார் ஆப்ரஹாம்.

“நம்மிடம் காணிக்கை செலுத்துவதற்குத் தேவையான விறகுகளும் நெருப்பும் உள்ளன. ஆனால், காணிக்கை செலுத்தப்பட வேண்டிய ஆட்டுக்குட்டி எங்கே?” எனக் கேட்டான் ஐசக்.

“காணிக்கைக்குத் தேவையான ஆட்டுக்குட்டியை யாஹ்வே அவரே தந்தருள்வார் மகனே!” எனப் பதிலளித்தார் ஆப்ரஹாம்.

பிறகு பயணம் முழுவதும் மலைகளில் அமைதியாகவே அவர்கள் நடந்தனர்.

காணிக்கை செலுத்தப்பட வேண்டிய இடத்திற்குத் தந்தையும் மகனும் வந்து சேர்ந்தனர். அங்கே பலிபீடத்தைத் அமைத்து, அதன் மேல் விறகுகளை அடுக்கினார் ஆப்ரஹாம். பின் தன் மகன் ஐசக்கை வாரியெடுத்து, பலிபீடத்தின் மேல் வைத்த ஆப்ரஹாம், ஆட்டுக்குட்டியைக் கட்டுவதைப் போல் ஐசக்கை அதில் கட்டி வைத்தார். ஐசக்கைக் கொன்று, காணிக்கை அளிப்பதற்காக, மெதுவாக தன் கத்தியை உருவினார் ஆப்ரஹாம்.

அப்போது ஒரு குரல் கேட்டது, “ஆப்ரஹாம்! ஆப்ரஹாம்!” என அக்குரல் விளித்தது.

“நான் இங்கேதான் இருக்கிறேன்!” என்றார் ஆப்ரஹாம்.

“உன் மகனைக் கொன்று விடாதே! நீ இறைவனுக்கு அஞ்சியவன் என்பதை இப்போது நான் உணர்ந்துவிட்டேன். இறைவனிடமிருந்து எதையும் நீ உன்னுடையதாக மறைத்து

வைப்பவனில்லை. எனவேதான், உன் மகனையும் பலியிடத் துணிந்தாய்'' எனக்கூறிய அந்தக் குரல் தேவனின் குரலாக ஒலித்தது.

ஆப்ரஹாம் தன் தலையை உயர்த்திப் பார்த்தார். அங்கே, புதர்களின் இடையே தன் கொம்புகள் சிக்கிக்கொண்டு ஒரு ஆட்டுக்கிடா தவிப்பதைக் கண்டார். அந்த ஆட்டுக்கிடாவைப் பிடித்து இழுத்து வந்த ஆப்ரஹாம், தன்னுடைய மகனுக்குப் பதிலாக அந்தக் கிடாவை எரியூட்டப்பட்ட காணிக்கையாக இறைவனுக்குச் செலுத்தினார். இதன் மூலம் ஐசக் காப்பாற்றப்பட்டான்.

தேவகுரல் மீண்டும் ஒலித்தது. இறைவனிடமிருந்து ஆப்ரஹாம் எதையும் தனது என மறைத்து வைக்காததால், அவர் தேவனால் ஆசீர்வதிக்கப்படுகிறார். மேலும், வானில் இருக்கும் நட்சத்திரங்களைப் போலவும், கடற்கரையில் குவிந்து கிடக்கும் மணற்துகள்கள் போலவும் எண்ணிலடங்கா குழந்தைகள் ஆப்ரஹாமிற்குப் பிறக்கும் எனவும், அவர்களே இந்த உலகை ஆட்சி புரிவார்கள் எனவும் அக்குரல் ஆப்ரஹாமை ஆசீர்வதித்தது.

யாஹ்வே உறுதியளித்தபடியே 'ஏசாயு' மற்றும் 'ஜேக்கப்'பின் தந்தையானான் ஐசக். 'இஸ்ரேல்' எனப் பின்னாட்களில் அழைக்கப்பட்ட ஜேக்கப்பிற்கு பன்னிரெண்டு மகன்கள் பிறந்தனர். இந்தப் பன்னிரெண்டு மகன்களிடம் இருந்தும் இஸ்ரேலின் அனைத்துக் குடிகளின் மக்களும் தோன்றினர்.

இஸ்மாயில்

தன் கடவுள் யாஹ்வேவின் கட்டளையை ஏற்று ஆப்ரம் தன் மனைவி சாரை மற்றும் தன் கால்நடைகளான மாடுகள் மற்றும் ஆடுகளுடன் 'கானான்' நிலத்திற்குக் குடி பெயர்ந்தான். அந்நிலம் ஆப்ரமிற்கும் அவனது குழந்தைகளுக்கும், குழந்தைகளின் குழந்தைகளுக்கும் என ஆப்ரமின் சந்ததியினருக்கே உரிமையானது என இறைவனால் உறுதி கூறப்பட்டது.

ஆப்ரமின் மனைவி சாரைக்குக் குழந்தைகளே பிறக்கவில்லை. தனக்குக் குழந்தைகளே பிறக்கப்போவதில்லை என அஞ்சிய சாரை, தன் ஏவற்பெண் 'ஹகர்' மூலம் ஆப்ரமிற்கு ஒரு

குழந்தையை உண்டாக்க எண்ணினாள். அந்நாளில் இம்முறை ஒரு சடங்காகவும் இருந்தது.

ஆனால், ஹகர் கருவுற்றதும், தன் எஜமானி சாரையை விடவும் தான் உயர்ந்தவள் எனக் கர்வம் கொள்ளத் துவங்கினாள்.

இது சாரையை மிகுந்த கோபமடையச் செய்தது. ஹகரின் இந்தப் போக்கு குறித்து சாரை ஆப்ரமிடம் புகார் கூறினார். ஹகர் எப்போதும் சாரையின் ஏவற்பெண்தான் என ஆப்ரம் சாரையிடம் உறுதி கூறினார். மேலும், ஹகரால் சாரையிடமிருந்து எந்தச் சலுகையையும் தட்டிப்பறிக்க முடியாது எனவும் அவர் உறுதி கூறினார்.

எனினும், சாரையின் கோபத்திற்கு அஞ்சிய ஹகர், வனத்தினுள் ஓடி மறைந்தாள். அங்கே ஒரு நீர்ச்சுனையின் அருகில் அவள் ஓய்வெடுத்தபோது, யாஹ்வேவின் தேவதை அவளைத் தேடி வந்தது. “நீ எங்கிருந்து வருகிறாய்? எங்கு செல்கிறாய்?” என அந்தத் தேவதை ஹகரைக் கேட்டது.

தான் யார் என்பதை தேவதைக்கு விளக்கிய ஹகர், சாரையின் கோபத்திற்கு அஞ்சியே தான் ஓடுவதையும் கூறினாள். அவளைத் தேற்றிய தேவதை, “உனக்கொரு மகன் பிறப்பான். ‘இஸ்மாயில்’ என அவன் அழைக்கப்படுவான்!” எனக் கூறியது. மேலும், ஹகரை சாரையிடம் திரும்பிச் செல்லச் சொன்னது தேவதை.

அதன்படியே ஹகர் தன் எஜமானியிடம் சென்றாள். இந்தக் காலக்கட்டத்தில் அவளுக்கு ஒரு மகன் பிறந்திருந்தான். அந்த மகனுக்கு யாஹ்வே கூறியபடியே இஸ்மாயில் எனப் பெயரிட்டான் ஆப்ரம். அப்போதே ஆப்ரம் எண்பத்து ஆறு வயது நிரம்பிய முதியவனாக இருந்தார்.

ஆப்ரமிற்கு நூறு வயது ஆனபோது, யாஹ்வே அவன் முன் தோன்றி அவன் பெயரை ‘ஆப்ரஹாம்’ எனவும், அவன் மனைவியின் பெயரை ‘சாரா’ எனவும் மாற்றினார். மேலும் ஆப்ரஹாமிற்கும் சாராவுக்கும் ஒரு மகன் பிறப்பான் எனவும், அவனுக்கு ‘ஐசக்’ எனப் பெயரிடுமாறும் யாஹ்வே கூறினார்.

ஆப்ரஹாம் தன் மகன் இஸ்மாயிலை மிகவும் விரும்பினார். எனவே “இஸ்மாயிலின் நிலை என்ன?” என ஆப்ரஹாம்

வினவியபோது, யாஹ்வே இஸ்மாயிலை என்றும் தாம் மறக்கப்போவதில்லை என உறுதியளித்தார். ஏனெனில், இஸ்மாயில் ஆப்ரஹாமின் பிரியமான மகன் என்பதை யாஹ்வேவும் அறிந்திருந்தார். “இஸ்மாயில் பன்னிரெண்டு தேசங்களின் தந்தையாக உருவாகுவான்!” என ஆப்ரஹாமிற்கு அவர் உறுதியளித்தார்.

மிகச் சீக்கிரத்தில், சாரா ஐசக்கினை ஈன்றெடுத்தாள். ஐசக்கின் மீதும் தன் பிரியத்தைக் கொட்டினார் ஆப்ரஹாம். எனினும், ஆப்ரஹாம் இஸ்மாயிலின் மீது கொண்டிருந்த அன்பைக் கண்டு சாரா பொறாமையுற்றார்.

ஒருநாள் இஸ்மாயில் தன் குழந்தை ஐசக்குடன் விளையாடுவதை சாரா கண்டார். இந்தக் காட்சியால், மிகுந்த ஆத்திரமுற்ற சாரா நேரே ஆப்ரஹாமிடம் சென்று, “இப்போதே அந்த அடிமைப்பெண்ணையும் அவள் மகனையும் இந்த இல்லத்தை விட்டு வெளியே துரத்துங்கள். உங்கள் வாரிசெனும் உரிமையோடு என் மகனுடன் அவன் விளையாடுவதை நான் அனுமதிக்கவே மாட்டேன்” என்று கத்தினார்.

இதனைக் கேள்வியுற்ற ஆப்ரஹாம் மிகுந்த வேதனையுற்றார். மறுநாள் காலை, ஆப்ரகாம் கொஞ்சம் ரொட்டிகளையும், தோற்பை நீர்க்கலயம் ஒன்றையும் ஹகரிடம் கொடுத்தார். இஸ்மாயிலையும் ஹகரையும் வீட்டைவிட்டு வெளியே அனுப்பினார். அவ்வாறு வெளியேறியபோது இஸ்மாயில் பதின்மூன்றே வயது நிரம்பிய சிறுவனாயிருந்தான்.

மனமொடிந்து, விரக்தியுடன், தன்னுடைய இளம் மகனுடன் ஹகர் வனாந்திரத்தில் சுற்றித் திரிந்தாள். சீக்கிரத்தில், அவர்கள் அனைத்து ரொட்டிகளையும், நீரையும் உண்டும் பருகியும் தீர்த்திருந்தனர். அவர்களிடம் உண்பதற்கும் குடிப்பதற்கும் எதுவுமே இல்லை. ஹகர் சுற்றுமுற்றும் எங்கும் நீரைத் தேடினாள். ஆனால் அவளால், ஓர் ஓடையினையோ, சுனையினையோ, ஒரு கிணற்றையோகூடக் காண முடியவில்லை. பசியால் சோர்ந்து போயிருந்த இஸ்மாயில், பாலையின் கடும் வெப்பத்தினாலும், கொடும் தாகத்தினாலும் இறக்கும் தருவாயில் இருந்தான்.

இறுதியாக, ஹகர் இஸ்மாயிலை கடும் வெயிலில் இருந்து காக்க, ஒரு புதரின் மறைவில் அமரச் செய்தாள். "என் மகன் இறப்பதை என்னால் காண இயலாது!" என மிகுந்த வேதனையுடன் கூறிய ஹகர், பெருகும் கண்ணீருடன் அவனிடமிருந்து தொலைவாய் சென்று அமர்ந்தாள்.

ஆனால், குழந்தை இஸ்மாயிலின் குரலைக் கேட்ட யாஹ்வே, தன் தேவதையை ஹகரிடம் அனுப்பித்தார். "ஏன் அழுது கொண்டிருக்கிறாய் ஹகர்? கவலையுறாதே! உன் குழந்தை இஸ்மாயிலை இறைவன் கண்டுகொண்டார். அவன் குரலைக் கேட்டும் விட்டார். வா ஹகர்! உன் குழந்தையைத் தூக்கு. அவனை உன்னுடன் சேர்த்து அணைத்துக்கொள்!" என தேவதை ஹகரிடம் கூறியது. மேலும், யாஹ்வேவின் தேவதை இஸ்மாயில் மிகப்பெரிய தேசத்தின் தந்தையாகப் போவதை மீண்டும் ஹகரிடம் உறுதி கூறியது.

ஹகர் தன் கண்களைத் திறந்தாள். தன் எதிரில் நீர்ச்சுனை ஒன்று குமிழியிட்டுக் கொண்டிருப்பதைக் கண்டாள். உடனே ஓடிச்சென்று, தன் தோற்பை நீர்க்கலயத்தில் நீர் நிரப்பினாள். இஸ்மாயிலிடம் ஓடி அவனுக்கு அந்த நீரைப் புகட்டினாள். மெதுவாக, பிரியமாக அந்த நீரை இஸ்மாயிலுக்குக் கொடுத்தாள். நீரைப் பருகிய சிறிதுநேரத்தில் குழந்தை உயிர்பிழைத்து எழுந்தான்.

இஸ்மாயில் குறித்த தன் உறுதிமொழியை யாஹ்வே நிறைவேற்றினார். இஸ்மாயில் வனாந்திரத்தில் சுற்றித் திரிந்தான். வில்வித்தையில் அவன் சிறந்து விளங்கினான். அவனுக்கு எகிப்திய மணமகளை மனைவியாக்கினார் அவனுடைய தாய். அந்தத் தம்பதியினருக்குப் பிறந்த இஸ்மாயிலின் பன்னிரெண்டு மகன்களும் பன்னிரெண்டு பாலைவன பழங்குடியினக் குழுக்களுக்குத் தந்தையாக்கினார்.

மாயூ

பாலினேசிய புராணங்களிலும் பழங்கதைகளிலும் மிகவும் பிரசித்தி பெற்றவை 'மாயூ'வின் கதைகள். மேற்கூறிய இதிகாசங்களில் கடவுள் போன்ற மதிப்புடையவன் மாயூ. அவன் ஒரு கதாநாயகன், குறும்பன். அவனுடைய குறும்பு செயல்கள் சமூகத்தின் வழக்கங்களில் இருந்து மாறுபட்டு இருக்கும். மேலும், நீதிநெறிப் பழக்கத்தை அனைவருக்கும் வலியுறுத்துவதாகவும் மாயூவின் செயல்கள் இருக்கும். அவனுடைய குறும்புத்தனங்கள் பல நேரங்களில் சிரிப்பை வரவழைப்பதாகவும், சில சமயங்களில் கோபத்தை உண்டாக்கிவிடுவதாகவும்கூட இருந்துவிடுவதுண்டு. ஆனாலும், அவன் செயல்கள் யாவையும் மனித இனத்திற்கு ஏதேனும் நன்மை உண்டாக்குவதாய்தான் முடிவுறும்.

மாயூவின் பராக்கிரமச் செயல்களாக, தற்போது வானம் இருக்கும் உயரத்திற்கு அதனை அவன் உயர்த்தி வைத்ததையும், பரந்து விரிந்த பெருங்கடலில் இருந்து நிலப் பகுதியை மீன்போல் பிடித்து பூமியின் மீது இருத்தியதையும், உலக மக்களுக்கு

பகல் நேரத்தை நீட்டித்துத் தர வானில் உலாவரும் சூரியனை மெதுவாக பயணிக்கச் செய்த செயல்களையும் உதாரணங்களாய் சொல்லி மக்கள் அவனைப் புகழ்ந்து கூறுவர். மேலும், தீயை உண்டாக்கும் ரகசியத்தை மனித இனத்திற்குப் பயிற்றுவித்தது மாயூதான் எனவும் நம்பப்படுகிறது. இந்த வித்தையை மாயூ தன் மூதாதையாரான 'மாயூகா'விடம் இருந்து தந்திரமாக கற்றுக் கொண்டான்.

மாயூவின் முழுமையான, விளக்கமான புராணக்கதைகள் நியூசிலாந்தின் 'மவோரி' மக்களிடையே இன்றும் சிலாகிக்கப்பட்டு வருகின்றன.

மாயூவின் பிறப்பு

'தாரங்கா'வின் குழந்தை நிர்ணயிக்கப்பட்ட பிரசவ நாளின் முன்னரே, குறைப்பிரசவமாய் பிறந்தது.

அவன் கடற்கரையின் ஓரத்தில் பிரசவிக்கப்பட்டான்.

முழு உருவம் பெறும் முன்னரே ஜனித்துவிட்ட தன் குழந்தையைக் கண்டு தாரங்கா அஞ்சினாள். எனவே, தன் முடிக்கற்றையை அறுத்த தாரங்கா, அதனுள் தன் குழந்தையைப் பொதிந்தாள். பின்னர் அதனை கடலின் அலையோட்டத்தில் எறிந்தாள். இவ்வாறாய் தன் மகனை 'டங்காரோ' பெருங்கடலின் அலைகளிடம் தன் குழந்தையை ஒப்படைத்தாள் தரங்கா.

டங்கோரா கடல் அந்த சிசுவைத் தன்னுள் இழுத்துக் கொண்டது. கடற்பாசியானது சிசுவைத் தன் தழைகளுக்குள் பொதிந்து வைத்து இங்கும் அங்குமாய் தாலாட்டியது. மென்காற்று சிசுவை மீண்டும் கரை நோக்கித் தள்ளியது. எனவே டங்கோராவின் மணற்கரையில் வந்து விழுந்தது குழந்தை. அங்கே அவனைக் கண்டெடுத்த ஜெல்லி மீன்கள், அவன் உடலைத் தம் உடல்களால் சுற்றி மறைத்தன. ஆனால், ஈக்களும் பறவைகளும் அவனைச் சுற்றி மொய்க்கத் துவங்கின. ஏனெனில், குழந்தை கடற்கரையோரத்தில் கிடந்ததால் அவன் இறந்ததும் அவன் உடலை உண்ணலாம் என அவை எதிர்பார்த்தன. ஆனால், அவ்வழியே வந்த, 'டேம்-நியூ-கே-டி-ரங்கி' எனும் முதியவர் ஜெல்லி மீன்களைச் சுற்றிக்

கூடியிருந்த ஈக்களையும் பறவைகளையும் கண்டுத் திகைத்தார். தம்மால் இயன்றவரை வேகமாக ஓடிய முதியவர் குழந்தையின் அருகில் வந்தார். ஜெல்லி மீன்களின் உடல்களைப் பிரித்தெடுத்து, உள்ளே பாதுகாப்பாய் இருந்த குழந்தையை அவர் மீட்டார்.

'டேம்-நியூ-டே-டி-ரங்கி' குழந்தையைத் தன் வீட்டிற்குத் தூக்கிச் சென்றார். அங்கே அவனைத் தன் வீட்டின் கூரையின் மிக அருகில் தொங்கும்படி ஒரு தூளியில் கட்டி வைத்தார். இதன்மூலம் குழந்தைக்கு வெப்பமான புகையும், தீயின் சூடும் கிடைக்கச் செய்தார்.

இவ்வாறு டேம்-நியூ-டே-டி-ரங்கி எனும் சாமர்த்தியசாலியின் அன்பால் குழந்தை காப்பாற்றப்பட்டான்.

மாயூ தன் குடும்பத்தைக் கண்டடைதல்

பருவகாலங்கள் பல உருண்டோடின. குழந்தை சிறுவனாக உருமாறினான். அவன் மிகுந்த புத்திசாலியாக இருந்தான். அறிவான முதியவர் டேம்-நியூ-டே-டி-ரங்கி போலவே நிலத்திலும் ஆகாயத்திலும் இருந்த அனைத்து மாயதந்திரங்களையும் குழந்தையும் கற்றுத் தேர்ந்திருந்தான்.

ஒருநாள் அவனை அழைத்த டேம்-நியூ-டே-டி-ரங்கி, "இனி நீ சென்று உன் குடும்பத்துடன் சேரலாம்! என்னுடன் உன் காலம் முடிவடைந்துவிட்டது" என்றார்.

ஆதலால், டேம்-நியூ-டே-டி-ரங்கியினைப் பிரிந்தான் மாயூ.

இரவும் பகலுமாய் அவன் பயணம் மேற்கொண்டான். நிலத்தின் மீதான பயணம் கடுமையாக இருந்தபோது, ஒரு பறவையாக உருமாறி அவன் பறந்தபடியே அந்நிலத்தைக் கடந்தான். இந்த முறையில் பயணித்து அவன் தனது தாயினையும், உறவினர்களையும் தன் சகோதரர்களையும் அடைந்தான். அவர்கள் சபையொன்றில் நடனமாடியபடி இருந்தனர்.

சபையினுள் மெல்லத் தவழ்ந்து சென்ற குழந்தை அங்கு தனது நான்கு சகோதரர்களும் அமர்ந்திருப்பதைக் கண்டான். மெதுவாக அவர்களின் பின்னால் ஊர்ந்து சென்ற அவன், தன் சகோதரர்களுடன் அமர்ந்து கொண்டான். சபையில் நடைபெறும்

நடனத்தில் பங்குகொள்ள தன் குழந்தைகளை அழைக்க வந்த அவர்களின் தாய் தாரங்கா, அங்கு தன் குழந்தைகளுடன் கூடுதலாய் ஒரு குழந்தை இருப்பதைக் கண்டாள். சப்தமாய் அவர்களை எண்ணத் துவங்கினாள். "ஒன்று - மாயூ-தாஹா, இரண்டு - மாயூ-ரோடோ, மூன்று - மாயூ-பே, நான்கு - மாயூ-வாஹோ". பிறகும் ஒரு குழந்தை எண்ணிக்கையில் மீதமாய் இருந்தது.

"மற்றுமொரு குழந்தை? ஐந்தாவது குழந்தை எங்கிருந்து வந்தது?" என வியப்புற்றாள் தாரங்கா.

"நானும் உங்கள் குழந்தைதான். என் பெயர், குழந்தை மாயூ" என்று அந்தச் சிறுவன் கூறினான்.

மீண்டும் அவர்களை எண்ணத் துவங்கினாள் தாரங்கா, "மாயூ-தாஹா, மாயூ-ரோடோ, மாயூ-பே, மாயூ-வாஹோ! அவ்வளவே! நான்கே குழந்தைகள்தாம்! இவர்கள் நால்வர்தான் இருக்க வேண்டும். ஐந்தாவது குழந்தையான நீ யார்?" என வினவினாள் தாரங்கா.

சிறுவன் மாயூ, "நானும் உங்கள் குழந்தைதான்! நான்தான் குழந்தை மாயூ!" என்றான்.

இதைக் கேட்டதும் தாரங்கா ஆத்திரமுற்றாள். "கேள்! நீ எனது குழந்தை இல்லை. நீ வேறு எவருக்கோ சொந்தமான குழந்தை. இந்த நொடியே என் வீட்டைவிட்டு வெளியேறு!" எனக் கத்தினாள்.

அதைக் கேட்டதும் மாயூ, "நன்று. நீங்கள் அவ்வாறு விருப்பப்பட்டால் நான் வெளியேறி விடுகிறேன். ஆனால், நான் உங்கள் குழந்தையாய் இருந்திருக்க வேண்டியவன். நான் கடற்கரையில் பிறந்தேன். உங்கள் கூந்தல் கற்றையில் என்னைச் சுற்றி அலைகளுக்குள் எறிந்தீர்கள். பின்னர், டங்கோரா கடல் என்னைப் பராமரித்தது. கடற்பாசி என்னைத் தாலாட்டியது. மென்காற்று என்னைக் கரைக்குக் கொண்டுவந்தது. டேம்-நியூ-கே-டி-ரங்கி என்னை அவர் வீட்டிற்குக் கொண்டு சென்றார். நான் வெப்பத்துடன் இருக்க வீட்டுக்கூரையின் அருகில் தூளி கட்டி என்னைக் கிடத்தினார். பிறகு நான் வளர்ந்தேன். இந்த

பெருமைமிக்கச் சபையைப் பற்றி அறிந்து, உங்களைத் தேடி இங்கு வந்தேன். நான் உங்களுக்குள் இருந்த நாள் முதலாய் என் சகோதரர்களை நான் அறிவேன்" எனக் கூறிய மாயூ, தன் சகோதரர்களின் பெயர்களை ஒப்புவித்தான். "இவன் மாயூ-தாஹா, இவன் மாயூ-ரோடோ, இவன் மாயூ-பே, இவன் மாயூ-வாஹோ, நான் குழந்தை மாயூ" என்றுக் கூறி முடித்தான் அவன்.

இத்தனைத் தெளிவாக மாயூ பேசியதைக் கண்ட தாரங்கா, அவனை முழுதுமாய் நம்பினாள். தன் இரு கரங்களையும் விரித்து, அவனை அணைத்துக் கொண்டாள். "நீ என் மகன்தான். என் சிறு மகன் நீ. என் இளைய மகன்!" என அவள் கண்ணீர் பெருக்கினாள். மேலும் அவனுக்கு "மாயூ-டிகிடிகி-யா-தாரங்கா" எனப் பெயரிட்டாள். அதன் பொருள், "மாயூ - தாரங்காவின் உச்சிக்கொண்டையில் உருவானவன்" என்பதாகும். அன்றிலிருந்து அப்பெயரே அவனுக்கு நிலைத்திருந்தது.

தாரங்கா மாயூவை அழைத்து, "வா, என் சிறு மகனே! உன் தாயாகிய என்னுடன் வந்து உறங்கு. நான் உன்னை அணைத்து, கொஞ்சி, முத்தமிட்டு உறங்கவைக்க விரும்புகிறேன்!" என்றாள். உடனே சிறுவன் மாயூ தன் தாயிடம் ஓடிச்சென்று அன்றைய இரவு உறங்கினான்.

இதைக் கண்ட அவன் சகோதரர்கள் பொறாமையுற்றனர். "நம் தாய் எந்நாளும் நம்மை அவருடன் உறங்க அழைத்ததே இல்லை. அவள் வளர்த்த குழந்தைகள் நாம். ஆனால், எப்போதுமே நம்மை அணைத்துக்கொண்டு உறங்கிட அவள் அழைத்ததில்லை. ஆனால், அவள் மகனாய் இருப்பதற்கான சாட்சியங்கள் சரிவர இல்லாத ஒரு அந்நியச் சிறுவனை தன்னுடன் உறங்க அவள் அழைப்பது ஏன்?" என அவர்கள் தங்களுக்குள் கேட்டுக் கொண்டனர்.

இதைக் கேட்ட மூத்த சகோதர்கள் இருவர், "நம் தாய் அவனை அழைத்ததைக் கண்டு கவலைப்படாதீர்கள். அவனிடம் நாம் அன்பாய் இருப்போம். அவனே நம் இளைய சகோதரனாய் இருக்கட்டும். ஒருவருடன் ஒருவன் சண்டையிட்டுக் கொள்வதை விட நாம் அனைவரும் ஒற்றுமையுடன் அன்பாய் இருப்பதே நல்லது. எனவே, அந்தச் சிறுவனுடன் நாம் நேசம் பாராட்டுவோம்.

அவனை நம் கடைசி சகோதரனாய் ஏற்றுக்கொள்வோம்!” என அறிவுரை கூறினர்.

இதைக் கேட்ட மற்ற சகோதரர்களும் மனம் மாறினர். சண்டை இட்டுக் கொள்வதைவிட அன்பாய் இருப்பதே உத்தமம் என அவர்களும் எண்ணினர். எனவே, “ஆம்! ஆம்! நீங்கள் கூறுவதுதான் சரி! இத்துடன் நம் பொறாமை முடிவுக்கு வரட்டும்!” என அவர்கள் கூறிக்கொண்டனர். இவ்வாறாய் மாயூவை அவர்கள் அனைவரும் ஒருமனதாக இளைய சகோதரனாய் ஏற்றுக் கொண்டனர்.

அன்றைய இரவு சிறுவன் மாயூ தன் தாய் தாரங்காவின் அன்பான அணைப்பில் உறங்கிக் கிடந்தான். ஆனால், மறுநாள் காலை வெகு சீக்கிரத்தில் விழித்த தாரங்கா, அவளின் குழந்தைகள் விழிக்கும் முன்னரே வீட்டிலிருந்து வெளியேறினாள். ஐந்து சிறுவர்களும் கண்விழித்ததும் தம் தாயைத் தேடினர். ஆனால், அவர்களால் அவளைக் கண்டுபிடிக்க முடியவில்லை.

இரவெல்லாம் குழந்தைகளுடன் இருக்கும் தாரங்கா, காலையில் வீட்டிலிருந்து வெளியேறிவிடுவார். இந்த வழக்கத்திற்கு நான்கு சகோதரர்களும் பழக்கப்பட்டிருந்ததால் அவர்கள் இது குறித்து பெரிதாய்க் கவலைப்படவில்லை. ஆனால் சிறுவன் மாயூ மிகுந்த கவலையுற்றான். “என்னால் தாயை எங்குமே காண முடியவில்லை. ஒருவேளை எங்களுக்காக உணவு தயாரிக்க அவள் சென்றிருப்பாளோ?” என மாயூ ஐயமுற்றான். ஆனால், தாரங்காவோ வெகு தொலைவிற்குச் சென்றிருந்தாள்.

அன்றைய இரவு தாரங்கா திரும்பினாள். மீண்டும் மாயூவை அவள் அழைத்தாள். “வா என் மகனே! இன்றைய இரவு என்னுடன் உறங்கு!” என்றாள். மகிழ்வுடன் சென்ற மாயூவும் தன் தாயை அணைத்தபடி உறங்கினான். ஆனால், மறுநாள் காலையில் அவன் விழித்தெழுந்து பார்த்தபோது, அவன் தாய் மாயமாகியிருந்தாள். சிறுவன் மாயூ மீண்டும் கவலையுறத் துவங்கினான்.

ஒவ்வொரு இரவும் தாரங்கா தன் குழந்தைகளிடம் வருவதும், காலையாகியதும் மறைந்துவிடுவதுமாய் இது தொடர்ந்து

நிகழ்ந்தது. இறுதியாக, தன் தாய் எங்குதான் செல்கிறாள் என்பதைக் கண்டுபிடிக்க முடிவு செய்தான் சிறுவன் மாயூ.

எனவே, ஓர் இரவு அவன் தாயும் நான்கு சகோதரர்களும் நன்கு உறங்கிய பிறகு, மாயூ விழித்தெழுந்தான். தன் தாயின் மேலங்கி, இடுப்புப் பட்டை மற்றும் அவள் ஆடைகள் அனைத்தையும் எடுத்து மாயூ மறைத்து வைத்தான். பின்னர் அவன் கதவுகளையும் ஜன்னல்களையும் இறுக்கமாகப் பூட்டினான். மேலும் அவற்றில் இருந்த அனைத்துப் பிளவுகளையும் துளைகளையும் அவன் அடைத்தான். இதன் மூலம் விடியலின் ஒளி அவன் வீட்டிற்குள் நுழைவதை அவன் தடுத்தான். விடியலைக் காண முடியாத தன் தாய் விழித்தெழ மாட்டாள் சிறுவன் மாயூ நம்பினான்.

காலை விடிந்தது. ஆனால், மாயூவின் ஏற்பாட்டினால் சூரிய ஒளியால் வீட்டிற்குள் புக முடியவில்லை. எனவே விடிந்த பின்னரும், மாயூவின் தாயும் சகோதரர்களும் உறங்கியபடியே இருந்தனர். மெல்ல மெல்ல சூரியன் வானில் ஏறியது. முழுதாய் விடிந்து விட்டதும், பளிச்சிடும் ஒளி எங்கும் பரவியது. அப்பொழுதும் அவன் தாயும் சகோதரர்களும் எழவில்லை. மிகத் தாமதமாக, மாயூவின் தாய் விழித்தெழுந்தாள். அதுவரையும் விடியாததால், “முடிவே இல்லாத இரவா இது?” என அவள் ஐயமுற்றாள். தன் ஆடைகள் களவு போயிருப்பதை உணர்ந்த அவள் துள்ளியெழுந்தாள். தன் மேலங்கியையும், இடுப்புப்பட்டையையும் ஆடைகளையும் அவள் தேடினாள். ஆனால், அவற்றை அவளால் கண்டுபிடிக்க முடியவில்லை. வீட்டின் கதவுகளும் ஜன்னல்களும் பூட்டப் பட்டிருப்பதையும் அவள் கண்டாள். உடனே அவள் ஓடிசென்று, கதவுகளிலும் ஜன்னல்களிலும் போடப்பட்டிருந்த தடுப்புகளை அகற்றினாள். பின்னர்தான் அவள், விடிந்திருப்பதையும், சூரியனின் ஒளியால் பகல் உதயமாகி இருப்பதையும் கண்டாள்.

உடனே தாரங்கா மிகுந்த வேதனையுற்றாள். ஒரு பழைய மேலாடையை அணிந்துகொண்டு, கதவைத் திறந்து அவள் வெளியில் ஓடினாள்.

தன் தாய் வீட்டிலிருந்து வெளியேறுவதைக் கண்டதும், மாயூ தன் படுக்கையில் இருந்து துள்ளியெழுந்தான். கதவின் வழியாக வெளியே எட்டிப் பார்த்தான். தன் தாய் நிலத்திலிருந்து

புல்கற்றையைப் பிடித்துத் தூக்குவதையும், அந்தப் புல் கற்றையின் கீழே ஒரு பெரிய பொந்து இருப்பதையும் அவன் கண்டான். அவன் தாய் அதனுள் குதித்தாள். பின்னர் அந்தப் புல் கற்றையை ஒரு மூடி போல பொந்தின் மீது பலமாகத் தட்டி மூடிவிட்டு, அவள் மறைந்து போனாள். உடனே, அந்த இடத்திற்கு மாயூ ஓடிச்சென்றான். அந்தப் புல் கற்றையை அவனும் அகற்றிப் பார்த்தான். பொந்து போல் விரிந்த அந்த பாதாளத்திற்குள், ஒரு நீளமான பாதை இருப்பதையும் அப்பாதை பூமிக்குள் செல்வதையும் கண்டு அவன் வியந்தான்.

மீண்டும் வீட்டிற்கு ஓடிச்சென்ற மாயூ தன் சகோதரர்களை எழுப்பினான். அவர்களிடம், "எழுந்திருங்கள்! எழுந்திருங்கள்! பாருங்கள், நம் தாய் மீண்டும் மாயமாகி விட்டாள்!" என்றான். மேலும், தன் தாய் மாயமாகிய புல் கற்றை மூடிய பொந்து பற்றியும் அவன் தன் சகோதரர்களிடம் கூறினான். "நம் தாயும் தந்தையும் எங்கு வாழ்கிறார்கள் என உங்களுக்குத் தெரியுமா?" எனச் சிறுவன் மாயூ தன் சகோதரர்களிடம் வினவினான்.

"எங்களுக்கு எப்படி தெரியும்? நாங்கள் அவ்விடத்தைக் கண்டதேயில்லை. மேலும் அது குறித்து நாம் ஏன் கவலைப்பட வேண்டும்? நாம் இங்கு மகிழ்ச்சியாய்தானே இருக்கிறோம். எங்களுடன் நீயும் மகிழ்வாய் இங்கேயே இரு. வேறெதையும் குறித்து கவலைப்படாதே!" என்று அவனுடைய மூத்த சகோதரர்கள் பதிலளித்தனர்.

ஆனால், சிறுவன் மாயூவால் மகிழ்வாய் இருக்க முடியவில்லை. தன் தாயும் தந்தையும் வாழும் இடம் குறித்து அறிந்துகொள்ள அவன் விரும்பினான்.

"நன்று! அப்படியானால் நீயே தனியாகச் சென்று அவர்களின் இருப்பிடத்தைக் கண்டுபிடி!" என அவன் சகோதரர்கள் கூறினர்.

எனவே அதுநாள்வரை தான் கற்றுத் தேர்ந்திருந்த அனைத்து மாயத்தந்திரங்களையும் உபயோகப்படுத்தி, சிறுவன் மாயூ தன்னைத்தானே ஓர் அழகான புறாவாக உருமாற்றிக் கொண்டான். பின்னர், தன் தாய் சென்று மறைந்த அந்தப் பொந்துக்குள் அவனும் பறந்து சென்றான். மேலும், மேலும், உள்ளே, உள்ளே, புறாவாகிய மாயூ பறந்துகொண்டே இருந்தான். சில

இடங்களில் மிகவும் குறுகிப்போயிருந்த பாதை, சில இடங்களில் பரந்து, விரிந்து அழகாய்த் தோற்றமளித்தது. மிகக் கடைசியாக, மிகத் தொலைவில், சிறுவன் மாயூ ‘மானாபாவ்’ மரங்களின் சோலையைக் கண்டான். அந்த மரங்களின் கீழே சில மனிதர்கள் இருப்பதையும் அவன் கண்டான்.

பறந்து சென்று அந்தச் சோலையை அடைந்தான் மாயூ. மக்கள் கீழே அமர்ந்திருந்த மரத்தின் கிளையில் சென்று அவனும் அமர்ந்தான். அங்கே மரத்தின் கீழே, அவன் தன் தாயையும் தந்தையையும் கண்டான். மக்கள் அவ்விருவரையும் பெயர்களிட்டு அழைத்தபோது, அவர்கள்தாம் தன் பெற்றோர் என மாயூ உறுதி செய்து கொண்டான்.

எனவே, மரத்தின் சில கிளைகள் கடந்து கீழே துள்ளி வந்தான். பின்னர், மரத்திலிருந்த பெர்ரி கனியொன்றை தன் அலகினால் கொத்தி, அந்த பெர்ரியை மிக நாசூக்காகத் தன் தந்தையின் மீது போட்டான். அவன் தந்தை அந்தக் கனியைத் தட்டிவிட்டார். “ஒன்றுமில்லை! மரத்திலிருந்து ஒரு பெர்ரி என் மேலே விழுந்துவிட்டது!” என அவர் மாயூவின் தாயிடம் கூறினார்.

ஆனால் மாயூவோ, மேலும் சில பெர்ரிக்களைக் கொத்தித் தன் தாயின் மீதும் தந்தையின் மீதும் பலமாகப் படுமாறு போட்டுக் கொண்டே இருந்தான். தொடர்ச்சியாய் கனிகள் விழுந்து கொண்டே இருந்ததும், அவர்கள் தலையை உயர்த்தி மரத்தின் மேலே பார்த்தனர். மரத்திலிருந்து கனிகளைப் பறித்து எறிபவர் யாரெனக் காணும் ஆவலுடன் அவர்களுடன் இருந்த மக்களும் துள்ளியெழுந்து வந்தனர். அங்கே அவர்கள் புறாவான மாயூவைக் கண்டனர்.

உடனே மக்கள் புறாவைத் துரத்த கற்களை விட்டெறிந்தனர். ஆனால், அவர்களால் புறாவைத் தாக்கவே முடியவில்லை.

பின்னர், மாயூவின் தந்தை ஒரு கல்லை எடுத்து, புறாவின் மீது விட்டெறிந்தார். அந்தக் கல் மிகச்சரியாகப் புறாவின் இடதுகாலில் பட்டது. உடனே தன் சிறகுகளை அடித்தபடி புறா கீழே விழுந்தது. தன் தந்தை எறியும் கல்லால் மட்டுமே தான் தாக்கப்பட வேண்டும் என மாயூவும் விரும்பினான்.

அவ்வாறே நிகழ்ந்தது. இல்லையெனில், அவனை எந்தக் கல்லும் தாக்கியிருக்க முடியாது.

துடித்துக்கொண்டிருந்தப் பறவையை அள்ளியெடுக்க மக்கள் ஓடினர். ஆனால், புறா திடீரென ஒரு சிறுவனாக உருமாறியது. இதைக் கண்டதும் மக்கள் மிரண்டனர். "நாம் கற்கள் எறிந்தபோதும் அவன் பறக்காது இருந்தது, அவன் ஒரு சிறுவனாய் இருந்ததால் தான்!" என மக்கள் கூவினர்.

"இவன் ஒரு சிறுவன்!" என்றனர் சிலர்.

"இல்லை! இவன் கடவுள் போன்றவன். இவனைப் பாருங்கள்! இவனைப் போன்ற ஒருவனை இதுவரை நாம் கண்டதே இல்லை!" என்றனர் சிலர்.

"என் குழந்தைகளை ஒவ்வொரு இரவிலும் நான் காணச் செல்லும்போதும், இவனைப் போன்றே ஒருவனை நான் காண்கிறேன்!" என்றாள் தாரங்கா. மேலும், தன் கணவரிடமும், நண்பர்களிடமும் குழந்தை மாயூவின் கதையை அவள் கூறினாள்.

பின்னர் அவள் மாயூவிடம் வந்தாள். "நீ எங்கிருந்து வருகிறாய்? மேற்குத் திசையில் இருந்தா?" என வினவினாள்.

அதற்கு மாயூ, "இல்லை!" எனப் பதிலளித்தான்.

மீண்டும் தாரங்கா வினவினாள், "வடகிழக்கில் இருந்தா? தென்கிழக்கில் இருந்தா? தெற்கில் இருந்தா வருகிறாய்?"

அதற்கும் மாயூ, "இல்லை!" எனக் கூறினான்.

பின்னர் தாரங்கா, "வீசுகின்ற காற்றா உன்னை இங்கே கொண்டு வந்து சேர்த்தது?" எனக் கேட்டாள்.

உடனே மாயூ, "ஆம்!" எனக் கூறினான்.

"இவன் என் மகன்தான்!" எனக் கதறிய தாரங்கா, "நீதானே மாயூ-தாஹா?" என வினவினாள்.

"இல்லை!" என்றான் மாயூ.

"நீதானே மாயூ-டிகிடிகி-யா-தாரங்கா?" எனக் கேட்டாள்.

"ஆம்!" என்றான் மாயூ.

உடனே அவனைக் கட்டியணைத்த தாரங்கா, அவனை வரவேற்றாள். பின்னர், மாயூவின் தந்தையான 'மாகியா-டு-தாரா'வும் அவனை வரவேற்றார். உடனிருந்தோர் அவனுடைய குறைகளைப் போக்கிப் புனிதப்படுத்தி நற்சடங்குகளைச் செய்ய அவனை அழைத்துச் சென்றனர். இதன் மூலம் தேவர்கள் மாயூவைப் பாதுகாப்பாய் வைத்துக்கொள்வர் என அவர்கள் நம்பினர்.

இவ்வாறாய் மாயூ தன் தாயையும் தந்தையும் கண்டுபிடித்தான்.

முயின்குவா, தேன்சிட்டு மற்றும் இரு குழந்தைகளின் கதை

அமெரிக்காவின் தென் மேற்குப் பகுதியான வடஅரிசோனாவில், தட்டையான உச்சிகளுடன் மூன்று மலைகள் தனித்தனியே இருந்தன. முதல், இரண்டாம், மூன்றாம் 'மெசஸ்' என அவை அழைக்கப்பட்டன. இந்த மலைகளில் 'ஹோபிஸ்' இன மக்கள் ஆயிரக்கணக்கான ஆண்டுகளாய் வாழ்ந்து வந்தனர். பின்வரும் கதையில் குறிப்பிடப்பட்டிருக்கும் 'பழைய ஒராய்பி' எனும் கிராமமானது மூன்றாம் மெசஸில் அமையப்பட்டுள்ளது. மேலும், தற்போதும் மக்கள் வாழ்ந்து வரும் பழம்பெரும் கிராமமாக இக்கிராமம் இன்றும் அமெரிக்காவில் உள்ளது.

நீண்ட நெடுங்காலத்தின் முன்னர், வருடக்கணக்கில் மழை பொழியாத காரணத்தால் 'ஒராய்பி' மக்கள் பட்டினியால் வாடினார்கள். மழைநீர் இல்லாததால் அவர்களால் சோளம்

பயிரிட முடியவில்லை. முந்தைய வருடங்களின் அறுவடைகளின் மூலம் அவர்கள் சேமித்திருந்த சோளக் கதிர்களையும் உண்டு முடித்திருந்தனர். எனவே, பஞ்சத்தில் வாடிய மக்கள் ஒராய்பியை விட்டு வேறு இடங்களுக்குச் செல்லத் துவங்கினர். மிக விரைவில், இரு குழந்தைகளைத் தவிர கிராமத்தைவிட்டு அனைவரும் வெளியேறி இருந்தனர். அந்தக் குழந்தைகள் அண்ணனும் தங்கையும் ஆவர்.

ஒரு நாள் அந்தச் சிறுவனான அண்ணன், தன் தங்கை விளையாடுவதற்காய் ஒரு பொம்மை செய்து கொடுத்தான். சூரியகாந்தி மலரின் தண்டில் இருந்து எடுக்கப்பட்ட நார் கொண்டு ஒரு சிறிய பறவை பொம்மையைச் செய்திருந்தான் அவன். அந்தப் பொம்மையைத் தன் தங்கையிடம் கொடுத்துவிட்டு, சிறுவன் உணவு தேடி வெளியே சென்றான்.

நாள் முழுவதும் அந்தப் பறவையுடன் சிறுமி விளையாடியபடி இருந்தாள். பறவை பொம்மையை பறக்க வைக்கச் செய்வதுபோல், அதை மேலே காற்றில் தூக்கியெறிந்து அவள் விளையாடினாள். இந்த விளையாட்டில், திடீரென, பொம்மைப் பறவைக்கு உயிர் வந்தது. உடனே அது ஒரு தேன்சிட்டென மாறிப் பறந்து போனது.

சிறிது நேரம் கழித்துச் சிறுவன் திரும்பி வந்தான். உண்பதற்கு அவனால் எதையும் கொண்டுவர முடியவில்லை.

பொம்மையில்லாது இருக்கும் தன் தங்கையைக் கண்ட அவன், "நான் உனக்கு விளையாடச் செய்து கொடுத்த பறவை பொம்மை எங்கே?" என வினவினான்.

"அது பறந்து சென்றுவிட்டது!" என்றாள் தங்கை.

உண்பதற்கு ஏதுமில்லாததால் அன்றைய இரவு குழந்தைகள் பட்டினியாக உறங்கச் சென்றனர். ஆனால் மறுநாள் காலை, அந்தச் சிறிய பறவை மீண்டும் வந்தது. அது நேரே சுவற்றில் இருந்த ஒரு திறப்பினுள் சென்றது.

"என் சிறிய பறவை மீண்டும் வந்துவிட்டது!" என ஆனந்தத்தில் கூவினாள் தங்கை.

“எங்கே? எங்கே?” என வியப்பில் கேட்டான் சிறுவன்.

“அந்தச் சுவற்றில் இருக்கும் சிறிய திறப்பினுள் அது சென்றது” என்றுச் சுட்டிக்காட்டினாள் தங்கை. அவளுடைய அண்ணானாகிய அந்தச் சிறுவன் தன் கையை அந்தத் திறப்பினுள் விட்டான். அந்தத் திறப்பின் உட்பாகம் மிகப் பெரியதாக இருந்தது.

சிறுவன் திறப்பினுள் தன் கையை மேலும் நுழைத்துப் பறவையை மிகுந்த கவனத்துடன் தேடினான். ஆனால், பறவையைக் காணவில்லை. ஆனால், அங்கு அவன் சிறிய சோளக்கதிர் ஒன்றைக் கண்டான்.

அந்தச் சோளக்கதிரை அவன் வெளியே எடுத்தான். இரண்டாக அதை உடைத்து, தீயில் சுட்டுக் குழந்தைகள் உண்டனர். அவர்களுடைய பசியும் தீர்ந்தது.

சிறிது நேரம் சென்றதும், சுவற்றின் திறப்பிலிருந்து சிறிய பறவை வெளியே தாவி வந்தது. மறுநாள் இன்னும் பெரிய சோளக்கதிருடன் அது திரும்பி வந்தது. இதையும் குழந்தைகள் இரண்டாக உடைத்துத் தீயில் சுட்டு உண்டனர். மீண்டும் பறவை வெளியே பறந்து சென்றது. மறுமுறை குழந்தைகளுக்காக மேலும் பெரிய சோளக்கதிருடன் அது திரும்பி வந்தது. இவ்வாறு தொடர்ந்து அது நான்கு நாட்களுக்குச் செய்தது. ஐந்தாம் நாள், பறவை எப்போதும் போல் திரும்பி வந்தது. ஆனால், சோளக் கதிர் ஏதும் அது கொண்டு வரவில்லை. சுவற்றிலிருந்தத் திறப்பினுள் சென்ற அது மறைந்து போனது.

தன் கையை கவனமாகத் திறப்பினுள் விட்ட சிறுவன் இந்த முறை பறவையை வெளியே கொண்டு வந்தான். ஆனால், அந்தப் பறவை உயிருள்ள பறவையாக இருக்கவில்லை. அது மீண்டும் பொம்மையாக மாறி விட்டிருந்தது.

பறவையை கவனமாகத் தன் உள்ளங்கையில் வைத்துக்கொண்டான். அதனிடம், “நீ ஒரு உயிருள்ள பறவை. நீ வெளியே சென்று எங்கள் பெற்றோர்களைக் கண்டுபிடிக்க வேண்டும். எங்களை இங்குத் தனிமையில்விட்டு அவர்கள் சென்று விட்டார்கள். உன்னால்தான் அவர்களின் இருப்பிடத்தைக் கண்டுபிடிக்க முடியும். மேலும் எங்களுக்கு உண்பதற்காய் உணவும்

கொண்டுவா. ஏனெனில், நாங்கள் பட்டினியாக இருக்கிறோம். தெற்கு நோக்கிப் பயணித்துச் செல். அங்கே எங்களுடைய பெற்றோரைக் கண்டுபிடித்து எங்களிடம் அழைத்து வா!" என்று சிறுவன் உருக்கமாகக் கூறினான்.

ஆனால், சிறுவனால் பறவையை மீண்டும் பறக்க வைக்க முடியவில்லை. எனவே, தன் தங்கையிடம் எவ்வாறு அதனைப் பறக்க வைத்தாள் என அவன் கேட்டான். பறவையின் சிறகுகளைப் பிடித்துத் தூக்கிய சிறுமி, அதை காற்றில் தூக்கி எறிந்தாள். "இப்படி செய்துதான் நான் அதைப் பறக்க வைத்தேன்!" என்றாள் அவள். அடுத்த நொடியே, பொம்மைப் பறவைக்கு உயிர் வந்தது. தேன்சிட்டாக உருமாறி அது பறந்து சென்றது.

ஒராய்பியின் தென் திசையிலுள்ள 'டு-வானாஷேப்' எனும் இடத்தில் அந்தப் பறவை சிவப்பு மலரொன்றைத் தாங்கிய கள்ளிச்செடியைக் கண்டது.

உடனே கள்ளிச்செடியிடம் பறந்து சென்ற பறவை, வேரோடு அந்தச் செடியைப் பிடுங்கியது. செடியின் கீழே ஒரு திறப்பு இருப்பதை அது கண்டது. அந்தத் திறப்பினுள் அது சென்றது. அங்கே பழங்குடினயினர் தம் மதச்சடங்குகளை நிறைவேற்றும் அறையான 'கிவா'வைக் கண்டது. அந்த அறையில் நிறைய புற்களும் மூலிகைகளும் வளர்ந்திருப்பதையும் கண்டது.

கிவாக்கள் எனப்படுபவை, மிக விஸ்தாரமான பாதாள அறைகள். இங்கேதான் ஹோப்பிக்கள் தமது சந்திப்புகளையும் சடங்குகளையும் நிறைவேற்றுவர். இந்த அறைகள் மிகுந்த அலங்காரங்களுடன் காணப்படும். அவற்றில் நளினம் நிறைந்த சுவரோவியங்களையும் காணலாம்.

கிவாவின் வட மூலையில் மற்றுமொரு திறப்பு இருந்தது. அதனூடே பறந்து சென்ற பறவை மற்றுமொரு கிவாவை அடைந்தது. அந்த அறை முழுதும் புற்களும், மூலிகைகளும் அனைத்து விதமான சோளக் கதிர்களும் வளர்ந்திருந்தன. இங்கேதான் வளர்ச்சி மற்றும் முளைத்தலுக்கான கடவுளாகிய 'முயிங்வா' வாழ்ந்து வந்தார்.

இந்தக் கடைசி கிவா நிரம்பப் பல்வேறு வகையானப் பறவைகள் இருந்தன. அவற்றில் தேன்சிட்டுகளும் இருந்தன. அந்தத் தேன்சிட்டுகள்தாம் முதலில் இந்தப் பறவையை அடையாளம் கண்டு, முயிங்வாவிடம் சென்றுக் கூறின. "யாரோ ஒரு அந்நியன் உள்ளே நுழைந்துள்ளான்!" என அவை முயிங்வாவிடம் முறையிட்டன.

"யாரது? எங்கே இருக்கிறான் அவன்? என் முன்னே அவனைக் கொண்டு வாருங்கள்!" என முயிங்வா ஆணையிட்டான்.

உடனே சிறிய பறவை தன் சிறகுகளை அடித்தவாறு முயிங்வாவின் கரங்களில் வந்து அமர்ந்தது. அவர் பேசுவதற்காய் அது காத்திருந்தது.

"இங்கே நீ என்ன செய்கிறாய் சிறிய பறவையே?" என அதனிடம் வினவினார் முயிங்வா.

"இங்கே நீங்கள் என்ன செய்து கொண்டிருக்கிறீர்கள்? ஏன் நீங்கள் இந்தப் பாதாள அறைக்கு வந்தீர்கள்? உங்களை நம்பிய மக்கள் குறித்து எந்த வருத்தமும் இன்றி ஏன் இங்கே இருக்கிறீர்கள்? உங்களுடைய வயல்கள் அனைத்தும் பூமியிலே வறண்டு போய் கிடக்கின்றன. ஐந்து வருடங்களாக மழை பொழியவே இல்லை. எனவே, எந்த விளைச்சலும் இல்லை. அனைத்து மக்களும் ஊரைவிட்டுச் சென்றுவிட்டனர். தற்போது ஒராய்பியில் மிஞ்சி இருப்பது இரு குழந்தைகள் மட்டுமே. அவர்களுக்கும் உண்பதற்கு ஏதுமில்லை. நீங்கள் மீண்டும் அங்கே வந்து நிலைமையைச் சீராக்குங்கள்!" என அந்தப் பறவை முயிங்வாவிடம் கோரிக்கை வைத்தது.

"சரி! இது குறித்து நான் சிந்தித்து முடிவெடுக்கிறேன்" எனப் பதிலளித்தார் முயிங்வா.

பின்னர் அவரிடம், அந்தச் சிறிய பறவை தனக்கும், இரு குழந்தைகளுக்கும் உண்பதற்கு ஏதேனும் தருமாறு கேட்டது. "குழந்தைகள் பசியுடன் இருக்கிறார்கள். நாள் முழுதும் அவர்கள் எதுவும் உண்ணவில்லை!" எனப் பறவை வருத்தமாய் கூறியது.

இதனையறிந்த முயிங்வா, பறவை விருப்பப்படும் எந்த உணவையும் அங்கிருந்து அந்தக் குழந்தைகளுக்குக் கொண்டு

செல்லலாம் என அன்பாய் கூறினார். உடனே ஒரு பெரிய சோளக்கதிரை கொய்து கொண்ட பறவை, குழந்தைகளிடம் பறந்து சென்றது. முன்னர் அந்தப் பறவை உணவை வைத்தச் சுவற்றின் திறப்பிலேயே சோளக்கதிரை வைத்தது.

சிறிய பறவையை மீண்டும் கண்ட குழந்தைகள் மிகுந்த மகிழ்வுற்றனர். பறவை கொண்டுவந்த சோளக்கதிரை அவர்கள் பகிர்ந்து உண்டனர். சுவரின் திறப்பில் அமர்ந்திருந்தப் பறவையிடம் சென்ற குழந்தைகள் அதனுடைய அன்பிற்காய் நன்றி கூறினர். “நாங்கள் உயிர் பிழைத்திருப்பதற்கான காரணமே உன் கருணைதான். நீ கொண்டு வந்து கொடுக்கும் உணவால்தான் நாங்கள் உயிர் வாழ்கிறோம். எங்களை விடுத்து நீ எங்கும் செல்லக் கூடாது!” எனக் குழந்தைகள் பறவையிடம் வேண்டினர்.

இதைக் கேட்ட பறவை தான் அவர்களுக்கு மிக அருகில் வசிக்கப் போவதாகச் சொன்னது. “நான் டு-வானாஷேப்பில் தங்கி இருப்பேன்” என அது உறுதி கூறியது.

பின்னர் அந்தப் பறவையிடம் தங்கள் பெற்றோர்களைக் கண்டுபிடித்துத் தருமாறு குழந்தைகள் கேட்டனர். உடனே அவர்களைத் தேடிப் பறவை சென்றது. ஒராபியின் வயல்வெளிகளின் மீது பறந்து சென்று ‘டோஹோ’ எனும் இடத்தை அது அடைந்தது. அங்கே குழந்தைகளின் பெற்றோரை அது கண்டுகொண்டது. அவர்களின் தாயும் தந்தையும் அவ்விடத்தில் சில கள்ளிச்செடிகளை உண்டு உயிர் வாழ்ந்து வந்தனர். ஆரோக்கியமான உணவை உண்ணாததால் அவர்கள் இருவரும் மிகவும் மெலிந்து பலவீனமாகக் காணப்பட்டனர்.

குழந்தைகளின் தேன்சிட்டு அவர்களை மிக வேகமாகக் கடந்து சென்றது. அது சென்ற வேகத்தில் பெற்றோர்களால் அதனைக் காண முடியவில்லை. ஏதோ தன்னைக் கடந்து சென்றதை மட்டும் உணர்ந்த தந்தை, “ஏதோவொன்று கடந்து சென்றது!” எனக் கூறினார். ஆனால், அவர்கள் சுற்றுமுற்றும் பார்த்தபோது அங்கே ஏதும் இருக்கவில்லை. தேன்சிட்டு மீண்டும் பறந்து வந்தது. இம்முறை குழந்தைகளின் பெற்றோர் அதை நன்றாகப் பார்த்தனர். “நீ யார்? இங்கே ஏன் பறந்து கொண்டிருக்கிறாய்” என அதனிடம் தந்தை வினவினார். உடனே அந்தப் பறவை தன் பறத்தலை நிறுத்தியது. ஆனால், அதனுடைய சிறகுகள்

சிறகடித்தபடியே இருந்தன. குழந்தைகளின் தந்தை சொல்வதைக் கேட்க அது அங்கேயே காற்றில் சுற்றி வந்தது. மக்கள் உண்பதற்கு ஏதுமில்லாமல் தவிப்பதையும், பட்டினியோடு அவர்கள் அவதிப்படுவதையும் கூறிய தந்தை அந்தப் பறவையை உணவிருக்கும் இடத்தைக் காட்டுமாறு வேண்டினார்.

ஆனால் சிறிய பறவையோ நேரே குழந்தைகளிடம் பறந்து சென்றது. "எங்கள் பெற்றோர்களைக் கண்டாயா?" எனக் குழந்தைகள் ஆர்வமாய் வினவினர். "ஆம்! டோஹோவின் அருகே நான் அவர்களைக் கண்டேன்!" எனப் பறவை கூறியது. குழந்தைகளுக்கு உணவு கொண்டு வர அது மீண்டும் வெளியே பறந்து சென்றது.

இதனிடையே தேன்சிட்டு தன்னிடம் கூறியதை எண்ணிச் சிந்தித்துக் கொண்டிருந்தார் முயிங்வா. இறுதியாக, உலகத்திற்குச் சென்று பஞ்சகாலங்களை முடிவுக்குக் கொண்டுவர அவர் முடிவெடுத்தார். முதல் கிவாவிற்கு அவர் வந்தார். உடனே ஒராய்பியில் சிறிதளவு மழை பொழிந்தது. அடுத்த கிவாவிற்கு அவர் வந்தபோது இன்னும் கொஞ்சம் அதிகமாய் மழை பொழிந்தது. இறுதியாக, கடைசி கிவாவைவிட்டு அவர் வெளியே வந்ததும், புற்களும் மூலிகைகளும் செழித்து வளர்ந்திருப்பதை கண்டார்.

ஒராய்பியின் மீது மேகங்கள் கவிவதையும், மழை பொழிவதையும் குழந்தைகளின் பெற்றோர் தொலைவில் இருந்தே கண்டுகொண்டனர். எனவே, தம் கிராமத்திற்குத் திரும்பிச் செல்ல அவர்கள் முடிவெடுத்தனர். எனினும், தம் குழந்தைகளை உயிருடன் காண்போம் என்ற சிறு நம்பிக்கையும் அவர்களிடம் இருக்கவில்லை. மேலும், பஞ்சத்தால் ஒராய்பியை விட்டு வெளியெறியிருந்த மக்களில் எவரெல்லாம் பட்டினியால் இறக்கவில்லையோ அவர்கள் எல்லாம் ஒராய்பியின் மீது பொழியும் மழையைக் கண்டனர். மகிழ்ச்சியுடன் ஒராய்பிக்குத் திரும்பினர். இவ்வாறு குழந்தைகள் தம் பெற்றோருடன் இணைந்தனர். அவர்கள் பெரியவர்கள் ஆனதும், அவர்களும் அவர்களுடைய வாரிசுகளும் ஒராய்பியின் முக்கிய மனிதர்களாகக் கருதப்பட்டனர்.

ஹோப்பி இந்தியர்களின் இடையே, இரு குழந்தைகள், தேன்சிட்டு மற்றும் முயிங்வாவின் இந்தக் கதை இன்றும் சொல்லப்பட்டு வருகிறது. கதையின் இடையே வரும் சில சம்பவங்கள் காலத்தால் மறக்கடிக்கப்பட்டு இருந்தாலும் இந்தக் கதை நெடுங்காலமாய் பூமியின் மீது உள்ளது.

ப்ளியேடஸ்சும் பைன் மரமும்

மிகப்பெரும் ஏரிகளின் அருகில் வாழ்ந்து வந்த 'செரோக்கீ' இன மக்கள், பின்னர் தென்-கிழக்கு அமெரிக்காவில் வசிக்கத் துவங்கினர். 1776 இல் அமெரிக்கா தோன்றிய பின் நிகழ்ந்திருந்த பல்வேறு துன்புறுத்தல்களும் வேறுபாடுகளும் காரணமாக, செரோக்கீஸ் வட-கிழக்கு 'ஓக்லஹாமா'க்குக் குடிபெயர்ந்தனர்.

உலகம் தோன்றியது குறித்தும், உயிர்கள் உருவானது பற்றியும் பலவகை அற்புதமானக் கதைகள் செரோக்கீஸ் மக்களிடம் சொல்லப்பட்டு வந்தன. பின்வரும் இந்தக் கதைகளும் அந்த வகைகளைச் சேர்ந்தவைதாம்.

மிகப்பழங்காலத்தில், உலகம் மிகப் புதியதாக இருந்தது. தற்போது புழக்கத்தில் இருக்கும் எந்த நவநாகரிகப் பொருட்களும் இன்றி இவ்வுலகம் மிகத் தூய்மையாய் இருந்த அந்தக் காலத்தில், ஏழு சிறுவர்கள் வாழ்ந்து வந்தனர். அவர்கள் எந்நேரமும்

'கடாயூஸ்டி' எனும் விளையாட்டை விளையாடிக்கொண்டே இருந்தனர். இந்த விளையாட்டில், கல்லால் ஆன ஒரு சக்கரத்தை நிலத்தில் வைத்து உருட்டியபடியே, வளைந்த குச்சியொன்றால் அந்தச் கற்சக்கரத்தைத் தாக்க வேண்டும். நாள் முழுதும் அந்தச் சிறுவர்கள் கடாயூஸ்டி விளையாடியபடியே இருந்ததால், வேறெந்த வேலைகளிலும் அவர்கள் நாட்டம் செலுத்தவில்லை. கடாயூஸ்டி விளையாட்டால் சோளக்காடுகளில் உழைக்கவும் அவர்கள் மறந்து போயிருந்தனர்.

இதனால் சிறுவர்களின் தாயார்கள் அவர்களைக் கடிந்து கொண்டனர். "உங்கள் விளையாட்டை நிறுத்துங்கள். மற்றச் சிறுவர்களைப் போல் சோளக்காடுகளுக்குச் சென்று பணியாற்றுங்கள்!" எனத் தாயார்கள் சிறுவர்களிடம் கட்டளையிட்டனர். எனினும் அவர்களின் வார்த்தைகளை ஏழு சிறுவர்களும் கேட்கவே இல்லை. மேலும், கடாயூஸ்டி விளையாடுவதையும் அவர்கள் நிறுத்தவில்லை.

சிறுவர்களின் இடைவிடாத கடாயூஸ்டி விளையாட்டால் சலித்துப் போயிருந்தனர் அவர்தம் தாயார். எனவே ஒருநாள், அவர்கள் கடாயூஸ்டி கற்கள் சிலவற்றைச் சேகரித்து, சிறுவர்களுக்காகத் தயாரித்த இரவு உணவில் அந்தக் கற்களைக் கலந்தனர். நாள்முழுதும் கடாயூஸ்டி விளையாடிக் களைத்து, மிகுந்த பசியுடன் வீட்டிற்கு வந்தார்கள் சிறுவர்கள். அவர்களுக்கு உணவாக, சமைத்து வைத்திருந்த கடாயூஸ்டி கற்களைப் பரிமாறினர் தாயார். "சோளக்காடுகளைவிட உங்களுக்கு கடாயூஸ்டிதானே விருப்பமாயிருக்கிறது. இப்போது உங்கள் உணவாக சோளத்திற்குப் பதிலாக கடாயூஸ்டி கற்களையே உண்ணுங்கள்!" எனச் சிறுவர்களிடம் தாயார் கோபமாகக் கூறினர்.

தமது தாயார்களின் இந்த நடவடிக்கையால் சிறுவர்கள் மிகுந்த கோபமடைந்தனர். அவர்கள் அனைவரும் கோபத்துடன் தாங்கள் கடாயூஸ்டி விளையாடும் மைதானத்திற்குச் சென்று கூடினர். "நாம் இங்கிருந்து சென்று விடுவோம். நம் உறவினர்கள் எவருக்கும் நாம் தொல்லையாய் இருக்க வேண்டாம். அவர்களால் தொடர முடியாத ஓர் இடத்திற்குச் சென்றிடலாம்!" என அவர்கள் முடிவெடுத்தனர். அதன்படியே அவர்கள் ஏழு பேரும் ஒன்றுகூடி வட்டமாய் சுற்றிச்சுற்றி வந்து நடனமாடினர்.

பெர்சியாவின் மூன்று இளவரசர்கள் | 141

அவ்வாறு நடனமாடியபடியே, தூய ஆத்மாக்களை அழைத்தனர். தம்மை எங்கேனும் அழைத்துச் சென்றுவிடும்படி சிறுவர்கள் ஆத்மாக்களிடம் பிரார்த்தித்தனர்.

சிறுவர்களின் கோபம் தணிந்ததும் அவர்கள் வீட்டிற்குத் திரும்பி விடுவர் எனத் தாயார்கள் காத்திருந்தனர். ஆனால், அவர்கள் திரும்பி வரவே இல்லை. இறுதியாக, தாயார் வெளியே சென்றுத் தம் மகன்களைத் தேடினர்.

அங்கே தங்கள் மகன்கள் தங்களை அங்கிருந்து அழைத்துச் செல்லும்படி ஆத்மாக்களிடம் வேண்டியபடியே வட்டமாய் நடனமாடுவதைக் கண்டனர். தாயார் பார்த்துக் கொண்டிருக்கும்போதே, சிறுவர்களின் பாதங்கள் நிலத்திலிருந்து மேலெழும்பின. நடனத்தில் ஒவ்வொரு வட்டத்தை அவர்கள் சுற்றி முடிக்கும்போதும் காற்றில் சிறுவர்கள் உயர்ந்துகொண்டே இருந்தனர்.

இதைக் கண்டு அதிர்ந்த தாயார், மகன்களைத் தடுத்து நிறுத்துவதற்காக அவர்களை நோக்கி ஓடினர். ஆனால், காலதாமதம் ஆகிவிட்டிருந்தது. தாயாரால் தொடமுடியாத உயரத்திற்கு சிறுவர்கள் உயர்ந்திருந்தனர். எனினும், கடாயூஸ்டி குச்சியைப் பயன்படுத்தி ஒரு தாய் மட்டும் தன் மகனை இழுத்து நிலத்தில் தள்ளினார். ஆனால், நிலத்தில் விழுந்த அசுர வேகத்தில் அந்தச் சிறுவன் பூமிக்குள் புதைந்து மறைந்து போனான்.

காற்றில் மேலெழும்பிய ஆறு சிறுவர்களும் மேலே உயர்ந்து, உயர்ந்து சென்று, இறுதியாக வானில் நட்சத்திரங்களாக உருமாறினர். நாம் அவர்களை 'ப்ளியேடஸ்' எனவும் செரோக்கீஸ் மக்கள் அவர்களை 'ஆனிட்சுட்சா' எனவும் அழைக்கின்றனர். இதன் பொருள், 'சிறுவர்கள்' என்பதாகும். நீண்ட தூரத்தில் நட்சத்திரங்களாய் மாறி நிற்கும் சிறுவர்களுக்காக செரோக்கீஸ் நீண்ட காலமாய் துயரமும் வேதனையும் அடைந்தனர். எனினும், சிறுவர்கள் என்றும் வானிலே ஒளிர்ந்தபடியே இருந்தனர்.

மற்ற எவரையும்விட பூமிக்குள் புதைந்து மறைந்து போன சிறுவனின் தாயாரே நீண்ட காலத்திற்கு அழுதபடி இருந்தார். தினந்தோறும் தன் மகன் மறைந்த இடத்தின் அருகே அமர்ந்து வேதனையிலும் துக்கத்திலும் அவர் கண்ணீர் பெருக்கினார்.

ஒரு நாள், சிறிய பசும் தளிர்ச்செடியொன்று அவ்விடத்தில் முளைத்தது. தன் கண்ணீரையே நீராக ஊற்றி அந்தச் செடியைச் சிறுவனின் தாயார் வளர்த்தார். கொஞ்சம் கொஞ்சமாக அந்தச் செடி ஒரு மரமாக வளர்ந்தது. அந்த மரத்தின் பெயர்தாம் 'பைன் மரம்'.

ப்ளியேடஸ்சும் பைன் மரமும் ஒரே வகையைச் சேர்ந்தவைதாம். எனவேதான், இன்று வரை இரண்டுமே ஒளிர்ந்து கொண்டிருக்கின்றன.

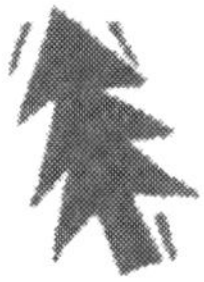

கரடிகள்

உலகத்தில் உயிர்கள் உருவானது தொடர்பான மற்றுமொரு செரோக்கீ கதையாகும் இக்கதை.

நீண்ட காலத்திற்கு முன்னர், உலகம் புத்தம் புதியதாய் இருந்தபோது, 'ஆனிட்சாகுஹி' எனும் செரோக்கீ இனக்குழு வாழ்ந்து வந்தது. அந்தக் குழுவின் ஒரு குடும்பத்தில் சிறுவனொருவன் வாழ்ந்து வந்தான். அவனிடம் இருந்தே இந்தக் கதை தொடங்குகிறது.

இந்தச் சிறுவன் மலைகளின் மீது மிகுந்த விருப்பமுள்ளவன். அவன் தன் இல்லத்தைவிட்டு எந்நேரத்திலும் மலைகளுக்குச் சென்றுவிடுவான். அவன் மனம் விரும்பும் வரை அந்த மலையில் தங்கியிருப்பான். பின்னர், அவன் தினமும் மலைகளுக்குச் செல்லத் துவங்கினான். மலைகளிலேயே நீண்டநேரம் தங்கத் துவங்கினான். காலை விடியலின்போது தன் இல்லத்தை

விட்டு வெளியேறி, மலைகளுக்குச் செல்வான். பின் இரவுதான் வீட்டிற்குத் திரும்புவான். வெகு சீக்கிரத்தில், அவன் வீட்டிற்கு வருவதையே தவிர்த்துவிட்டான்.

இதனால் சிறுவனின் பெற்றோர் கவலைப்படத் துவங்கினர். அவர்கள் சிறுவனிடம் இனி அவன் மலைகளுக்கு அடிக்கடி செல்லக் கூடாது எனக் கண்டித்தனர். ஆனால், அவன் அவர்களின் சொற்களைக் கேட்கவில்லை. அவனை அவர்கள் கடிந்து கொண்டனர். அப்போதும் அவன் மலைகளுக்கு தினமும் செல்வதை வழக்கமாகவே கொண்டிருந்தான்.

சிறிது காலம் கழித்ததும், சிறுவனின் உடலில் சில மாற்றங்களைக் கண்டனர் அவன் பெற்றோர். சிறுவனின் உடலெங்கும் நீளமான, பழுப்பு வண்ண உரோமங்கள் வளர்வதை அவர்கள் கண்டனர். உடனே அவனது பெற்றோர் மிகுந்த கவலையுற்றனர். தமது மகனிடம் நிகழும் மாற்றங்கள் அவர்களுக்குப் புதிராக இருந்தது. எனவே, அவனைத் தனிமையில் அழைத்துச் சென்று, அவன் ஏன் மலைகளிலேயே தங்கிக் கொள்கிறான் எனவும் வீட்டில் உண்பதை அவன் எதற்காக நிறுத்திவிட்டான் எனவும் அவர்கள் விசாரித்தனர்.

"வேறெந்த இடத்தையும்விட மலைகளில் தங்குவது சுகமாக உள்ளது. உண்பதற்கு மலையில் நிறைய உணவு கிடைக்கிறது. நாம் இங்கு இல்லத்தில் உண்ணும் சோளத்தையும் விதைகளையும் விட மலைகளில் கிடைக்கும் உணவு மிகுந்த ருசியாய் இருக்கிறது. மிக விரைவில், நான் மலைகளிலேயே நிரந்தரமாகத் தங்கி விடப்போகிறேன். இங்கு நான் திரும்பி வரப்போவதே இல்லை" எனச் சிறுவன் பதிலளித்தான்.

"அப்படிச் செய்யாதே மகனே! எங்களை விட்டு நிரந்தரமாகப் பிரிந்து சென்றுவிடாதே. மலைகளுக்குச் செல்லாதே!" என அவன் பெற்றோர்கள் கதறி அழுதனர்.

ஆனால், அவர்களின் சொற்களைச் சிறுவன் கேட்கவில்லை. "என் உடலில் நிகழ்ந்திருக்கும் மாற்றங்களை நீங்களே இப்போது காண்கிறீர்கள்தானே! மலைக்காடுகளில் வாழ்வதற்காகவே என் உடல் இவ்வாறு மாறியிருக்கிறது. இதற்கும் மேல் என்னால் இங்கே வாழ முடியாது. நீங்கள் புத்திசாலிகளாக இருந்தால்

பெர்சியாவின் மூன்று இளவரசர்கள் | 145

என்னைத் தடுக்காதீர்கள். இல்லையெனில், நீங்களும் என்னுடன் மலைகளுக்கு வந்துவிடுங்கள். ஏனெனில், அங்கு வாழ்க்கை சுலபமாய் சுகமாய் உள்ளது!" எனச் சிறுவன் கூறினான்.

மேலும் மலைக்காடுகளில் அதிகளவில் உண்ணக் கிடைக்கும் உணவுவகைகள் குறித்தும், உணவுக்காகக் கடினமாக உழைக்க வேண்டியிராதது குறித்தும் அவர்களுக்கு அவன் விளக்கினான். "ஆனால், என்னுடன் மலைகளுக்கு வர நீங்கள் விரும்பினால், ஏழு நாட்களுக்கு நீங்கள் விரதம் இருக்கவேண்டும்!" எனவும் அவன் தன் பெற்றோரிடம் கூறினான்.

இந்த விஷயம் தொடர்பாய் சிறுவனின் பெற்றோர்கள் தங்களுக்குள் பேசிக் கொண்டனர். பின்னர், மலைகளுக்குச் செல்வது குறித்து ஆலோசிக்க அவர்கள் தம் செரோக்கீ இனக்குழுத் தலைவரை அணுகினர். தங்கள் மகன் கூறிய அனைத்தையும் அவரிடம் அவர்கள் கூறினர். உடனே குழுத்தலைவர் தம் குழுவின் சபையைக் கூட்டினார். அனைவரும் இது தொடர்பாய் ஆலோசித்தனர். இறுதியாக, மொத்தக் குழுவும் சிறுவனுடன் மலைகளுக்குச் செல்ல முடிவெடுத்தனர். "இங்கே நாம் கடுமையாக உழைக்க வேண்டியுள்ளது. எனினும் உண்பதற்குத் தட்டுப்பாடு உள்ளது. ஆனால், சிறுவன் கூறுவது போல் மலைக்காடுகளில் உணவு அபரிமிதமாய் கிடைக்கிறது. நம் அனைவருக்கும் தேவையான உணவு மலைக்காடுகளில் உள்ளது. எனவே நாம் அனைவரும் சிறுவனுடன் அங்கே செல்வோம்!" என முடிவு செய்தனர். இம்முடிவின் தொடர்ச்சியாய், 'ஆனிட்சாகுஹி' இன மக்கள் ஏழு நாட்களுக்கு விரதம் இருந்தனர். ஏழாம் நாள் காலையில் சிறுவன் வழிநடத்த 'ஆனிட்சாகுஹி' இன மக்கள் மலைகள் நோக்கிப் பயணம் துவங்கினர்.

ஆனிட்சாகுஹி இனக்குழு மக்கள் பிரிந்துச் செல்வதைக் கண்ட பிற குழு மக்கள் கவலையுற்றனர். எனவே, பிறகுழுக்கள் தங்கள் தூதுவர்களை அனுப்பி ஆனிட்சாகுஹி குழுவினர் மலைகளுக்குச் செல்வதை தடுக்கச் சொல்லினர். ஆனால், ஆனிட்சாகுஹி திரும்பவில்லை. "உண்பதற்கு நிறைய உணவிருக்கும் இடத்திற்கு நாங்கள் செல்கிறோம். இனி எங்களை 'யானு' அதாவது 'கரடிகள்' என அழையுங்கள்!" என ஆனிட்சாகுஹி தூதுவர்களிடம் பதிலளித்தனர். ஆனிட்சாகுஹி குழுவினர்

அனைவரின் உடலிலும் நீளமான, பழுப்பு வண்ண உரோமங்கள் வளர்ந்திருந்ததைக் கண்டனர் தூதுவர்கள். மேலும், மனிதர்கள் உண்ணும் உணவை தொடர்ந்து ஏழு நாட்களுக்கு அவர்கள் உண்ணாததால், மனிதர்களில் இருந்து கரடியாய் அவர்கள் மாறிக்கொண்டிருந்தனர்.

"நீங்கள் பசியுடன் இருக்கும்போது, காடுகளுக்கு வந்து எங்களை அழையுங்கள். நாங்கள் வருவோம். எங்களின் உடலில் இருந்து இறைச்சி எடுத்து உங்களுக்கு உண்ணத் தருவோம். எங்களைக் கொல்வது குறித்து அஞ்சாதீர்கள், ஏனெனில் நாங்கள் மரணமற்றவர்கள்!" எனவும் ஆனிட்சாகுஹி கூறினர். தங்களைக் காடுகளில் அழைக்கத் தூதுவர்கள் பாட வேண்டிய பாடலையும் அவர்கள் தூதுவர்களுக்குக் கற்பித்தனர்.

பாடல்கள் முடிவுற்றதும் மலைகளை நோக்கி ஆனிட்சாகுஹி மீண்டும் பயணிக்கத் துவங்கினர். தூதுவர்கள் தங்கள் கிராமத்திற்குத் திரும்பினர்.

ஆனிட்சாகுஹிக்களைப் பிரிந்து சிறிதுதூரம் சென்றதும், தூதுவர்கள் திரும்பிப் பார்த்தபோது, கரடிகளின் கூட்டம் ஒன்று மலைக்காடுகளை நோக்கிச் செல்வதைத் தாங்கள் கண்டதாகத் தங்கள் மக்களிடம் தூதுவர்கள் பின்னர் கூறிக் கொண்டிருந்தனர்.

பெர்சியாவின் மூன்று இளவரசர்கள்

காற்று உருவான கதை

'அலியூட்ஸ்' இன மக்கள் அலியூஷியன் தீவுகளின் பூர்வகுடிகள் ஆவர். மேற்கு அலாஸ்காவிலும் அவர்கள் வாழ்ந்து வந்தனர். 'இனியூட்ஸ்' இன மக்களுடன் 'அலியூட்ஸ்' இன மக்கள் மொழியாலும், இனத்தாலும், கலாச்சாரத்தாலும் மிக நெருங்கிய தொடர்புடையவர்கள் ஆவர்.

குளிர்ந்தும் தனித்தும் இருக்கும் உலகத்தில் அலியூட்ஸ் வாழ்ந்து வந்தனர். அவர்களின் நிலம் வருடத்தின் பெரும்பாலான நாட்களில் பனி சூழ்ந்திருக்கும். எனவே அப்பனிப்பிரதேசத்தின் தன்மைகள் இக்கதைகளிலும் பிரதிபலிக்கின்றன. அலியூஷியன் நம்பிக்கையின்படி 'இகாலுக்' நிலவின் ஆத்மாவாகும். இனியூஷியன்களின் இகாலுக் நிலவு தெய்வமாக வழிபடப்படுகிறார்.

முன்னொரு காலத்தில் இந்த உலகம் தோன்றி மிகப்புதியதாக இருந்த காலத்தில், இங்குக் காற்றே இருக்கவில்லை. உலகின் அனைத்துப் பொருட்களும் அசைவின்றியே இருந்தன.

'யூகான்' எனும் நகரத்தின் நுழைவாயில் அருகே ஒரு மனிதனும் அவன் மனைவியும் வாழ்ந்து வந்தனர். தமது போதுமான உடமைகளுடன் அந்தத் தம்பதி மகிழ்ச்சியாக வாழ்ந்து வந்தனர். அவர்களின் ஒரே மனவருத்தம், அவர்களுக்குக் குழந்தை இல்லை என்பதுதாம். "நமக்கு ஒரு குழந்தை வேண்டும்!" என அவர்கள் ஏங்கினர்.

"நமக்கு மகன் பிறந்தால், அவனுக்கு நீர்நாய்களையும் திமிங்கலங்களையும் வேட்டையாட நான் கற்றுத்தருவேன். நாங்கள் பனிக்கட்டிகளின் மீது நடந்து சென்று, விலங்குகளைப் பிடிக்கப் பொறிகள் அமைப்போம்!" என ஆசையுடன் கூறினார் அந்த கணவர்.

"ஒருவேளை நமக்கு மகள் பிறந்தால், இந்த உலகத்திலேயே அற்புதமான கூடைகள் பின்ன அவளுக்கு நான் சொல்லித் தருவேன்!" என மனைவியும் கூறினாள். குழந்தை இல்லாததால் ஆசைகள் எதுவும் நிறைவேறவில்லை. எனவே, அவர்கள் இருவரும் வருத்தத்துடன் இருந்தனர்.

ஒரு குழந்தை தங்களுக்கு வேண்டும் என அவர்கள் பிரார்த்தித்தனர்.

ஓர் இரவில், மனைவி ஆழ்ந்த உறக்கத்தில் இருந்தபோது கனவொன்றைக் கண்டாள். நாய்கள் இழுத்து வந்த சகடையில்லாத சறுக்கு வண்டியொன்று அவள் இல்லத்தின் வாசலருகே நிற்கிறது. அந்தச் சறுக்கு வண்டியின் சாரதி அவளை சைகை செய்து அழைக்கிறார். தன்னுடன் சவாரி செய்ய வருமாறு அழைக்கிறார். பெண் அந்த வண்டியில் ஏறுகிறார். மறுகணமே சறுக்கு வண்டி இரவின் இருள் வானத்தில் உயரே, உயரே பறந்து செல்லத் துவங்குகிறது.

மிக வேகமாக அந்த வண்டி வானின் வழியே பறந்து சென்றது. பனி மூடிய நிலம் கீழே ஜொலிக்க, நட்சத்திரங்கள் மினுங்கும் வானம் மேலே ஜொலித்தது. எனினும், அந்தப் பெண் எதற்குமே அஞ்சவில்லை. ஏனெனில், இத்தனை வேகமாகத் தன்னைத்

தாங்கிச் செல்லும் இந்தச் சறுக்கு வண்டியின் சாரதியாய் இருப்பவர் வருத்தத்தில் இருப்போரை ஆறுதல்படுத்தும் நிலவின் ஆன்மாவாகிய 'இகாலுக்'தான் என அறிந்திருந்தாள்.

திடீரென, சறுக்கு வண்டி பூமிக்கு இறங்கி வந்தது. உலகம் அமைதியாகவும் சலனமற்றும் இருந்தது. வெண்மையாய் பனி படர்ந்து மிளிர்வுடன் இருந்த அந்த நிலத்தில் எந்த மாறுதலும் ஏற்பட்டிருக்கவில்லை. ஆனால், ஒரு சிறிய மரம் மட்டும் உறைந்துகிடந்த நிலத்தைப் பிளந்து முளைத்திருந்தது.

தன் கையிலிருக்கும் சாட்டையால் அந்த மரத்தைச் சுட்டிக் காட்டிய இகாலுக் "பார் பெண்ணே! அந்த மரத்தை உனதாக்கிக் கொள்! அதை ஒரு குழந்தையாக உருமாற்று. நீ மகிழ்ச்சி அடைவாய்!" என்று கூறினார்.

மேற்கொண்டு எதையும் அவரிடம் அவள் கேட்பதற்கு முன்னரே இகாலுக் மறைந்துவிட்டார். உடனே கனவிலிருந்து விடுபட்டு அந்த மனைவி எழுந்தாள்.

தான் கண்டிருந்த கனவு குறித்து அவள் சிந்தித்துக்கொண்டே இருந்தாள். இகாலுக் உண்மையிலேயே வானிலிருந்து இறங்கி வந்து தன்னிடம் பேசியதாய் அவள் நம்பினாள். ஏனெனில் அந்தக் கனவு அத்தனை மெய்யாய் இருந்தது. உடனே தன் கணவனை உறக்கத்திலிருந்து எழுப்பித் தன் கனவினைப் பற்றிக் கூறினாள். "உடனே செல்லுங்கள்! இப்போதே இகாலுக் எனக்குக் காட்டிய மரத்தைக் கண்டுபிடிக்கச் செல்லுங்கள்!" என கணவனிடம் கூறினாள்.

நடுஇரவில் திடீரென மனைவியால் எழுப்பப்பட்டதால் கணவன் முனகினான். "அது வெறும் கனவுதான் பெண்ணே! மேலும் இந்த நடுஇரவில் எப்படி வெளியே செல்வது?" என அவன் உறக்கக் கலக்கத்துடன் கேட்டான்.

ஆனால், மனைவி உறுதியாய் சொன்னாள், "இகாலுக் அவரே இறங்கி வந்து என்னிடம் மரத்தைப் பற்றிச் சொன்னார். நீங்கள் கண்டிப்பாய் அந்த மரத்தைக் கண்டுபிடித்தே தீரவேண்டும்!"

இறுதியாய், கணவன் தன் படுக்கையைவிட்டு எழுந்து, குளிர் தாங்கும் உரோமங்களால் ஆன உடைகளை அணிந்து கொண்டான்.

தன்னுடைய கோடரியைத் தோளில் போட்டுக்கொண்டு அந்த மரத்தைத் தேடிக் கிளம்பினான். கிராமத்தின் எல்லைக்கு வந்ததும் தன்முன் ஒரு பாதை நீளுவதை அவன் கண்டான். அந்தப் பாதை நிலவொளிபட்டுத் தெளிவாய் தெரிந்தது. நிலவின் ஆத்மாவாகிய இகாலுக்தான் தனக்கு வழி காட்டுவதாய் அவன் நம்பினான். அப்போதுதான் அவன் தன் மனைவியின் கனவை நம்பினான். நிலவொளி வழிகாட்டிடப் பனிப்படர்வின் மீது நீண்ட பாதையிலேயே சென்ற அவன், இறுதியாக அவன் மனைவி கனவில் கண்ட மரத்தை அடைந்தான். தனது கோடரியால் அந்த மரத்தை வெட்டித் தன் வீட்டிற்கு அதைத் தூக்கிச் சென்றான்.

அடுத்த நாள் மாலை, கணவன் அந்த மரத்தைச் செதுக்கி ஒரு சிறுவனை உருவாக்கினான். அவன் மனைவி அந்த மரச்சிறுவனுக்காக நீர்நாய்த் தோலினால் உடைகள் தைத்தாள். அந்த உடைகளைச் சிறுவனுக்கு உடுத்திப் பார்த்து மகிழ்ந்தாள். மீந்திருந்த மரத்தில், அவள் கணவன் மரச்சிறுவனுக்காய் ஒரு சிறிய ஈட்டியையும், ஒரு சிறிய கத்தியையும் செய்தார். மேலும், சிறு மரக்கரண்டிகளும் தட்டுகளும் மரத்தால் செய்தான். அந்த ஆயுதங்களை மரச்சிறுவனின் எதிரில் அவன் வைத்தான். அவனுடைய மனைவி அந்தச் சிறு மரப்பாத்திரங்களில் உணவும், நீரும் நிரப்பி அவற்றையும் அந்தச் சிறுவனின் முன் வைத்தாள்.

பின்னர் கணவனும் மனைவியும் உறங்கச் சென்றனர்.

நடுஇரவில், ஏதோவொரு விசித்திர ஓசையைக் கேட்டு மனைவி கண்விழித்தாள். சுற்றும் முற்றும் பார்த்த அவள் கண்டகாட்சி அவளைத் திடுக்கிடவைத்தது. அந்த மரச்சிறுவன் உயிர் பெற்றிருந்தான்! அவள் அவனுக்காய் மரச்சொப்புகளில் வைத்திருந்த உணவையும் நீரையும் அவன் உண்டிருந்தான். உடனே தன் கணவனை எழுப்பி மரச்சிறுவன் உயிர்பெற்றதை வியப்புடன் சொன்னாள் மனைவி. இருவரும் ஓடிச்சென்று அவனைக் கட்டியணைத்து, இனி அவன் தாம் தங்கள் மகன் எனக் கூறி மகிழ்ந்தனர். சிறிது நேரம் கழித்து, மரச்சிறுவனை அவனுடைய படுக்கையில் உறங்க வைத்துவிட்டு, கணவனும் மனைவியும் தமக்கு மகன் கிடைத்துவிட்ட மன அமைதியுடன் உறங்கச் சென்றனர்.

மறுநாள் காலையில் அவர்கள் கண்விழித்தபோது, தங்கள் சிறு மகன் அவனுடைய ஈட்டியையும் கத்தியையும் எடுத்துக்கொண்டு எங்கோ சென்றுவிட்டிருப்பதைக் கண்டு அதிர்ச்சியடைந்தனர். பனிப்படர்வில் இருந்த அவனுடைய சிறு காலடிச்சுவடுகளை அவர்கள் கண்டனர். அவை கிராமத்தைக் கடந்து சென்றன. திடீரென பாதச்சுவடுகள் காணாமல் போயின. ஆனால், அங்குச் சிறுவனைக் காணவில்லை. பனிக்கட்டிகளின் மேலேயும் கீழேயுமாய் அவர்கள் நெடுநேரம் அவனைத் தேடினார்கள். ஆனால், சிறுவனைக் கண்டுபிடிக்கவே முடியவில்லை. மனமுடைந்துத் துயருற்று அவர்கள் இல்லம் திரும்பினர்.

முன் தினம், நிலவொளி காட்டிய பாதையைப் பின்பற்றி தன் தந்தை நடந்ததைப்போலவே, இன்று சிறுவனும் நடந்து வந்திருந்தான். இவ்விஷயத்தை, அவனுடைய பெற்றோர்களாகிய கணவனும் மனைவியும் அறிந்திருக்கவில்லை. நிலவின் ஆன்மாவாகிய இகாலுக் காட்டிய பாதையில் சிறுவன் மேற்கொண்டு சென்றபடியே இருந்தான். மிகக் கடைசியில், வானம் பூமியை உரசி நிற்கும் உலகின் கிழக்கு மூலைக்கு சிறுவன் வந்துசேர்ந்தான்.

அங்கே வானில் சிறுதுண்டுத் தோலினால் மூடப்பட்டிருந்த ஒரு திறப்பைக் கண்டான் அவன். வெளியில் இருந்து எதுவோ மூர்க்கமாகத் தள்ளுவதுபோல் அந்தத் திறப்பு புடைத்தபடி இருந்தது. ஆர்வமிகுதியால், தன் சிறு கத்தியை உருவியெடுத்த சிறுவன், அந்தத் திறப்பை மறைத்துப் பிணைத்திருந்த தோல்துண்டின் வடங்களை அறுத்தான்.

அடுத்த நொடி, அந்தத் திறப்பின் வழியாகப் பெருங்காற்று பெருகி ஓடி வந்தது. அது தன்னுடன் விலங்குகளையும் பறவைகளையும் கொண்டுவந்தது. சிறிது நேரம் காற்று வீசியபடி இருந்தது. பின்னர், அந்தத் திறப்பை மூடியபடியே அவன் கூறினான்:

"வீசு, காற்றே, வீசு,
சிலநேரங்களில் பலமாக,
சிலநேரங்களில் மென்மையாக,
சிலநேரங்களில் வீசிடாதே!"

தோல்மூடியினால் அந்தத் திறப்பைக் கவனமாக மூடியதும், சிறுவன் அங்கிருந்து அகன்றான்.

சிறிது நேரம் சென்றதும், உலகின் தென் எல்லைக்கு வந்தான் சிறுவன். அங்கும் வான்சுவரில் ஒரு திறப்பைக் கண்டான் அவன். சிறு தோல்துண்டினால் அத்திறப்பு மூடப்பட்டு, முன்னர் போலவே புடைத்தபடி இருந்தது. உடனே அவன் தோல்மூடியைப் பிணைத்திருந்த வடங்களை வெட்டியெறிந்ததும், வெப்பக்காற்று உலகினுள்ளே பிரவேசித்தது. அது தன்னுடன் மேலும் விலங்குகளையும், பறவைகளையும், புதர்களையும் கொண்டு வந்தது. சிறிது நேரம் கழித்து, அந்தத் திறப்பை மூடியபடியே சிறுவன் கூறினான்:

"வீசு, காற்றே, வீசு,
சிலநேரங்களில் பலமாக,
சிலநேரங்களில் மென்மையாக,
சிலநேரங்களில் வீசிடாதே!"

பின்னர், உலகின் மேற்கு மூலைக்கும் சிறுவன் சென்றான். அங்கேயும் அதே போன்ற ஒரு திறப்பைக் கண்டான். தோல் மூடியைத் திறந்ததும், மழையும் சூறாவளியுமாகப் பொழிந்தது. உடனே அந்தத் திறப்பை மூடிய சிறுவன், முன்னர் கூறியதுபோலவே காற்றுக்குக் கட்டளைகள் இட்டுவிட்டுத் தன் வழியே சென்றான்.

இறுதியாக, உலகின் வட மூலைக்கு வந்த சிறுவன், குளிரினால் நடுநடுங்கினான். இங்கேயும் வானின் சுவரில் தோல் மூடி இடப்பட்ட ஒரு திறப்பு இருந்தது.

அந்தத் திறப்பின் வடங்களைச் சிறுவன் அறுத்ததும், ஊளையிட்டபடியே கடுங்காற்று வீசத் தொடங்கியது. பனிக்கட்டிகளுடன் சுழன்று சுழன்று அடித்தது அந்தக் காற்று. உடனே திறப்பை மூடிய சிறுவன், முன்னர் கூறியதுபோலவே காற்றுக்குக் கட்டளைகள் இட்டுவிட்டுத் தன் வழியே சென்றான்.

இப்போது வான்சுவரைவிட்டு நகர்ந்து, சிறுவன் பூமியின் மையப்பகுதி நோக்கி வந்துசேர்ந்தான். அங்கே அவன் பூமியின் மீது வளைந்திருக்கும் ஓர் அடர் கானகத்தைப்

போலே பரந்து விரிந்த வானைக் கண்டான். தான் உலகின் அனைத்து இடங்களுக்கும் பயணப்பட்டு விட்டதையும், காண வேண்டியவை அனைத்தினையும் கண்டுவிட்டதையும் அப்போது சிறுவன் உணர்ந்தான்.

எனவே தன் கிராமத்திற்குத் திரும்பிச் செல்ல அவன் விரும்பினான். தன் தாயையும் தந்தையையும் காண எண்ணினான். மரச்சிறுவனை மீண்டும் தாங்கள் காண்போம் என்ற நம்பிக்கையை இழந்திருந்த அவன் பெற்றோர், அவன் திரும்பி வந்ததும் மிகுந்த மகிழ்வடைந்தனர். சிறுவன் தனது பயண அனுபவங்களை அவர்களிடம் கூறினான். மேலும், பூமிக்கு தான் காற்றைக் கொண்டு வந்ததையும் அவன் விளக்கினான்.

காற்றுடன் வானில் பறக்கும் பறவைகளும், நிலத்தின் விலங்குகளும் பூமிக்கு வந்து சேர்ந்தன. கடல்களைக் காற்று சுழற்றியது. எனவே, நீர்நாய்களும் திமிங்கலங்களும் கடற்பசுக்களும் கரையோரங்களுக்கு வந்தன. இதனால் அவற்றை வேட்டையாடுவது சுலபமாயிற்று. மக்களுக்கு உணவும் பெருமளவில் கிடைத்தது. இவ்வாறாய் காற்றைக் கொண்டு வந்துத் தங்களுக்கு மகிழ்வையளித்த மரச்சிறுவனை கிராம மக்கள் கொண்டாடினர். நிலவின் ஆன்மாவாகிய இகாலுக் கூறியது போலவே அந்தச் சிறுவன் அனைவருக்கும் சந்தோஷத்தை அளித்துள்ளான்.

இதன் பிறகு, அலியூட் இன மக்கள் தங்கள் குழந்தைகளுக்கு மர பொம்மைகள் செய்து கொடுக்கத் துவங்கினர். அந்த மர பொம்மைகளை பராமரிப்போருக்கு அது மகிழ்ச்சியை அளிக்கும் என அவர்கள் நம்பத் துவங்கினர்.

சூரிய நிலவு தம்பதியரின் குழந்தைகள்

பல்லாயிரக்கணக்கான ஆண்டுகட்கு முன்பு, சூரியனும் நிலவும் தம்பதிகளாய் இருந்தனர்.

சூரியனானது மகிமை பொருந்திய தன் ஒளியை வீசியவாறு உலா வரும். வானும் பூமியும் சந்திக்கும் இடத்தை அடையும்வரை சூரியன் தன் பயணத்தை மேற்கொள்ளும். இரவில் சூரியனுடைய ஒளி மறைந்திருக்கும்போது, அவருடைய மனைவியான நிலவானது வானின் வழியே மென்மையாய் பயணிக்கும். மறுநாள் காலை சூரியன் உதிக்கும் வரை நிலவு உலாவரும். இவ்வாறாய் தம்பதியர் மாறிமாறி உலாவந்து வானை ஒளியுடன் இருக்கச் செய்தனர்.

இந்தச் சூரிய நிலவு தம்பதியனருக்கு பல குழந்தைகள் பிறந்தனர். சிறுவர்களாய் இருப்பினும் மகன்கள் அனைவரும் தம் தந்தை சூரியனைப் போல் பேரொளி வீசியபடி இருந்தனர். மகள்கள்

அனைவரும் தம் தாய் நிலவைப் போல் மென்மையாய் ஒளி வீசினர்.

சூரியனின் இளம் மகன்கள் தம் தந்தையைப் பெரிதும் மதித்தனர். தம் தந்தையைப் போலவே தாமும் இருக்க எண்ணினர். பூமியும் வானும் சந்திக்கும் இடம் வரை தாங்களும் பயணிக்க அவர்களும் விருப்பப்பட்டனர். ஆனால், சூரியன் தன்னுடன் தன் மகன்களையும் அழைத்துச் செல்ல விரும்பவில்லை.

எனவே ஒரு நாள், சூரியனின் மகன்கள் அனைவரும் ஒன்றுகூடினர். வானில் பயணம் செல்லும் தங்கள் தந்தையைப் பின் தொடர்ந்து சென்றனர்.

இதைக் கண்ட சூரியன், "திரும்பிச் செல்லுங்கள்! நீங்கள் என்னைப் பின் தொடரக்கூடாது! இந்த வானில் ஒரே ஒரு சூரியன் மட்டுமே உலா வரவேண்டும்!" எனத் தந்தையான சூரியன் தன் மகன்களுக்கு ஆணையிட்டார்.

உடனே, "நாங்கள் உங்களைப் போலவே ஒளிவீச வேண்டும். நாள்முழுதும் உங்களைப் போலவே இந்த வானவீதியில் சுற்ற வேண்டும்!" என அவர்கள் பதிலளித்தனர்.

அவர்களின் தாயிடம் திரும்பச் செல்லுமாறு சூரியன் கட்டளையிட்டார். ஆனால், மகன்கள் திரும்பிச் செல்லவில்லை. சூரியனைப் பின் தொடர்ந்திடவே அவர்கள் விரும்பினர்.

இதனை அறிந்ததும் சூரியன் கோபமுற்றார். மேலும், தன் மகன்களின் திறமைகள் தம் புகழை மழுங்கடித்து விடக்கூடும் எனவும் அவர் அஞ்சினார். எனவே, கோபத்திலும் பயத்திலும் தன் மகன்களிடம் சென்ற சூரியன், அவர்களைக் கொல்லத் துணிந்தார்.

தந்தையின் கோபத்தைக் கண்ட இளம் சூரியன்கள் அஞ்சி நடுங்கி, தங்கள் பாட்டியாகிய 'யெமாஜா'விடம் தஞ்சம் புகுந்தனர். யெமாஜா சிற்றோடைகள் மற்றும் சிற்றாறுகளின் பெண் தெய்வம் ஆவார். தனது பேரன்களைச் சூரியனின் கோபத்தில் இருந்து காக்க, பேரன்களை மீன்களாக உருமாற்றினார் யெமாஜா. மீன்களாக மாறிய அவர்களை பூமியில் இருக்கும் ஆறுகள், ஓடைகள் மற்றும் கடல்களுக்குள் ஒளித்துவைத்தார்.

மகன்களைப் போல் அல்லாது, சூரிய நிலவு தம்பதியினரின் மகள்கள் தம் தாயுடன் அமைதியாக வீட்டிலேயே தங்கியிருந்தனர். எனவேதான், இன்றும் அவர்கள் தம் தாயிடமே இருக்கின்றனர். தங்கள் தந்தையின் உக்கிர ஒளி மறைந்ததும், இரவுகளில் உலா வரும் தாய் நிலவுடன் அவர்களும் உலா வருகின்றனர்.

இவ்வாறுதான், நதிகளிலும் கடல்களிலும் ஓடைகளிலும் மீன்கள் உருவாகின. வானின் நட்சத்திரங்கள் உருவாகின.

குக்கோலேன்

இரண்டாயிரம் ஆண்டுகள் BCEக்கு முன்னர் இருந்தே ஐரோப்பாவில் வாழ்ந்த பூர்வகுடியினர் 'செல்ட்ஸ்' இன மக்கள். முதல் நூற்றாண்டின் BCE இல், செல்டிக் பழங்குடியினர் மேற்கில் அமைந்த பிரிட்டனில் இருந்து கிழக்கில் அமைந்த 'அனடோலியா' வரையும் பரவியிருந்தனர். பிற்காலத்தில் பழம்பெரும் ரோமானிய சாம்ராஜ்ஜியத்திற்கும் குடிபெயர்ந்த அவர்கள் 'கால்ஸ்', 'போய்', 'காலாஷியன்ஸ்' மற்றும் 'செல்டிபேரியன்ஸ்' ஆகிய பெயர்களில் அழைக்கப்பெற்றனர். அயர்லாந்து, ஹைலேண்ட் ஸ்காட்லாந்து, வேல்ஸ் மற்றும் பிரிட்டானி ஆகிய நாடுகளில் தற்போதும் செல்டிக் மொழி பேசப்பட்டு வருகிறது.

அயர்லாந்து மற்றும் கிரேட் பிரிட்டேனைச் சேர்ந்த செல்ட்ஸ்களின் புராணங்கள் இன்றளவும் பாதுகாக்கப்பட்டு வருகின்றன. வேல்ஸ் மற்றும் கார்ன்வால் நாடுகளில் புராணக்கதைகளின் நாயகனாகிய மாவீரன் அரசன் 'ஆர்தர்' குறித்த கதைகள்

காணப்படுகின்றன. அரசன் ஆர்தர் இன்னும் இறக்கவில்லை என்றும், உறங்கிக்கொண்டுதான் இருக்கிறார் எனவும், மக்களுக்குத் தேவை ஏற்படும்போது அவர் விழித்தெழுந்து உதவிக்கு வருவார் எனவும் நம்பப்படுகிறது. அயர்லாந்தின் பழங்கதைகளிலும் இதிகாசங்களிலும் பற்பல தெய்வங்கள், நாயகர்கள், மாவீரர்கள், மன்னர்கள் மற்றும் பேரரசிகளின் கதைகள் உள்ளன. அவர்களுள் குறிப்பிடத்தக்க வீரர்தான், 'குக்கோலேன்'.

'உல்ஸ்டெர்' எனும் ராஜ்ஜியத்தில் 'உலாத்' எனும் பழங்குடியின மக்கள் வாழ்ந்து வந்தனர். அவர்களைப் பற்றிய அறுபத்து ஆறு கதைகள் அடங்கிய 'உல்ஸ்டெர் சுழற்சி' எனும் தொகுப்பில் குக்கோலேனின் வீரதீர சாகசங்கள் விவரிக்கப்பட்டுள்ளன. குக்கோலேனின் தந்தையின் பெயர் 'லக்'. அனைத்துக் கலைகளின் குருவாகவும் ஒளிதேவனாகவும் போற்றப்படுபவர்தான் 'லக்'.

குக்கோலேனின் மிகப் பிரசித்தமான வீரதீரச் செயல்களும் 'உல்ஸ்டெர் சுழற்சி'யின் மத்திய சரித்திரக் காலம் தொடர்பான மிக முக்கியமான இருபது கதைகளாகிய 'டேயின் போ குவால்ங்கே: கூலியின் கால்நடைகளின் தாக்குதல்'லில் விவரிக்கப்பட்டுள்ளன. 'கான்கோபார்' எனும் மன்னனின் உல்ஸ்டெர் நாட்டு மக்களுக்கும் 'அரசி மேவ்'வின் கான்னாட் நாட்டு மக்களுக்கும் இடையே நடந்த நீண்டகாலப் போரைப் பற்றி விவரிக்கும் கதைகளே பின்வருபவை ஆகும்.

கான்கோபாரின் அவைக்கு குக்கோலேன் வந்து சேர்தல்

'கான்கோபார் மேக் நெஸ்ஸா' மன்னர் நாட்டை ஆண்டு கொண்டிருந்த காலத்தில், மன்னருடைய சகோதரியான 'டெக்டைர்' ஒரு மகனைப் பெற்றெடுத்தாள். அவன் பெயர் 'செடாண்டா'. செடாண்டா தாம் பிற்காலத்தில் குக்கோலேன் என அழைக்கப்பட்டான்.

குழந்தையாகக் குக்கோலேன் தன் பெற்றோர்களுடன் இருந்த காலத்தில், மன்னர் கான்கோபாரின் வீரசாகசங்கள் குறித்து பிரமிப்புடனும் ஆர்வத்துடனும் கேட்டுக்கொண்டிருந்தான்.

கான்கோபாரின் 'எமெய்ன்' அவையில் சிறுவர்களுக்கென பிரத்யேகப் பயிற்சிக்களம் இருந்தது. அங்கு சிறுவர்கள் ஹர்லி எனும் விளையாட்டை விளையாடிக்கொண்டும், பிற கலைகளையும் விளையாட்டுகளையும் கற்றுத் தேர்ந்து கொண்டும் இருந்தனர். அனைத்துப் போர்க்கலைகளிலும் தேர்ச்சி பெற்றதும், ஒரு நன்னாளில் கான்கோபாரின் போர்ப்படையில் வீரர்களாக அச்சிறுவர்கள் சேர்த்துக் கொள்ளப்பட்டனர். அதனால், செடாண்டாவும் எமெய்ன் சென்று, அந்தச் சிறுவர்கள் சேனையில் கலந்துகொள்ள மிகவும் விருப்பப்பட்டான்.

எனவே தன் தாய் டெக்டைரிடம் தான் எமெயினில் இருக்கும் விளையாட்டு மைதானங்களுக்குச் செல்ல விருப்பப்படுவதைத் தெரிவித்தான்.

"உன் வயது அங்கே செல்வதற்கு ஏற்றது அல்ல மகனே! உனக்கு உரியவயது வரும்வரை மேலும் சிறிது காலம் பொறுத்திரு. அல்லது எமெயினில் எவரேனும் உன்னைக் கண்காணித்துக் கொள்ள முன்வரும்வரை காத்திரு!" என மகனிடம் கூறினார் டெக்டைர்.

"அதற்கு நீண்டகாலம் காத்திருக்க வேண்டுமே தாயே! அதுவரை என்னால் பொறுமைகாக்க முடியாது. எமெயின் எங்கிருக்கிறது என மட்டுமேனும் எனக்குச் சொல்லுங்கள். நானே அங்குச் சென்று சேர்ந்துவிடுவேன்!" எனத் தன் தாயிடம் வேண்டினான் செடாண்டா.

"என் மகனே! எமெயின் இந்நாட்டின் வடக்கில் உள்ளது. அது வெகுதொலைவில் அமைந்துள்ளது. மேலும் நீ செல்லும் வழி மிகுந்த சிக்கலானதாகவும் ஆபத்துகள் நிறைந்ததாகவும் இருக்கும். உனக்கும் எமெயினுக்கும் இடையே 'ஸ்லியாப் ஃபுவாயிட்' எனப்படும் சில மலைகளும் இருக்கும்!" என்றார் டெக்டைர்.

"நான் கண்டிப்பாய் எமெயின் சென்றே ஆகவேண்டும் தாயே! பாதை எத்தனை இடர்கள் நிறைந்ததாய் இருந்தாலும் நான் அங்கு சென்று சேர்ந்துவிடுவேன் தாயே!" என செடாண்டா உறுதியாகக் கூறினான்.

இவ்வாறாய், ஐந்து வயதே நிரம்பிய செடாண்டா, தன் மாமனான மன்னர் கான்கோபாரின் அவையிருக்கும் எமெயின் நாட்டை நோக்கித் தனியே பயணப்பட்டான். தன்னுடன் தன் விளையாட்டுச் சாதனங்களையும் அவன் கொண்டு சென்றான். வெண்கலத்தினால் செய்யப்பட்டிருந்த ஹர்லி மட்டையையும், வெள்ளியால் செய்யப்பட்டிருந்த பந்தையும் குக்கோலன் கொண்டு சென்றான். தன்னுடைய சிறு கைத்தடியையும், சிறு கேடயத்தையும் ஈட்டிகளையும் தன்னுடன் எடுத்துக்கொண்டு செடாண்டா தன் பயணத்தை மேற்கொண்டான்.

தான் செல்லும் தூரத்தைக் குறைக்கும்பொருட்டு அவன் தன் பொம்மைகளுடன் விளையாடியபடியே சென்றான். முதலில் தன்னுடைய ஹர்ல் மட்டையால் பந்தை வெகுதூரத்திற்கு அடிப்பான். பின்னர், தனது ஹர்லியையும் பந்துபோன திசையில் எறிவான். அதே தொலைவிற்குத் தன் பொம்மையையும், ஈட்டிகளையும் எறிவான். உடனே வேகமாக அவற்றின் பின்னே ஓடுவான். ஓடிச்சென்று தான் முன்னர் எறிந்த ஹர்ல் மட்டையை எட்டிப்பிடிப்பான். அதைக்கொண்டு தன் பந்தையும், ஈட்டியையும், தடியையும் அவை நிலத்தைத் தொடும் முன்னரே கைப்பற்றுவான்.

அங்கே இருந்த பசும் வெளியில், சிறுவர் படையைச் சேர்ந்த சிறுவர்கள் அனைவரும் தங்களது ஹர்ல் மட்டைகளுடனும் பந்துகளுடனும் விளையாடிக் கொண்டிருந்தனர். அச்சிறுவர்களின் தலைவனாக கான்கோபாரின் மகன் 'பாலோமேன்' இருந்தான். தன்னை அவர்களிடம் செடாண்டா அறிமுகம் செய்து கொள்ளவுமில்லை. தன்னை அவர்களுடன் விளையாட்டில் சேர்த்துக் கொள்ளுமாறு அவன் அனுமதி கோரவுமில்லை. ஆனால், திடீரென பசும் வெளிக்குள் ஓடிய செடாண்டா, சிறுவர்கள் அடித்த பந்தைப் பிடித்து, அதை இலக்கை நோக்கி அடித்தான். அவனிடம் இருந்த பந்தை எவராலும் பறிக்கவும் முடியவில்லை. அவனைத் தடுக்கவும் முடியவில்லை.

எனவே, சிறுவர்கள் செடாண்டாவை கோபத்துடனும் வியப்புடனும் பார்த்தபடியே நின்றிருந்தனர். "எத்தனைத் திமிர் இருந்தால் இந்தச் சிறுவன் நம் விளையாட்டிற்குள் நுழைவான்? மேலும், நம் பாதுகாப்பைக் கோரும் அனுமதியையும் அவன்

நம்மிடமிருந்துப் பெற்றிருக்கவில்லை!" எனக் கோபமாகக் கூறினான் பாலோமேன். எமெயினில், சிறுவர்களின் படையில் சேர்வதற்கு முன்னர் அனைவரும் தம் பாதுகாப்பைக் கோரும் அனுமதியைக் கட்டாயம் பெற்றிருக்கவேண்டும். செடாண்டா இந்த முறையை மீறியதால் பாலோமேன் கோபமுடன் இருந்தான். "வாருங்கள் சிறுவர்களே! நமது விளையாட்டில் நம் அனுமதியின்றி நுழைந்து, ஆட்டத்தைப் பாழாக்கிய அந்த சிறுவனுக்கு நல்ல பாடமொன்று புகட்டுவோம்!" என பாலோமேன் சிறுவர்களை அழைத்தான்.

எமெயினின் சிறுவர்கள் படையில் நூற்றி ஐம்பது சிறுவர்கள் இருந்தனர். நூற்றி ஐம்பது சிறுவர்களும் ஓடிச்சென்று, தம் நூற்றி ஐம்பது மட்டைகளையும் செடாண்டாவின் தலையை நோக்கி வீசினர். அவை அனைத்தையும் தன் தடியைக் கொண்டு செடாண்டா தடுத்தான். உடனே சிறுவர்கள் தம்மிடம் இருந்த நூற்றி ஐம்பது பந்துகளையும் செடாண்டாவை நோக்கி வீசினர். அவற்றையெல்லாம் செடாண்டா தன் கைகளைக் கொண்டு தடுத்தான். மீண்டும் சிறுவர்கள் அனைவரும் தம் நூற்றி ஐம்பது பொம்மை ஈட்டிகளையும் செடாண்டாவின் மீது வீசினர். அவை அனைத்தையும் அவன் தன் பொம்மை கேடயத்தைக் கொண்டுத் தடுத்துவிட்டான்.

இதன் பிறகு செடாண்டாவிற்கு சிறுவர்களின் மீது மிகுந்த கோபம் உண்டாயிற்று. தன் தலையை அவன் பலமாய் உலுக்கினான். தன் தலைமுடியையும் சிலுப்பினான். அப்போது அவன் தலை முழுதும் தீப்பற்றி எரிவதுபோல் தோன்றியது. அவனது ஒரு விழி, ஊசியின் கண் போல் மிகச்சிறியதாக ஆனது. ஆனால், மற்றொரு கண்ணோ வைன் அருந்தும் பாத்திரத்தின் வாய் போன்று அகன்று விரிந்திருந்தது. அவனுடைய வாய் ஒரு காதிலிருந்து மற்றொரு காது வரை நீண்டிருந்தது. அவன் உடல் முழுதும் சீற்றம் மிக்க ஒளியால் நிரம்பிவழிந்தது.

சிறுவன் செடாண்டா மிகுந்த ஆத்திரத்துடன் கான்கோபாரின் சிறுவர் படைச் சிறுவர்களின் இடையே புகுந்து ஓடினான். அவர்களைத் திசைக்கொருவராய் சிதறடித்தான். அவனுடைய கோபத்தினால் ஐம்பது சிறுவர்கள் தரையில் வீழ்ந்தனர். மீதி

இருந்தோரும் செடாண்டாவிடம் இருந்து தப்பிக்க பாதுகாப்பான இடங்கள் தேடி ஓடிஒளிந்தனர்.

இவையெல்லாம் நடைபெற்ற புல்வெளியின் அருகிலேதான், மன்னர் கான்கோபார் தம்முடைய படைவீரர் ஒருவருடன் சதுரங்கம் விளையாடிக் கொண்டிருந்தார். தன்னைக் கடந்து ஓடிய செடாண்டாவின் மணிக்கட்டைப் பிடித்து இழுத்து அவனை நிறுத்தினார் கான்கோபார். “நில் சிறுவனே! என் சிறுவர்படை வீரர்களிடம் நீ ஏன் மென்மையாக நடந்து கொள்ளவில்லை?” என அவர் அவனிடம் வினவினார்.

“உங்களின் சிறுவர்படை வீரர்களிடம் நான் அவ்வாறு பழகுவதற்கு காரணம் உண்டு மன்னரே! ஏனெனில், அவர்களும் என்னிடம் மென்மையாயும் நட்பாயும் பழகவில்லை. அவர்களுடன் விளையாட மட்டுமே நான் விரும்பினேன். அவர்களோ பகைமை பாராட்டுகின்றனர். விருந்தாளிகளை நீங்கள் வரவேற்கும் இத்தகைய கடுமையான முறையை இப்போதுதான் நான் பார்க்கிறேன்.” எனக் கான்கோபாருக்கு பதிலளித்தான் செடாண்டா.

“நீ யார் சிறுவனே?” என வினவினார் கான்கோபார்.

“என் பெயர் செடாண்டா. உங்கள் தங்கை டெக்டைர் மற்றும் சுவால்டிம் தம்பதியரின் மகன் நான்!” என்றான் செடாண்டா.

“எமெயினின் சிறுவர் படையில் சேர்வதற்கு முன் படைச் சிறுவர்களிடம் உன்னுடைய பாதுகாப்பிற்கு வேண்டிய அனுமதியைக் கோரிய பின்னரே, படையில் இடம்பெற வேண்டும் என்பது உனக்குத் தெரியாதா சிறுவனே?” என வினவினார் கான்கோபார்.

“எனக்குத் தெரியாது. தெரிந்திருந்தால் அவர்களின் இந்தத் தாக்குதலுக்கு நான் என் பாதுகாப்புடன் தயாராய் இருந்திருப்பேன்!” என்றான் செடாண்டா.

உடனே தன் சிறுவர்படை வீரர்களை அருகில் அழைத்த கான்கோபார், “கேளுங்கள் சிறுவர்களே! என் தங்கையின் மகனாகிய செடாண்டாவிற்கு உங்களின் பாதுகாப்பை அளிக்க உங்களுக்கு விருப்பமா?” என வினவினார்.

அனைத்துச் சிறுவர்களும் ஒன்றுகூடி, "ஆம்! நாங்கள் அவனுக்கு எங்கள் பாதுகாப்பைத் தருகிறோம்!" எனக் கூறினர்.

எனினும் மீண்டும் செடாண்டா ஓடிச்சென்று சிறுவர்களுடன் சண்டையிடத் துவங்கினான். கான்கோபார் செடாண்டாவைத் தடுக்கும் முன்னர் சிறுவர்களில் ஐம்பது பேரை அவன் தரையில் வீழ்த்தினான்.

"ஹே... சிறுவனே! நீ ஏன் மீண்டும் சிறுவர்களுடன் சண்டையிடுகிறாய்?" எனக் கத்தினார் கான்கோபார்.

"அவர்களின் பாதுகாப்பின் கீழ் நான் வந்தது போலவே என் பாதுகாப்பின் கீழ் அவர்களும் வர வேண்டும். இல்லையெனில், அவர்கள் அனைவரும் தரையில் வீழும் வரை அவர்களுடன் நான் சண்டையிடுவேன்!" என உறுதியாகக் கூறினான் செடாண்டா.

உடனே கான்கோபார் செடாண்டாவிடம், "உன்னுடைய பாதுகாப்பை இந்தச் சிறுவர்களுக்கு அளிக்கிறாயா சிறுவனே?" என வினவினார்.

"ஆம்! அளிக்கிறேன்!" எனக் கூறினான் செடாண்டா.

அந்த நொடியில் இருந்து சிறுவர்களின் படையானது, ஐந்தே வயது நிரம்பிய செடாண்டாவின் கேடயத்தின் பாதுகாப்பிற்கு கீழ் வந்தது. ஐந்தே வயதாகினும் செடாண்டா வீரத்தின் அனைத்து மேன்மையான குணங்களையும் அப்போதே பெற்றிருந்தான்.

இவ்வாறுதான் செடாண்டா கான்கோபாரின் அவைக்குள் நுழைந்து, எமெய்னின் சிறுவர் படையின் அங்கம் ஆனான்.

குகிகோலேன் பெயர் வரக் காரணம்

உல்ஸ்டெர் நகரில் 'குலாய்ன்' எனும் கொல்லர் வாழ்ந்துவந்தார். மன்னர் கான்கோபாரின் தலைமைக் கொல்லர் ஆவார் குலாய்ன். ஒருமுறை மன்னர் கான்கோபாரைத் தம் இல்லத்திற்கு விருந்துக்கு அழைத்திருந்தார் குலாய்ன். அழைப்பை ஏற்றுக்கொண்ட மன்னரும், விருந்துநாளின்போது, தேர்ந்தெடுக்கப்பட்ட வீரர்கள் சிலரை அழைத்துக்கொண்டு குலாய்னின் இல்லம் நோக்கிப் பயணமானார்.

விருந்துக்குச் செல்லும் வழியில், எமெயினின் சிறுவர் படைவீரர்கள் பயிற்சிபுரியும் புல்வெளியைக் கண்டார் கான்கோபார். அங்கே மிகவிந்தையான காட்சியொன்றைக் கண்டார் மன்னர். ஒரே ஒரு சிறுவனை எதிர்த்து நூற்றி ஐம்பது சிறுவர்கள் நின்றிருந்தனர். அந்தச் சிறுவன் அனைவரையும் வீழ்த்தி, ஆட்டத்தின் அனைத்து இலக்குகளையும் தனதாக்கிக் கொண்டிருந்தான். சிறுவனை கான்கோபார் வியப்புடனும் ஆச்சரியத்துடனும் பார்த்துக் கொண்டிருந்தார்.

அந்தச் சிறுவன்தாம் செடாண்டா. கான்கோபாரின் தங்கையின் ஆறே வயது நிரம்பிய மகன் அவன்.

தான் கண்டிருந்த காட்சியால் மிகுந்த மகிழ்ச்சியடைந்த கான்கோபார், செடாண்டாவைத் தன்னிடம் அழைத்தார். "சிறுவனே! நாங்கள் ஒரு விருந்துக்குச் செல்கிறோம். நீயும் எங்களுடன் ஒரு விருந்தினனாக வருகிறாயா?" என செடாண்டாவை அவர் வினவினார்.

ஆனால் செடாண்டாவோ, "இல்லை மன்னா! தங்களுடன் விருந்துக்கு என்னால் வர இயலாது. சிறுவர்கள் விளையாட்டினை இன்னும் முடிக்கவில்லை. அவர்கள் ஆட்டத்தினை முடிக்கும்வரை என்னால் இங்கிருந்து வர இயலாது!" என மறுத்தான்.

"அதற்கு நீண்ட நேரம் ஆகும்! எங்களால் அத்தனை நேரம் காத்திருக்க முடியாது!" எனக் கூறினார் கான்கோபார்.

அதற்கு செடாண்டா, "நீங்கள் பயணத்தைத் தொடருங்கள்! நான் பின்னர் வந்து உங்களுடன் விருந்தில் பங்கேற்றுக் கொள்கிறேன்!" என்றான்.

"ஆனால், உனக்கு விருந்து நடைபெறும் இல்லத்திற்கான வழி தெரியாதே!" எனக் கவலையோடு கூறினார் கான்கோபார்.

"உங்களுடைய குதிரைகளும் தேர்களும் விட்டுச்செல்லும் தடங்களைப் பின்பற்றி நான் வந்து சேர்ந்துவிடுவேன்!" என்றான் செடாண்டா.

எனவே, செடாண்டாவை சிறுவர்களுடன் விளையாடவிட்டு, மன்னரும் அவருடைய வீரர்களும் குலாய்னின் இல்லத்தை

நோக்கிப் பயணித்தனர். செடாண்டா பின்னர் வந்து தங்களுடன் விருந்தில் பங்கேற்பான் என மன்னர் நம்பினார்.

தனது இல்லத்திற்கு வருகை புரிந்த மன்னரையும் அவர் வீரர்களையும் குலாய்ன் மிகுந்த மரியாதையுடன் வரவேற்றார். அவர்களுக்காக மிகப்புதிதான விரிப்புகள் தரையில் விரிக்கப்பட்டிருந்தன. சிறந்த உணவும் வைனும் அவர்களுக்காய் பரிமாறப்பட்டன. மன்னரும் அவர் வீரர்களும் உணவருந்தியபடியும் பானங்களைக் குடித்தபடியும் மகிழ்ச்சியாய் இருந்தனர்.

விருந்து நடைபெற்றுக் கொண்டிருந்தபோது, கான்கோபாரிடம் சென்ற குலாய்ன், "ஓ, கான்கோபார் மன்னரே! இந்த விருந்தில் கலந்து கொள்வதற்காய் எவரையேனும் உங்களைத் தொடர்ந்து என் இல்லத்திற்கு வரவேற்றிருக்கிறீர்களா?" என வினவினார்.

"இல்லை! நான் எவரையும் அழைத்திருக்கவில்லை!" எனப் பதிலளித்தார் கான்கோபார். தன்னைப் பின் தொடர்ந்துவந்து விருந்தில் கலந்து கொள்வதற்காய் தான் முன்னர் அழைத்திருந்த செடாண்டா குறித்து கான்கோபார் அறவே மறந்து போயிருந்தார்.

"எதற்காய் இதை வினவுகிறீர்கள்?" எனக் குலாய்னிடம் கேட்டார் கான்கோபார்.

அதற்கு குலாய்ன், "என்னிடம் ஒரு நாய் உள்ளது. வலிமைமிக்க, மூர்க்கமான வேட்டைநாய் அது. ஸ்பெய்ன் நாட்டில் இருந்துத் தருவிக்கப்பட்டது. அதனை நான் கட்டுகளில் இருந்து அவிழ்த்து விட்டால், எந்த ஒரு அந்நியரையும் என் வீட்டை நெருங்க விடாது. இதன் மூலம் நான் மிகுந்த பாதுகாப்பாய் உணர்கிறேன். என்னைத் தவிர எவரையும் இந்த நாயினால் அடையாளம் காண இயலாது. எனவே எந்த அந்நியர் என் இல்லத்தின் எந்தப் பகுதியில் நுழைந்தாலும் அவரைக் கடித்துக் குதறிவிடும். காவலுக்காக இப்போது என் நாயை அவிழ்த்துவிடப் போகிறேன். எனவேதான் உங்களிடம் அனுமதி கேட்கிறேன். உங்களைப் பின்தொடர்ந்து எவரேனும் இங்கு வருகிறார்களா எனத் தெரிந்துகொள்ள விரும்புகிறேன்!" என விளக்கினார்.

இதைக் கேட்டதும் கான்கோபார் மீண்டும் ஒருமுறை தான் யாரையும் விருந்துக்கு அழைக்கவில்லை என உறுதி கூறினார். உடனே குலாய்ன் வீட்டின் வெளியே சென்று காவலுக்காகத் தன்னுடைய பிரமாண்டமான நாயை அவிழ்த்துவிட்டார். அந்த நாய் குலாய்ன் வீட்டு வாசலில் படுத்துக்கொண்டது. அது தன்னுடைய பெரிய தலையை, கூரிய நகங்களுடைய தன் பாதங்களின் மேல் வைத்துப் படுத்துக்கிடந்தது. எவரேனும் அந்நியர் வீட்டினுள் நுழைந்தால் அவரை கடித்துக் குதற அந்நாய் தயாராய் இருந்தது.

எமெயினில், சிறுவர்கள் படையைச் சேர்ந்த அனைவரும் தம் விளையாட்டை முடித்துக்கொண்டு தத்தம் பெற்றோர்களைத் தேடி வீடுகளுக்குச் சென்றுச் சேர்ந்தனர். செடாண்டா குலாய்னின் வீட்டை நோக்கிப் பயணித்தான். மன்னரின் குழு பாதைகளில் விட்டுச்சென்ற தடங்களைப் பின்பற்றி அவன் சென்றான். வழியெங்கும் தன் பந்துடன் விளையாடிக்கொண்டே சென்றான்.

குலாய்னின் இல்லத்தை செடாண்டா நெருங்கியபோது, குலாய்னின் மிகப்பெரிய நாய் உறுமியது. அதன் உரோமங்கள் குத்திட்டு நிற்க, தன் பெரிய பற்களைக் காட்டிக்கொண்டு, அந்த நாய் எழுந்துநின்றது. தன் பந்துடன் விளையாடிக்கொண்டு வரும் சிறுவன் செடாண்டாவை விழுங்கி விடுவதற்காக அது பயங்கரமான உருவத்துடன் காத்திருந்தது. செடாண்டாவிடம் அந்த நாயை எதிர்கொள்வதற்கு ஆயுதங்கள் ஏதுமில்லை. அவனிடம் தற்காப்புக் கவசங்களும் ஏதுமிருக்கவில்லை. எனினும் அவன் பயமின்றி நாயை நோக்கிச் சென்றான். சமயோசிதமாக யோசித்த செடாண்டா, தன்னிடமிருந்தப் பந்தை மிகச்சரியாய் நாயின் திறந்திருக்கும் வாயை நோக்கி எறிந்தான். செடாண்டாவின் குறி தப்புவதேயில்லை. ஆதலால், அவன் எறிந்த பந்து நாயின் வாய்க்குள் நேராய் சென்றது.

வாய்க்குள் பந்து போனதும் நாய் தடுமாறியது. அது சுதாரித்து எழும் முன்னரே, அதன் பின்னங்கால்களைப் பிடித்து இழுத்த செடாண்டா, நாயைக் கொன்றான்.

இதனிடையே, குலாய்னின் இல்லத்திற்குள், விருந்துகளின் இரைச்சல்களுக்கும் சந்தோஷக் கூச்சல்களுக்கும் இடையேயும் காவல்நாயின் உறுமலை கான்கோபார் கேட்டுவிட்டிருந்தார்.

சிறுவன் செடாண்டாவை தன்னைத் தொடர்ந்து விருந்துக்கு வருமாறு அழைத்திருந்ததை அப்போதுதான் நினைவுகூர்ந்த கான்கோபார் அதிர்ச்சியுடன், “செடாண்டா!” எனக் கதறினார். மன்னர் இருக்கையைவிட்டு வெளியே சீறிப்பாய்ந்தார். அவருடன் அவர்தம் வீரர்களும் விரைந்தனர். செடாண்டாவின் மீது நாயின் மிக மோசமான ஒரு தாக்குதலை அவர்கள் எதிர்பார்த்து அஞ்சியபடியே வெளியே ஓடினர். “என் தங்கையின் மகன் நிச்சயமாய் அந்த வேட்டைநாயினால் கடித்துக் குதறப்பட்டிருப்பான்!” எனப் புலம்பியபடியே சென்றார் கான்கோபார்.

ஆனால், அங்கு செடாண்டா பாதுகாப்பாகவும் நலமாகவும் நின்று கொண்டிருந்தான். கான்கோபாரின் நம்பகமான பாதுகாவலனாகிய ‘ஃபெர்கஸ்’ எனும் வீரன் செடாண்டாவை தன் தோள்களில் சுமந்துகொண்டு வந்து மன்னரிடம் காட்டினான். சிறுவன் எந்தவித ஆபத்திலும் சிக்கிக்கொள்ளாதது குறித்து மன்னர் மிகுந்த மகிழ்ச்சியடைந்தார்.

தன் காவல்நாய் இறந்துகிடப்பதைக் கண்டு குலாய்ன் மிகுந்த வருத்தமடைந்தார். “செடாண்டா அவர்களே! உங்களின் தாய் மற்றும் தந்தையரின் நற்பெருமையின் பேரில் உங்களை வரவேற்கிறேன். ஆனால், உங்களின் பொருட்டு நான் உங்களை வரவேற்கவில்லை. இந்த விருந்தினை ஏற்பாடு செய்ததற்காய் நான் மிகவும் வருந்துகிறேன்!” எனச் செடாண்டாவிடம் கூறினார் குலாய்ன்.

குலாய்னிடம் இருந்து வெளிப்பட்ட இந்த அவமரியாதையான வார்த்தைகளைக் கேட்டு அதிர்ச்சியுற்ற கான்கோபார், “இந்தச் சிறுவனிடம் இத்தனைக் கடுமையாக நீங்கள் பேச வேண்டியதன் அவசியம் என்ன குலாய்ன்?” என அவர் வினவினார்.

“என் காவல்நாய் இறந்துவிட்டது. என்னுடைய சொத்துகளுக்கும் வாழ்வாதாரங்களுக்கும் அந்த நாய்தான் காவலாய் இருந்தது. இப்போது என் வீட்டையும் உடமைகளையும் கால்நடைகளையும் என்னையும் இனி யார் பாதுகாப்பார்? இப்போது என் வாழ்வு மிகப்பெரிய ஆபத்தில் உள்ளது!” எனக் கவலையுடன் கூறினார் குலாய்ன்.

இதனைக் கேட்டதும் செடாண்டா பேசத் துவங்கினான், "ஓ குலாய்ன்! கோபம் கொள்ளாதீர்கள்! இறந்துபோன உங்கள் காவல்நாய், குட்டிகள் ஏதேனும் ஈன்று இருந்தால், அதனுள் மிகச்சிறந்த குட்டியை என்னிடம் கொடுங்கள். நான் அதனை வளர்த்து, எரின்(அயர்லாந்து)னின் மிகச்சிறந்த காவல் நாயாக உருவாகப் பயிற்சி கொடுப்பேன். அந்தக் குட்டி வளர்ந்து உங்கள் வீட்டைப் பாதுகாக்கும்வரை, காவல்நாயின் இடத்தில் இருந்து நானே உங்கள் இல்லத்தையும் கால்நடைகளையும் உங்களையும் பாதுகாக்கின்றேன்!" என மனப்பூர்வமாய் சொன்னான் செடாண்டா.

செடாண்டாவின் இந்த வாக்குறுதியினால் கான்கோபாரும் அவருடைய வீரர்களும் மிகவும் அகமகிழ்ந்தனர். "மிக நன்றாகச் சொன்னாய், சிறுவனே! இப்பிரச்சினைக்கு இதனைவிட மிகச் சிறப்பான ஒரு தீர்வை என்னாலும் தந்திருக்க இயலாது!" எனக் கான்கோபார் செடாண்டாவைப் பாராட்டினார்.

இவ்வாறாய் கொல்லர் குலாய்னின் சொத்துகளை அதுநாள் வரை பாதுகாத்த வேட்டைநாயின் கடமைகளைத் தான் சுமந்துகொண்டு நிறைவேற்றினான் செடாண்டா.

கான்கோபாரின் தந்தையான 'கத்பா' ஒரு பாதிரியாரும் மடாதிபதியும் ஆவார். அவர் செடாண்டாவை நோக்கி, "இன்று முதல் நீ 'குக்கோலேன்' என அழைக்கப்படுவாய். அதன் அர்த்தம் 'குலாய்னின் வேட்டை ஓநாய்' என்பதாகும்!" என்றார்.

இதைக் கேட்டதும், "ஆஹ்! இல்லை! சுவால்டிமின் மகனான நான் செடாண்டா என்னும் என் சொந்தப் பெயரையே மிகவும் விரும்புகிறேன்!" என்று மறுதலித்தான் செடாண்டா.

"ஆஹ்... ஆனால் குக்கோலேன் என்னும் பெயர்தான் உனக்குப் புகழைத் தேடித்தரும்! எரின் மற்றும் ஆல்பா (ஸ்காட்லாந்து) நிலம் முழுதும் இந்தப் பெயரை உச்சரிப்பார்கள். உன் சாகசங்களை பேசிப் பேசி வியப்பிலாழ்வர்!" எனக்கூறி செடாண்டாவை சமாதானம் செய்தார் கத்பா. ஏனெனில், அவரால் எதிர்காலத்தைத் துல்லியமாக ஆருடம் கூற இயலும். ஆதலால், கத்பாவின் தீர்க்கதரிசனத்தை செடாண்டாவும் நம்பினான்.

“அவ்வாறெனில் எனக்குச் சூட்டப்பட்டுள்ள இந்தப் பெயரை நான் ஏற்றுக் கொள்கிறேன்!” என ஒப்புக்கொண்டான் செடாண்டா.

பெயர்சூட்டலின் பின்னர் எப்போதும் அவன் குக்கோலேன் என்றே அழைக்கப்பட்டான்.

கத்பா கூறிய வார்த்தைகள் மெய்யாகுமாறு, குக்கோலேன் என்னும் பெயர் எரின் மற்றும் ஆல்பா நிலமெங்கும் என்றென்றைக்குமாய் எதிரொலித்தபடியே இருந்தது.

‘நெட்’ கொரூனின் மகன்களை குக்கோலேன் கொன்ற கதை

எமெயினில் ஒருநாள், மன்னர் கான்கோபாரின் மதகுருவான கத்பா பாதிரி வகுப்புகளை மாணாக்கருக்குப் பயிற்றுவித்துக் கொண்டிருந்தார்.

ஆர்வம்மிக்க எட்டு மாணாக்கர்கள் அந்த வகுப்பறையில் இருந்தனர். அவர்கள் வெகு உன்னிப்பாய் கத்பாவின் வகுப்புகளை கவனித்தபடி இருந்தனர். எட்டு மாணவர்களுள் ஒருவன் மட்டும் எழுந்திருந்து, “ஓ, கத்பா! இன்றைய தினம் என்ன அதிர்ஷ்டத்தைக் கொண்டுவரும் என உங்களால் கூற முடியுமா? அது நன்மை பயக்குமா அல்லது தீமையைக் கொண்டு வருமா?” என வினவினான்.

தீர்க்கதரிசியும் மடாதிபதியுமான கத்பா, “இன்றைய தினம் எந்தச் சிறுவன் ஆயுதங்களை எடுக்கிறானோ, அவனே மற்ற அனைத்து இளைஞர்களையும் விடவும் எரின் நாட்டில் மிகுந்த புகழ்பெற்று விளங்குவான். அவனுடைய வீரதீர சாகசக் கதைகள் எல்லா காலத்திலும் நினைவு கொள்ளப்படும். ஆனால், அவனுடைய ஆயுட்காலம் குறைவானதாகவும் விரைவில் முடிந்துவிடக்கூடியதாகவும் இருக்கும்!” என்று பதிலுரைத்தார்.

எமெயினின் மற்றொரு மூலையில் விளையாடிக்கொண்டிருந்த, ஏழு வயது குக்கோலெனின் காதுகளிலும் கத்பா கூறியது விழுந்தது. உடனே அவன் தன் விளையாட்டுப் பொருட்களை தூர வீசியெறிந்துவிட்டு, தன் மாமன் கான்கோபாரைக் காண விரைந்தான்.

தன்னை நோக்கி வெகுவேகமாக ஓடிவரும் சிறுவன் தன்னிடம் ஏதோ முக்கிய விஷயம் சொல்லத்தான் வருகிறான் என எண்ணினார் கான்கோபார். "என்ன விஷயம் சிறுவனே? என்னிடம் ஏதேனும் முக்கியமானதைச் சொல்ல வேண்டுமா?" என வினவினார் அவர்.

"இன்று என்னுடைய ஆயுதங்களை நான் எடுத்துக்கொள்ளப் போகிறேன்!" என மன்னரிடம் குக்கோலேன் அறிவித்தான்.

"அவ்வாறு செய்யச் சொல்லி உன்னை எவர் அறிவுறுத்தினார்?" என வினவினார் கான்கோபார்.

"பாதிரியார் கத்பா தாம் அவ்வாறு செய்யச் சொன்னார்!" என்றான் குக்கோலேன்.

"கத்பாவின் வாக்கு தவறுவதேயில்லை!" எனச் சிந்தனை செய்தார் கான்கோபார். எனவே, குக்கோலேனுக்கு இரண்டு ஈட்டிகளையும், ஒரு வாள் மற்றும் ஒரு கேடயத்தையும் மன்னர் அளித்தார்.

ஈட்டிகளையும் வாளையும் கேடயத்தையும் கரங்களில் எடுத்த குக்கோலேன் அவற்றை பலமாக உலுக்கினான். உடனே சுக்குநூறாக உடைந்து அவை கான்கோபாரின் அவையின் தரையில் சிதறிவிழுந்தன.

மீண்டும் இரு ஈட்டிகளையும் ஒரு வாள் மற்றும் ஒரு கேடயத்தை கான்கோபார், சிறுவனிடம் அளித்தார். குக்கோலேனின் கரம் பட்டதும் அவையும் சுக்குநூறாய் சிதறின.

ஒன்றன் பின் ஒன்றாக கான்கோபார் ஆயுதங்களைக் குக்கோலேனிடம் கொடுத்தபடியே இருந்தார். எமெயினின் இளைஞர்களிடம் ஒப்படைக்கத் தான் சேமிப்பில் வைத்திருந்த அனைத்து ஆயுதங்களையும் அவர் குக்கோலேனிடம் கொடுத்தார். ஒவ்வொரு ஆயுதமாக கான்கோபாரிடம் பெற்றுக்கொண்ட குக்கோலேன் அவற்றை முன்னர் செய்ததுபோன்றே உலுக்கிப் பார்த்தான். அவையாவும் சுக்குநூறாக உடைந்து கான்கோபாரின் அவையின் தரையில் வீழ்ந்தன.

“உண்மையைச் சொல்வதானால், இந்த ஆயுதங்கள் தரமானவை அல்ல, அரசே! என் வலிமைக்குப் பொறுத்தமான ஆயுதங்களை எனக்குத் தருமாறு தங்களிடம் கேட்டுக் கொள்கிறேன்!” எனக் கூறினான் குக்கோலேன்.

பிறகு, தனக்குச் சொந்தமான இரு ஈட்டிகளையும், வாளையும் கேடயத்தையும் குக்கோலேனிடம் கொடுத்தார் கான்கோபார். அந்த ஆயுதங்களைப் பெற்றுக் கொண்ட குக்கோலேன், அவற்றைக் கரங்களில் ஏந்தினான். அவற்றை வளைத்தான், உலுக்கினான். ஆனால், அவை உடைந்துவிழவில்லை. குக்கோலேனின் வலிமைக்கு ஈடுகொடுத்து அவை தீர்க்கமாய் நின்றன. “இவை எனக்குப் பொருத்தமாய் உள்ளன!” என மகிழ்ந்தான் குக்கோலேன். அந்த ஆயுதங்களையும் அவற்றைக் கொடுத்த மன்னர் கான்கோபாரினையும் அவன் வணங்கினான்.

மிகச்சரியாய் அச்சமயத்தில் கத்பா அங்கு வந்தார். குக்கோலேன் ஆயுதங்களுடன் நிற்பதைக் கண்ட அவர், “இந்தச் சிறுவன் ஆயுதங்களை எடுத்துக் கொண்டானா?” எனக் கான்கோபாரை வினவினார்.

“ஆம்!” என்றார் கான்கோபார்.

“இதனை முன்னரே அறிந்திருந்தால், இன்று அவன் ஆயுதங்களை எடுத்துக் கொள்ள நான் அனுமதித்து இருக்கவேமாட்டேன்!” என வருத்தத்துடன் கூறினார் கத்பா.

“ஏன் அப்படிச் சொல்கிறீர்கள்? தாங்கள்தானே ஆயுதங்களை இன்று எடுத்துக் கொள்ளும்படி அவனை அறிவுறுத்தி அனுப்பி வைத்தீர்கள்?” எனக் குழப்பமாய் கேட்டார் கான்கோபார்.

“ஓ இல்லை! நான் அவ்வாறு கூறவே இல்லை!” என மறுத்தார் கத்பா.

உடனே கான்கோபார் கோபத்துடன் குக்கோலேன் பக்கம் திரும்பி, “என்ன இது? எங்களிடம் இருந்து ஆயுதங்களைப் பெறுவதற்காக நீ செய்த விஷமச்செயலா இது?” எனக் கேட்டார்.

“இல்லை மன்னா! கத்பா என்னிடம் நேரடியாய் எதையும் கூறவில்லைதான். ஆனால், இன்றைய தினம் எந்த ஒரு சிறுவன்

ஆயுதங்களை எடுத்துக் கொள்கிறானே அவன் எரின் முழுதும் புகழ் பெறுவான். அவன் வாழ்நாள் குறைவாக இருந்தபோதும் எனக் கத்பா அவர் மாணவர்களிடம் கூறியதை நான் கேட்டேன்!" எனக் கூறினான் குக்கோலேன்.

"நான் அவ்வாறு கூறியது உண்மைதான்!" எனக் கூறினார் கத்பா.

"நான் அதிர்ஷ்டசாலி! எனது வீரதீர சாகசங்கள் அனைத்தும் காலம் கடந்து வாழுமெனில் எனது ஆயுட்காலம் குறைவாக இருப்பது குறித்து நான் ஏன் கவலைப்பட வேண்டும்!" எனக் கூறினான் குக்கோலேன்.

இதனைத் தொடர்ந்து கத்பா, "இன்று எவர் ஒருவர் தம் வாழ்நாளின் முதல் தேர்வலம் வருகிறாரோ அவருடைய சாகசங்கள் எரின் நாட்டில் நீடுழி நிலைக்கும்!" எனவும் கூறினார்.

உடனே குக்கோலேன் ஒன்றன் பின் ஒன்றாகத் தேர்களைப் பரிசோதனை செய்தான். எமெயினின் இளைஞர்களுக்காக கான்கோபார் சேமித்து வைத்திருந்த அனைத்துத் தேர்களையும் குக்கோலேனிடம் கொடுத்தார். ஆனால், அனைத்துத் தேர்களும் குக்கோலேனின் கரம் பட்டதும் நொறுங்கி வீழ்ந்தன.

பிறகு கான்கோபார் தனது தேர்சாரதி 'ஐபார்'ரினை அழைத்தார். "எனது சொந்தக் குதிரைகள் இரண்டினை அழைத்து வந்து என்னுடைய தேரில் அவற்றைப் பூட்டி, இந்தச் சிறுவனிடம் கொடு!" என ஐபாரிடம் மன்னர் கட்டளையிட்டார்.

அவ்வாறே செய்தார் ஐபார். மன்னரின் குதிரைகள் பூட்டப்பட்டிருந்தத் தேரில் குக்கோலேன் ஏறி அமர்ந்தான். தேர் வலிமையுடன் நின்றதைக் கண்ட குக்கோலேன், "ஓ மன்னரே! உண்மையாய் இது மிகத் தரமான தேர். எனக்கு இத்தேர் வெகு பொருத்தமாய் உள்ளது!" என மகிழ்ச்சியில் கூக்குரலிட்டான் குக்கோலேன்.

குக்கோலேன் தேரின் வலிமையை பரிசோதித்ததும், "தேரிலிருந்து இறங்கி வா சிறுவனே! குதிரைகளை மேய்ச்சலுக்கு விடவேண்டும்!" எனக் கூறினார் ஐபார்.

"இன்னும் சிறிது நேரம் பொறுத்திருங்கள்! என் ஆயுதங்களை நான் எடுத்துக் கொண்ட முதல் நாள் இன்று. எனக்கு இது விசேஷ நாளாகும். இந்நாளைக் கொண்டாட எமெயினைச் சுற்றி நான் இந்தத் தேரில் வலம்வர விரும்புகிறேன்!" எனக்கூறிய குக்கோலேன் உடனடியாய் எமெயினைச் சுற்றித் தேரில் வலம்வரத் துவங்கினான்.

இதைக் கேட்ட ஐபார் மீண்டும், "தேரிலிருந்து இறங்கி வா சிறுவனே! குதிரைகளை மேய்ச்சலுக்கு விடவேண்டும்!" எனக் கூறினான்.

"இன்னும் நேரமிருக்கிறது! என் நண்பர்கள் விளையாடிக் கொண்டிருக்கும் மைதானம் வரை நான் செல்லவேண்டும். அவர்களைச் சந்திப்பதன் மூலம் நான் ஆயுதங்களை எடுத்துக் கொண்ட இந்த நன்னாளுக்கான வாழ்த்துகளை அவர்களிடமிருந்து நான் பெறமுடியும்!" எனக்கூறிய குக்கோலேன் சிறுவர்கள் விளையாடிக் கொண்டிருந்த எமெயினின் மைதானத்தை நோக்கிச் சென்றான்.

ஆயுதங்களுடன் குக்கோலேன் தேரில் ஏறி வருவதைக் கண்ட சிறுவர்கள் குதூகலம் அடைந்தனர். அவனுடைய வெற்றிகரமான முதல் தாக்குதல்களுக்கு அவர்கள் வாழ்த்து கூறினர். "ஆனால், ஆயுதங்களை ஏந்துவதற்கான வயது உனக்கில்லை. மேலும், இனி நீ எங்களுடன் விளையாடவும் வரமாட்டாய்!" என அவர்கள் வருத்தத்துடன் கூறினர்.

"ஓ, இல்லை! நான் உங்களைவிட்டு நீங்கமாட்டேன். எனக்கு அதிர்ஷ்டம் உண்டாக வேண்டியே இன்று இந்த ஆயுதங்களை நான் ஏந்திக் கொண்டேன்!" எனப் பதிலுரைத்தான் குக்கோலேன்.

மீண்டும் ஒருமுறை ஐபார் நினைவுபடுத்தினான், "கேள் சிறுவனே! தேரைவிட்டு இறங்கிவாருங்கள்! குதிரைகளை மேய்ச்சலுக்கு அனுப்பவேண்டும்!"

ஆனால், அப்போதும் அதற்கு நேரமிருப்பதாகக் கூறிய குக்கோலேன், தன் முன் விரிந்துகிடந்த சாலையில் பயணிக்க விரும்பினான்.

குக்கோலேனை அந்தச் சாலைகள் மலைகளுக்கு இட்டுச் சென்றன. உல்ஸ்டெர் நகரின் எல்லையில் ஒரு காவலாளி நின்றிருந்தான். "கோனல் கெர்னாச்" என்பவன் தாம் அன்று காவலுக்கு நின்றிருந்தவன். அந்நியர்கள் எவரும் நாட்டுக்குள் புகாதவாறு அவன் காவல் காத்துக் கொண்டிருந்தான்.

கான்கோபாரின் தேரிலேறி ஆயுதங்களுடன் குக்கோலேன் வருவதைக் கண்ட கோனல், "சிறுவன் இன்று தன் ஆயுதங்களை ஏந்திக் கொண்டானா?" என வினவினான்.

"ஆம்! இன்று அதுதான் நிகழ்ந்தது!" என்று கூறினான் ஐபார்.

குக்கோலேனின் வெற்றிகரமான எதிர்காலத்திற்கு வாழ்த்துகள் கூறிய கோனல் உடனே சிறுவனை எச்சரிக்கவும் செய்தான். "ஆயுதங்களை ஏந்திக் கொள்வதற்கான வயதை நீ இன்னும் எட்டவில்லை சிறுவனே. வீரதீர சாகசங்களை ஒரு சிறுவனாக உன்னால் செய்யவும் முடியாது!" எனக் கோனல் கூறினான்.

குக்கோலனோ தன் புது ஆயுதங்களைப் பரீட்சித்துப் பார்க்க மிகுந்த ஆவல் கொண்டிருந்தான். ஆகவே, எல்லையைக் காக்கும் பணியைத் தானே ஏற்றுக்கொள்ளலாம் என அவன் எண்ணினான். "ஓ கோனல்! உன்னுடைய இடத்தில் இருந்து இன்று நான் காவல் காக்கிறேன்!" என்றான் குக்கோலன்.

ஆனால், கோனல் அதற்குச் சம்மதிக்கவில்லை. "ஆஹ்... இல்லை சிறுவனே! என்னால் அதை அனுமதிக்க முடியாது. இங்கே நீ காவலிருக்கும்போது யாரேனும் ஒரு நிஜ வீரன் உன்னைத் தாக்க வந்தால், அவனை எதிர்கொள்ள, உன்னைப்போன்ற சிறுவனால் முடியாது!" எனக் கூறினான் கோனல்.

"நன்று, அப்படியானால் நான் தெற்கு நோக்கிப் பயணிக்கப் போகிறேன். ஒருவேளை, என் ஆயுதங்களை உபயோகிப்பதற்கான வாய்ப்புகளை நான் அங்கு பெறலாம்!" எனக் கூறினான் குக்கோலேன்.

சிறுவன் இத்தனை அழுத்தமாகக் கூறியதைக்கேட்ட கோனல், "எல்லைப்புறப் பகுதியில் நீ தனியாகச் செல்வதை என்னால் அனுமதிக்க முடியாது. அது மிகவும் ஆபத்தான செயலாகும். உனக்கு ஏதேனும் அசம்பாவிதம் நிகழ்ந்தால் ஒரு சிறுவனை

தனியே ஆபத்தானப் பகுதிக்குச் செல்ல அனுமதித்தற்காக என்னை யாரும் மன்னிக்க மாட்டார்கள். எனவே, நானும் உன்னுடன் துணைக்கு வருகிறேன்!" என கூறியதுடன், தன்னுடைய குதிரைகளை ஒரு தேரில் பூட்டி குக்கோலேனைப் பின் தொடர்ந்து சென்றார்.

கோனல் தன்னை தனியாகச் செல்ல அனுமதிக்காததைக் கண்டான் குக்கோலேன். "என் ஆயுதங்களைப் பிரயோகிக்க எனக்கொரு சந்தர்ப்பம் வாய்த்தாலும், கோனல் அதனை அனுமதிக்கப் போவதில்லை" என எண்ணினான் குக்கோலேன். ஒரு கல்லை எடுத்துத் தன் உண்டிவில்லில் அதைப் பொருத்திய அவன், கோனலின் தேரினைக் குறிபார்த்து அதை எறிந்தான். அந்தக்கல் பட்டுத் தேரின் அச்சாணி முறிந்தது. உடனே தேரிலிருந்து உருண்டு நிலத்தில் விழுந்தான் கோனல்.

"என்ன செயல் இது சிறுவனே! ஏன் என் மீது கல்லெறிந்தீர்கள்?" என வருத்ததுடன் கேட்டான் கோனல்.

"நீங்கள் என்னைப் பின் தொடர்வதை நான் விரும்பவில்லை. அதைத் தடுப்பதற்கான ஒரேவழி உங்களின் தேரைச் சேதப்படுத்துவதுதான். பயணம் செய்யப் புறப்படும் தேர் எவ்வகையிலேனும் விபத்திற்கு உள்ளானால் அந்தப் பயணத்தை ரத்து செய்வதுதானே உல்ஸ்டர் இன ஆண்களின் வழக்கம்? இனி உங்களால் என்னுடன் வர இயலாது!" எனப் பதிலுரைத்தான் குக்கோலேன்.

இந்த உண்மையை ஒப்புக்கொண்ட கோனல், தெற்கு நோக்கிச் செல்லும் குக்கோலேனைப் பின்தொடர இயலாமல் தன்னுடைய இடத்திற்கே திரும்பினான்.

ஆயுதங்களை உபயோகிக்கும் ஒரு சந்தர்ப்பத்தைத் தேடி அலைந்தபடி இருந்தான் குக்கோலேன். அவ்வப்போது அவனிடம் ஐபார் தாம் திரும்பிச் செல்வதற்கான நேரம் நெருங்கிவிட்டதை எச்சரித்தபடியே இருந்தான். ஆனால், ஒவ்வொரு முறையும் ஏதேனும் காரணங்கள் கூறி அதைத் தவிர்த்தபடியே இருந்தான் குக்கோலேன்.

அப்போது தொலைவில் ஒரு கோட்டையைக் கண்டான் குக்கோலேன். "அந்தக் கோட்டை யாருடையது, ஐபார்?" என அவன் வினவினான்.

"நெட் சீன் என்னும் ஒரு கொடூரனின் மூன்று மகன்களின் கோட்டை அது. ஃபாயில், ஃபண்டால், துவாசால் என்பதே அந்த மகன்களின் பெயர்கள். அவர்களுடைய தந்தை உல்ஸ்டெர் வீரர்களால் படுகொலை செய்யப்பட்டார். அன்றிலிருந்து அவர்கள் உல்ஸ்டெர் ஆண்களை வெறுத்து வருகின்றனர்" எனக் கூறினான் ஐபார்.

"உல்ஸ்டெர் வீரர்களில் தற்போது உயிருடன் இருப்பவர்களின் எண்ணிக்கையை விட அதிகமானோரைக் கொன்று குவித்துள்ளதாய் பெருமைப்பட்டுக் கொள்வோர் இவர்கள்தானா?" என வினவினான் குக்கோலேன்.

"அய்யோ! ஆமாம்! அவர்கள்தான்! மேலும் அவர்கள் மிகுந்த ஆபத்தானவர்கள்!" என எச்சரித்தான் ஐபார்.

"அவ்வாறெனில் அவர்களிடம் நான் செல்ல வேண்டும்!" எனக் கூறினான் குக்கோலேன்.

ஐபாரின் அனைத்து எதிர்ப்புகளையும் கடந்து குக்கோலேன் நெட்டின் கோட்டையை நோக்கிச் சென்றான். அங்கிருந்த பசும்புல்வெளியில், இரும்புப்பூண் பூட்டப்பட்ட ஒரு நடுகல் இருந்தது. 'ஒகாம்' மொழியில் அந்தக் கல்லில் சில வரிகள் எழுதப்பட்டிருந்தன. "இந்த புல்வெளிக்கு வந்து சேர்பவன் ஒரு வீரனாக இருக்கும்பட்சத்தில், சமர் ஒன்றை நிகழ்த்தாமல் இங்கிருந்து அவன் வெளியேற முடியாது!" என அதில் எழுதப்பட்டிருந்தது. அதைப் படித்ததும் நிலத்தில் இருந்து கல்லைப் பெயர்த்து எறிந்தான் குக்கோலேன். கல்லுடன் அதன் இரும்புப் பூணும் சேர்ந்து அருகில் இருந்த நதியில் விழுந்து மூழ்கின.

"ஆஹ்... நீ எதிர்பார்த்த அரிய வாய்ப்பொன்றை இந்தப் புல்வெளியில் பெறுவாய் என நம்புகிறேன். உன்னுடைய ஆயுதங்களை ஏந்திப் போரிட்டு உன் வீரத்தை பறைசாற்றும் நேரம் நெருங்கிவிட்டது" எனப் பெருமூச்சுடன் கூறினான் ஐபார்.

"நன்று!" எனக்கூறிய குக்கோலேன், சிறிதும் கவலையுறாது, ஐபாரிடம் தோலினால் ஆனப் போர்வைகளை நிலத்தில் விரிக்கச் சொன்னான். அதில் படுத்து உறங்கத் தயாரானான். குக்கோலேன் கூறியபடியே ஐபார் செய்தான். குக்கோலேன் சிறிது நேரம் உறங்கினான்.

சற்று நேரத்தில், கோட்டையில் இருந்து வெளியே வந்தான் நெட்டின் மகன் ஃபாயில். அவன் நேரே பசும்புல்வெளிக்குச் சென்றான். "இங்கிருக்கும் குதிரைகள் எவருக்குச் சொந்தமானவை?" என அவன் கோபமாக வினவினான்.

"இவை, மன்னர் கான்கோபாருக்குச் சொந்தமானவை!" எனக் கூறினான் ஐபார். மேலும் அன்றைய தினம் ஆயுதங்களை ஏந்திக்கொண்ட ஒரு சிறுவன்தான் அந்தக் குதிரைகளை அங்கு ஓட்டி வந்தவன் என்பதையும் ஐபார் கூறினான்.

"அந்தச் சிறுவன் வெற்றி பெறுவதற்காய் ஆயுதங்களை ஏந்தியிருக்கவில்லை என நினைக்கிறேன். என்னுடன் சண்டையிடுமளவு அவனுக்கு வயதிருந்தால், நிச்சயமாய் இவ்விடத்தைவிட்டு உயிருடன் அவனால் செல்லமுடியாது!" என ஆத்திரத்தில் கத்தினான் ஃபாயில்.

"ஆஹ்... அவன் சிறுவன்! இன்று ஆயுதங்களை ஏந்தியிருந்தாலும், ஏழு வயதே நிரம்பிய குழந்தை அவன்!" எனக் கூறி ஃபாயிலை சமாதானப்படுத்தினான் ஐபார்.

அச்சமயம் விழித்துக் கொண்ட குக்கோலேன், "எந்த வீரனுடனும் சண்டையிடப் பொருத்தமானவன்தான்" எனக் கோபமாகக் கூறினான்.

ஃபாயிலைப் போன்றே குக்கோலேனும் பாதுகாப்பு கவசங்களை அணிந்து கொண்டான். எந்த ஒரு கூர்மையான ஆயுதத்தினாலும் ஃபாயிலைக் காயப்படுத்த இயலாது என்பதை குக்கோலேன் அறிந்திருந்தான். எனவே, ஃபாயில் தாக்கத் துவங்குவதற்கு முன்னரே, தன்னுடைய கைத்தடியை அவன் மீது எறிந்து ஃபாயிலைக் கொன்றான் குக்கோலேன். பின்னர் அவன் ஃபாயிலின் தலையைத் துண்டித்துத் தன்னுடன் கொண்டு சென்றான்.

உடனே, நெட்டின் இரண்டாவது மகன் துவாசால் அங்கு வந்தான். தன்னுடைய சகோதரனை குக்கோலேன் கொன்றுவிட்டதை அறிந்த அவன், அந்தப் புல்வெளியைவிட்டு உயிருடன் சிறுவன் செல்லப்போவதில்லை எனச் சூளுரைத்தான். இதையறிந்த ஐபார், சிறுவனின் முதல் தாக்குதலில் துவாசால் தப்பிவிட்டானெனில், அதன் பிறகு அவனைக் கொல்லவே முடியாது எனக் குக்கோலேனை எச்சரித்தான். ஆனால், துவாசால் தாக்குவதற்கு முன்னரே, குக்கோலேன் அவனுடைய மார்பில் கான்கோபாரின் ஈட்டியால் தாக்கிக் கொன்றான். பிறகு துவாசாலின் தலையையும் கொய்து, அதனை ஃபாயிலின் தலைக்கு அருகிலேயே வைத்தான்.

அச்சமயம், நெட்டின் இளைய மகன் ஃபண்டால் அங்கு வந்தான். "உன்னுடன் இந்த வறண்ட பிரதேசத்தில் போரிட்ட என் சகோதரர்கள் முட்டாள்கள்! என்னுடன் குளத்திற்கு வந்து நீ சண்டையிடு. உன்னால் அங்கிருந்து உயிருடன் திரும்பவே முடியாது!" எனச் சவால்விட்டான் ஃபண்டால்.

"கவனமாயிரு சிறுவனே! உலகின் மிகச் சிறந்த நீச்சல்வீரன் ஆவான் இந்த ஃபண்டால். நீருக்குள் எவராலும் அவனை வெல்ல முடியாது!" எனக் குக்கோலேனை எச்சரித்தான் ஐபார்.

"ஐபார், என்னைப் பற்றிக் கவலைப்படாதீர்கள்! எமெயினில் ஆற்றில் இறங்கிச் சிறுவர்கள் நீண்ட நேரம் விளையாடிக்கொண்டிருப்பர். அப்போது எவரேனும் களைப்படைந்துவிட்டால், என் ஒவ்வொரு உள்ளங்கையிலும் ஒவ்வொரு சிறுவனை ஏந்திக்கொண்டும், என் ஒவ்வொரு தோளிலும் ஒவ்வொருவரை சுமந்துகொண்டும், என் கால்மூட்டுகள் நீரில் நனையாதவாறு அவர்களைக் கரைச் சேர்த்தவன் நான்!" எனப் பெருமையுடன் கூறினான் குக்கோலேன்.

இவ்வாறு கூறிவிட்டு, ஃபண்டாலுடன் சண்டையிடக் குளத்திற்குச் சென்றான் குக்கோலேன். நீரின் மீதே இருவரும் சமர் புரிந்தனர். சமரின் இடையே ஃபண்டாலை இறுக்கிப் பிடித்திருந்த குக்கோலேன், அவனுடைய தலையைக் கான்கோபாரின் வாளினைக் கொண்டு துண்டித்தான். பின்னர், அந்தத் தலையையும் முன்னரே துண்டித்து வைத்திருந்த ஃபண்டாலின் சகோதரர்களின் தலைகளுடன் சேர்த்து வைத்தான்.

பின்னர், நெட்டின் மகன்களின் கோட்டையை அழித்து, அதற்குத் தீயிட்டுக் கொளுத்தினான் குக்கோலேன். நெட்டின் மூன்று மகன்களுடைய தலைகளையும் எடுத்துக்கொண்டு குக்கோலேன் எமெயின் நோக்கிப் பயணித்தான்.

செல்லும் வழியில், காட்டுமான்களின் மந்தையொன்றை அவன் தொலைவில் கண்டான். "முயற்சி செய்து அவற்றுள் சிலவற்றை நான் பிடிக்கப்போகிறேன்!" எனக் கூறினான் குக்கோலேன். தம்மால் இயன்ற வேகத்தில் ஐபார் குதிரைகளை ஓட்டினான். இருப்பினும் அவன் குதிரைகளால் மான்களின் வேகத்திற்கு ஈடுசெய்து ஓடமுடியவில்லை. எனவே, தேரைவிட்டு இறங்கிய குக்கோலேன், மிகவேகமாக ஓடிச்சென்று, அந்த மான்களில் இரண்டைப் பிடித்தான். அவற்றைத் தன் தேரில் பிணைத்து, எமெயின் நோக்கி விரைந்தான் குக்கோலேன்.

சிறிது நேரம் கழித்து, அன்னப்பறவைகள் கூட்டம் ஒன்று வானில் பறந்து செல்வதைக் குக்கோலேன் கண்டான். "ஓ, ஐபார்! அவை என்ன வகைப் பறவைகள்?" என வினவினான் அவன். அவை அன்னப்பறவைகள் என்றும், அவை கடலில் இருக்கும் பாறைகளில் இருந்தும் கூர்முகடுகளில் இருந்தும் உணவு தேடி எமெயினின் சமதளங்களை நோக்கி வருவதாகவும் ஐபார் கூறினான்.

"ஓ ஐபார்! எது பெரிய சாகசம்? இந்த அன்னப்பறவைகளை உயிருடன் பிடிப்பதா அல்லது இறந்த உடல்களாக கைப்பற்றுவதா?" எனக் கேட்டான் குக்கோலேன்.

உயிருடன் அன்னப்பறவைகளைப் பிடிப்பதே உண்மையான சாதனை எனக் கூறினான் ஐபார். ஏனெனில், உயிரற்ற அன்னப்பறவைகளை இதற்கு முன்னரே பலர் பிடித்து வந்திருக்கின்றனர். ஆனால், உயிருடன் பறவையைப் பிடித்தவர்கள் மிகச்சிலரே எனவும் அவன் கூறினான்.

எனவே, தன்னுடைய கவணில் ஒரு கல்லைப் பொருத்திய குக்கோலேன், அதை வீசியெறிந்து எட்டு அன்னப்பறவைகளை உயிருடன் பிடித்தான். பின்னர், அவன் மற்றுமொரு கல்லை கவணில் பொருத்தி, மேலும் பதினாறு பறவைகளை உயிரோடு பிடித்தான். பறவைகள் நிலத்தில் வீழ்ந்ததும், ஐபாரைத் தேரை

விட்டு இறங்கி வந்து அவற்றைச் சேகரிக்கச் சொன்னான் குக்கோலேன்.

"இங்கிருந்து நகர எனக்கு அச்சமாய் உள்ளது. இனிமேலும் என்னால் இந்தக் குதிரைகளை அடக்க முடியாது. நான் இங்கிருந்து நகர்ந்தால் குதிரைகள் மூர்க்கமாகக் கூடும். பின்னர், நான் இந்தத் தேரின் சக்கரங்களுக்குக் கீழே நசுங்கி இறக்க வேண்டியதுதான். மேலும், நான் இருக்கும் இடத்தில் இருந்து சிறிது உடலைத் திருப்பினாலும், தேரில் பிணைத்திருக்கும் இந்தக் காட்டு மான்களின் கூரிய கொம்புகள் என்னைக் குத்திக் கிழித்துவிடும்!" என அஞ்சியபடியே கூறினான் ஐபார்.

உடனே தேரின் அருகே வந்த குக்கோலேன், குதிரைகளையும் மான்களையும் கடுமையாக வெறித்து நோக்கினான். உடனே குதிரைகள் அசையாமல் நின்றன. மான்கள் அச்சத்தால் தங்கள் தலையைக் குனிந்தன. இதனால் தேரைவிட்டு இறங்கிய ஐபார் குக்கோலேன் வீழ்த்தியிருந்தப் பறவைகளைச் சேகரித்துத் தேரில் பிணைத்தான். பின்னர், அவர்கள் எமெயின் நோக்கிப் பயணித்தனர்.

எமெயினை அவர்கள் நெருங்கியதும், பயங்கரமாகத் தோற்றமளிக்கும் மனித்தலைகளுடனும், கைகால்கள் கட்டப்பட்டிருந்த காட்டுமான்களுடனும், உயிருடன் பிடிக்கப்பட்டிருந்த அன்னப்பறவைகளுடனும் அவர்கள் பயணித்தத் தேர் மிகப்பிரமாண்ட அதிசயம் போலிருந்தது. இந்தக் காட்சியைப் பற்றித் தெரிந்துகொண்ட கான்கோபார், "அந்தத் தேரை ஓட்டிவருபவன் என் சகோதரியின் மகன் ஆவான். போர்க்களத்தின் கட்டுக்கடங்காத வேகமும் வெறியும் அவனிடம் இப்போதும் இருக்கிறது. அதை நாம் உடனடியாய் தணிக்காவிட்டால், இன்றைய இரவுக்குள் அவன் எமெயின் நாட்டின் அனைத்து ஆண்களையும் அழித்து விடுவான்!" என எச்சரித்தார்.

இதனைக் கேட்டு கவலையுற்றப் பெண்கள் உடனே குக்கோலேனை அமைதியாக்க அவனை நோக்கி ஓடினர். அவனுடைய அருகில் சென்றதும், அவர்கள் தம் ஆடைகளைக் களைந்து, அந்தக் குழந்தையின் முன் வெற்றுடம்புகளுடன் நின்றனர். இவ்வாறாய் பெண்களைக் கண்டதும் என்ன செய்வதென குக்கோலேனால்

அறிய முடியவில்லை. அவன் தன் கண்களைத் தாழ்த்தித் தன் தேரை மட்டும் பார்த்துக் கொண்டிருந்தான். அவ்வாறு அவன் பார்த்துக் கொண்டிருந்த சமயத்தில், அவனைத் தேரில் இருந்து தூக்கிச் சென்று, குளிர்ந்த நீர் நிரம்பிய மூன்று கொப்பரைகளில் அமிழ்த்தினர். இதன் மூலம் அவனது கோபம் தணிந்துவிடும் என அவர்கள் நம்பினர். அவனை அமிழ்த்திய முதல் கொப்பரையானது, குக்கோலெனின் வெப்பம் தாளாமல் உடைந்து சிதறியது. இரண்டாம் கொப்பரையில் அவன் அமிழ்த்தப்பட்டபோது, அவனுடைய வெப்பத்தினால் அந்த நீரில் இருந்து மிகப்பெரிய அளவில் குமிழ்கள் வெளியாகின. அவை ஒவ்வொன்றும் ஒரு மனிதனின் முஷ்டி அளவிற்குப் பெரிதாய் இருந்தன. மூன்றாவதாய் அவனை இட்ட கொப்பரையில் உண்டான வெப்பத்தைச் சிலரால் தாங்கிக்கொள்ள இயலும், சிலரால் இயலாது. அதன் பின்னர் சிறுவனின் கோபம் அவனைவிட்டு நீங்கியது. நீரில் இருந்து வெளியே கொண்டுவரப்பட்ட அவன், சிறந்த ஆடைகள் அணிவிக்கப்பட்டு அலங்கரிக்கப்பட்டான்.

பின்னர், சிறுவன் குக்கோலேன், மரியாதையின் அடையாளமாக கான்கோபாரின் இரு கால்களுக்கு இடையே அமர வைக்கப்பட்டான். அதன் பிறகு, அந்த இடமே அவனுக்கு என்றென்றைக்குமாய் நிலைத்திருந்தது. மிகச் சிறு வயதில் ஆயுதங்களை ஏந்திக்கொண்டு, உல்ஸ்டெர் நாட்டு ஆண்களில் இரண்டில் மூன்று பங்குடையோரைக் கொன்று குவித்திருந்த மூன்று கொடூரன்களை அன்றைய தினமே கொன்ற அந்தச் சிறுவனை அனைவரும் ஆச்சரியத்துடன் கண்டனர்.

இவ்வாறுதாம் குக்கோலேன் ஆயுதங்களை ஏந்திக் கொண்ட நிகழ்வும், அதே நாளில் நெட்டின் மூன்று மகன்களையும் கொன்றழித்த சம்பவமும் அரங்கேறின. பாதிரி கத்பா முன்னரே ஆருடம் கூறியிருந்ததைப் போல், குக்கோலேனின் வீரதீர சாகசங்கள் எரினிலும் மற்றும் உலகமெங்கும் பாடல்களாகப் பாடப் பெறுகின்றன. மேலும், கத்பாவின் தீர்க்கதரிசனத்தின்படி, குக்கோலேனின் ஆயுட்காலம் மிகவும் குறுகியதாய் இருந்தது, எனவே, ஒரு சராசரி மனிதனின் ஆயுட்காலத்தை விடவும் மிக முன்னரே குக்கோலேன் மரணத்தைத் தழுவினான். இது குறித்த கதை வேறொரு கிளையில் விரிகின்றது.

'மின்' நதியின் இருபத்து நான்கு வளைவுகள்

பழங்காலச் சீன தேசத்தின் பெரும்பான்மையான புராணக் கதைகள் பல்வேறு புத்தகங்களில் இருந்து சேகரிக்கப்பட்டுள்ளன. இந்தப் புத்தகங்கள் யாவும் பல்லாயிரக்கணக்கான ஆண்டுகளாக, பற்பல சீனத் தலைமுறையினர்களால் பிரதிகளும் மறுபிரதிகளும் எடுக்கப்பட்டு தொடர்ந்து இக்காலம் வரை வந்து சேர்ந்திருக்கின்றன.

பண்டைய சீனப் புராணங்களிலும், தற்போதைய சீனாவிலும், 'ட்ராகன்'கள் என்பவை வலிமை, ஞானம் மற்றும் புத்திசாலித் தனத்தின் குறியீடுகளாகவே இருந்து வருகின்றன. பின்வரும் கதையானது, கடுமையான உழைப்புடன் அன்பும் அறிவும் கொண்ட ஒரு சிறுவன் ட்ராகனாக மாறிவிடும் நிகழ்வை விளக்குகிறது. ட்ராகன்கள் எப்போதும் ஒரு சராசரி மனிதனை

விடவும் உயர்வான நிலையிலேயே வைக்கப்பட்டும் வழிபட்டும் வரப்படுகிறது.

தென்மேற்கு சீனாவில், 'சிசுவான்' எனும் மாகாணத்தில், 'மின்' எனும் ஓர் அழகான காட்டாறு பாய்ந்தோடிக் கொண்டிருந்தது. முன்னொரு காலத்தில் இந்த ஆறு, அது உருவாகும் இடமான மின் மலைகளில் இருந்துத் துவங்கி, மிகப்பெரும் 'யாங்சே' நதியில் கலப்பது வரை, அது நேர்கோட்டில்தான் ஓடிக் கொண்டிருந்ததாக நம்பப்படுகிறது. ஆனால் இன்றோ, மின் ஆறு இருபத்துநான்கு முறை வளைந்து திரும்புகிறது. தன்னுடைய மிகப்பெரிய வேதனையொன்றை சுமந்து ஓடுவதைப்போல், இருபத்து நான்கு திருப்பங்களிலும் நதியானது கண்ணீர்த்துளி போன்ற ஒரு ஏரியை உருவாக்கியிருந்தது. இந்த ஏரிகள் உருவானது குறித்த ஒரு விசித்திரமான கதையை மின் நதியின் கரைகளில் வசிக்கும் மக்கள் சொல்கிறார்கள். அந்தக் கதை ஒரு சிறுவனைப் பற்றியதாகும்.

பல காலங்களுக்கு முன்னர், மின் நதியோரத்தில் இருந்த ஒரு கிராமத்தில், 'வென் பெங்' எனும் ஒரு சிறுவன் தன் விதவைத் தாயுடன் வசித்துவந்தான்.

அதே கிராமத்தில் இருந்த ஒரு மிகப்பெரிய, பிரமாண்ட இல்லத்தில் ஒரு பணக்காரனும் வாழ்ந்து வந்தான். அவன் குரூர மனம் படைத்த கொடியவன் ஆவான். கிராமத்தைச் சுற்றியுள்ள பெருவாரியான நிலங்கள் அவனுக்கே சொந்தமானவை. அந்த நிலங்களில் கிராமத்தில் இருந்த அனைத்து ஏழைகளையும் பணிக்கு அமர்த்தியிருந்தான் அந்தப் பணக்காரன். அவர்களின் கடும் உழைப்புக்கான கூலியாய் வருடத்திற்கு ஒருமுறை, கையளவு அரிசியை மட்டுமே அவன் வழங்கினான். பணக்காரனாய் இருந்ததுடன் ஈவுஇரக்கமற்ற பொல்லாதவனாகவும் அவன் இருந்தான். கருணையே இல்லாது ஏழைகளை அவன் தண்டிக்கவும் செய்தான். அவனை மதிக்காமல் நடந்துகொண்ட எவரையும் அவன் கொலை செய்யவும் செய்தான். ஆகையால், இத்தகைய கொடியவனைக் கண்டு ஊர்மக்கள் அஞ்சி நடுங்கினர். அவனுடைய இத்தகைய தீய குணங்களால், அவனைக் 'கரும்புலி' என கிராமத்தினர் அழைத்தனர்.

இந்தக் கரும்புலியால் வென் பெங்கின் தந்தை சில ஆண்டுகளுக்கு முன்னர் கொடூரமாகக் கொல்லப்பட்டிருந்தார். இதனால் அவன் தாய் மிகுந்த ஏழ்மை நிலைக்குத் தள்ளப்பட்டார். வயல்களில் வேலை செய்யுமளவிற்கு உடலில் பலமில்லாததால், சிறுவன் வென் பெங் தினமும் மீன் பிடிக்கச்சென்றான். அவ்வாறு கிடைத்த மீன்களை அவன் கிராமத்தினருக்கு விற்றான். அதன் மூலம் கிடைத்த சொற்ப வருவாயில் அவனும் அவன் தாயும் வாழ்ந்துவந்தனர்.

சில நாட்களில் வென் பெங் காலையிலிருந்து மாலை வரை ஆற்றங்கரையில் அமர்ந்திருந்தாலும், அவனால் மீன்களைப் பிடிக்கமுடியாது. அந்நாட்களில் அவனும் அவன் தாயும் பட்டினி கிடக்கவேண்டிய சூழல் ஏற்படும்.

அதே போன்ற நாள் ஒன்றில், வென் பெங் நாள் முழுதும் நதிக்கரையில் அமர்ந்திருந்தும் அவனால் ஒரு மீனைக்கூட பிடிக்க முடியவில்லை. இருள் கவியத் துவங்கியதும், சிறுவன் வீட்டிற்குக் கிளம்பத் தயாரானான். அச்சமயத்தில் தனது தூண்டிலில் ஒரு அசைவை உணர்ந்தான் அவன். தன் தூண்டிலை வென் பெங் இழுக்க முயன்றான். ஆனால், அவனால் முடியவில்லை. தன் முழு பலத்தையும் பிரயோகித்து அவன் தன் தூண்டிலை இழுத்து இழுத்துப் பார்த்தான். தன்னால் முடியவில்லை என அவன் தூண்டிலை விடுவிக்க எண்ணியபோது, தூண்டிலில் இருந்து நீரின் வெளியே ஒரு மீன் துள்ளிவிழுந்தது.

வென் பெங் தன் வாழ்நாளிலேயே அத்தனை அழகான மீனைக் கண்டதில்லை. தங்கச் செதில்களுடன் இருந்தது அந்த மீன். அந்தச் செதில்கள் மிகுந்த ஜொலிப்புடனும் மினுமினுப்புடன் பளீரிட்டன. அவற்றின் ஒளி பொறுக்க முடியாமல் வென் பெங் தன் விழிகளை மூடிக்கொள்ளும் அளவிற்கு அந்த மீன் ஜொலித்தது. 'இந்த மீனை கிராமத்தில் விற்றால் நல்ல பணம் கிடைக்கும்!' என நம்பினான் வென் பெங். அவ்வாறு நிகழ்ந்தால், அன்றைய இரவு தன் தாயிடம் தரத் தனக்கு நிறைய பணம் கிடைக்கும் என அவன் மகிழ்ந்தான். அப்போதுதான் அந்த அதிசய மீன் தனது வாலை நெளித்து மனிதக் குரலில் பேசத் துவங்கியது.

"வென் பெங்! தயவுசெய்து என்னைக் கொல்லாதே! என்னைப் போக விடு! அதற்காய் நான் உனக்கு நிறைய வளங்கள் தருகிறேன்!" எனக் கூறியது அந்த மீன்.

தன் தூண்டிலின் முனையில் தொங்கிக் கொண்டிருக்கும் அந்த மீனைக் கண்டு வென் பெங் பெருமூச்செறிந்தான். "இத்தனை அழகான ஒரு மீனை என்னாலும் கொல்லத்தான் முடியாது!" என எண்ணிய அவன், மீனை மீண்டும் நீருக்குள் எறிந்தான். சோகமாகத் தன் தூண்டிலை சுருட்டி எடுத்துக்கொண்டு சிறுவன் வீடு நோக்கி நடந்தான். அன்றைய இரவிலும் தனக்கும் தன் தாய்க்கும் உண்பதற்கு ஏதும் கிடைக்கப் போவதில்லை என்பதை எண்ணி அவன் கவலையுற்றான்.

திடீரென, அந்த அதிசய மீன் நீருக்கு வெளியே தன் தலையை நீட்டியது. கரையை நோக்கி வேகமாக நீந்தி வந்த அது, சிறுவனின் காலடியில் ஒரு பெரிய முத்தினை உதிர்த்தது. "இந்த முத்தை பத்திரமாக வைத்துக்கொள் வென் பெங். இந்த நொடியில் இருந்து நீ நினைத்ததை எல்லாம் அபரிமிதமாய் அடைவாய்!" என்றது மீன். வென் பெங் மீனிடம் மேலும் ஏதும் கேள்விகள் கேட்பதற்கு முன்னர் அது நீருக்குள் மறைந்தது.

வென் பெங் அந்த முத்தை எடுத்துக்கொண்டு சென்று தன் தாயிடம் கொடுத்தான். "ஓ, என் அன்பு வென் பெங்! இந்த முத்தை வைத்துக்கொண்டு நாம் என்ன செய்யப் போகிறோம்? இதை நம்மால் உண்ணவும் முடியாது. இதை நாம் விற்க முயற்சித்தாலோ நாம் இதைத் திருடிக்கொண்டு வந்ததாய் நம்மைச் சந்தேகிப்பார்களே!" எனக் கதறினார் அவனுடைய தாய். விரக்தியிலும் அச்சத்திலும் முத்தை அந்த அறையின் மூலையில் அவள் விட்டெறிந்தாள். அறை மூலையில் இருந்த அரிசிப் பானையில் அந்த முத்து விழுந்தது. அந்தப் பானையினுள் சில அரிசி மணிகள் இருந்தன.

"இன்றைய இரவு உண்பதற்கு நம்மிடம் எதுவும் இல்லை மகனே! அந்தத் தங்க மீனை நீ விற்றிருந்தால் நன்றாக இருந்திருக்கும். அதன் மூலம் நமக்கு சிறிது பணம் கிடைத்திருக்கும். உனக்கு உணவளிக்க நான் சிறிது அரிசியையேனும் அந்தப் பணத்தில் வாங்கியிருப்பேன்!" என அழுதாள் வென் பெங்கின் தாய். பின்னர் அங்கிருந்து எழுந்துச் சென்ற அவள், அரிசிப் பானையில்

மீதமிருக்கும் சிறிதளவு அரிசி மணிகளைச் சேகரித்து அவனுக்குச் சிறிது உணவு தயாரிக்கலாம் என எண்ணினாள். "இந்தச் சிறிதளவு அரிசியைக் கொண்டு என் மகனுக்குக் கொஞ்சம் கஞ்சி காய்ச்சவேனும் செய்யலாம்!" என அவள் சொல்லிக்கொண்டாள். ஆனால், அரிசிப்பானையின் அருகில் சென்றதும் அவள் கண்ட காட்சி என்ன? பானை முழுதும் நல்ல தரமான வெண்ணிற அரிசி நிரம்பி வழிந்து கொண்டிருந்தது.

"வென் பெங்! உன்னுடைய முத்து அதிசய சக்தி உடையது!" என அவள் ஆச்சரியத்தில் கத்தினாள். அந்த முத்தை அரிசிப் பானைக்குள் இருந்து எடுத்து, மிகச்சில செப்புக்காசுகள் இருந்த தன் சிறிய காசுப்பைக்குள் அதை இட்டாள். அடுத்த நொடி, அந்தப் பை பளிச்சிடும் புதுக் காசுகளால் நிரம்பி வழிந்தது.

இப்போது, வென் பெங்கிற்கும் அவன் தாய்க்கும் அனைத்துமே அதிக அளவில் கிடைத்தன. அவர்கள் வறுமை நிலையில் இப்போது இல்லை. எனினும், எப்போதும்போல் வென் பெங் மீன் பிடிக்கச் சென்றான், கடுமையாக உழைத்தான்.

ஒருநாள் வென் பெங் ஆற்றங்கரைக்குச் சென்றிருந்தபோது, கரும்புலியின் மனைவி அவனுடைய தாயைக் காண வந்திருந்தாள். கரும்புலியின் மனைவியும் கரும்புலியைப் போலவே வஞ்சகமும் பேராசையும் கொண்டவளாவாள். வென் பெங்கும் அவனுடைய தாயாரும் முன்பிருந்த வறுமையில் தற்போது இல்லையென்பதையும், மேலும் அவர்கள் புத்தம்புது உடைகள் அணிந்திருப்பதையும் அவள் கண்டாள். சந்தைக்குச் சென்று பொருட்கள் வாங்கிட அவர்களிடம் பணம் இருப்பதையும் அவள் கண்டு ஐயமுற்றாள். வென் பெங்கிடம் இந்தத் திடீர் வளம் எங்கிருந்து வந்தது என்பதை அறிய கரும்புலியின் மனைவி விரும்பினாள்.

உடனே அவள் வென் பெங்கின் தாயிடம், "நீயும் உன் மகனும் திருடர்கள் என்பதை நான் அறிவேன்!" என மிரட்டினாள்.

"இல்லவே இல்லை! நானும் என் மகனும் நேர்மையானவர்கள். எங்களுக்குச் சொந்தமில்லா எந்தப் பொருளும் எங்களிடமில்லை!" என அச்சத்திலும் அதிர்ச்சியிலும் அலறினார் வென் பெங்கின் தாய்.

பெர்சியாவின் மூன்று இளவரசர்கள் | 187

“நன்று! அவ்வாறெனில் எவ்வாறு உங்களுக்கு வயிறார உண்பதற்கு உணவும், உடுத்துவதற்கு புத்தாடைகளும், சந்தைகளில் செலவழிக்கப் பணமும் கிடைத்தது? நேற்றுவரை நீங்கள் ஏழ்மையில் இருந்தவர்கள்தானே?” எனக் கேட்டாள் கரும்புலியின் மனைவி.

இந்தக் கேள்வியால் அதிர்ச்சியுற்று, “நாங்கள் இப்போதுதான் அதிர்ஷ்டம் பெற்றிருக்கிறோம்!” எனக் கவலையுடன் கூறினாள் வென் பெங்கின் தாய். தாங்கள் வளமையான வாழ்வு பெற்றிருப்பதற்கான காரணத்தை கரும்புலியின் மனைவிடம் கூறத் தயங்கினார் அவர். அதே சமயம், தன் மீதும் தன் மகன் மீதும் திருடர்கள் எனப் பழி ஏற்படுவதையும் அவர் விரும்பவில்லை.

“அதிர்ஷ்டம்!!! இதென்ன பிதற்றல்! எப்போதிலிருந்து ஒரு குடியானவன் அதிர்ஷ்டம் பெறத் துவங்கினான்? நீயும் உன் அதிசய மகனும் திருடர்கள்தாம்! என் கணவரிடம் இவை அனைத்தையும் நான் கூறத்தான் போகிறேன்!” என ஆத்திரத்தில் கத்தினாள் கரும்புலியின் மனைவி.

“அய்யோ! அவ்வாறு செய்யாதீர்கள்! உங்கள் கணவரிடம் எங்களைப் பற்றி எந்த அவதூறும் கூறாதீர்கள். நான் உண்மையைச் சொல்லி விடுகிறேன்!” என அஞ்சி நடுங்கியபடியே கண்ணீர் விட்டார் வென் பெங்கின் தாய். கண்ணீரினூடே தமக்கு அற்புத மீன் கொடுத்த மாய முத்தைப் பற்றியும் அந்த ஏழைத்தாய் கரும்புலியின் மனைவியிடம் கூறினார்.

இவற்றையெல்லாம் பெரும் வியப்புடன் கேட்டுக் கொண்டாள் கரும்புலியின் மனைவி. “அந்த மாய முத்தினை எப்படியேனும் நான் அடைந்தாக வேண்டும்!” என அவள் வஞ்சகமாக எண்ணினாள். உடனே ஓடிச்சென்று தன் கணவனிடம் அவள் அனைத்தையும் கூறினாள்.

இதனிடையில், அன்றைய மீன்பிடித் தொழிலை முடித்துக் கொண்டு வென் பெங் வீடு திரும்பினான். தன் தாய் அழுது கொண்டிருப்பதைக் கண்டு அவன் அதிர்ச்சியுற்றான். “ஓ, என் மகனே! நம் கதை முடிந்தது! கரும்புலியின் மனைவி நம் ரகசியங்கள் அனைத்தையும் அறிந்து கொண்டாள். நிச்சயம்

அவள் கணவன் நம்மிடமிருந்து அந்த மாய முத்தை பறித்துக் கொள்வான்!" என அஞ்சியபடியே தாய் அழுதார்.

இதனையறிந்த வென் பெங் அச்சத்தாலும் கவலையாலும் முகம் வெளிறிப்போனான்.

அப்போது அவன் வீட்டுக் கதவை யாரோ பலமாகத் தட்டினார்கள். கரும்புலியும் அவனது வேலையாட்களும் வெளியே நின்று கொண்டிருந்தனர்.

வீட்டினுள் நுழைந்த கரும்புலி, "அந்த முத்தை என்னிடம் கொடுத்துவிடு. உன்னைப் போன்ற ஏழைக் குடியானவர்களிடம் அத்தகைய மாய முத்து இருக்கக் கூடாது!" எனக் கட்டளையிட்டான். ஆனால், வென் பெங்கோ அசையாமல் அமைதியாய் நின்றான். அவன் தாய் வருத்தத்திலும் பயத்திலும் அழுதபடி இருந்தார்.

"வீட்டினுள் தேடுங்கள்!" எனத் தன் வேலையாட்களிடம் ஆணையிட்டான் கரும்புலி. வென் பெங்கின் வீட்டைத் துப்புரவாக அவர்கள் தேடினார்கள். எனினும், அவர்களால் முத்தினைக் கண்டுபிடிக்க முடியவில்லை. அப்போதும் வென் பெங் அமைதியாய், அசையாமல் நின்று கொண்டிருந்தான். அவன் தாயோ அச்சத்தில் நடுங்கியபடி கண்ணீர் உகுத்துக் கொண்டிருந்தார்.

"முத்தை எங்கே ஒளித்து வைத்திருக்கிறாய்?" என உறுமிய கரும்புலி, வென் பெங்கின் குரல்வளையை நெறித்து, அவன் உடலை உலுக்கினான். "பதில் சொல்! இல்லையெனில் உன்னை நீதிபதியின் முன் இழுத்துச் சென்று, நீயொரு திருடன் என உலகத்துக்குச் சொல்வேன்!" என வென் பெங்கை பயமுறுத்தினான் கரும்புலி. ஆனால், வென் பெங் ஒரு வார்த்தை கூடப் பேசவில்லை.

இறுதியாக, வென் பெங்கை சபித்தபடியும் மிரட்டியபடியும் அங்கிருந்து வெளியேறினான் கரும்புலி.

உடனே வென் பெங்கை நோக்கி ஓடினாள் அவன் தாய். அவன் அப்போதும் அசையாமல், அமைதியாய் நின்றிருந்தான். ஆனால், அவன் முகபாவம் மிக விசித்திரமாக இருந்ததை அவர் கவனித்தார்.

“ஓ, வென் பெங்! உனக்கு என்னவாயிற்று? உன் முகம் ஏன் இத்தனை விகாரமாய் உள்ளது?” எனக் கேட்டுக்கொண்டே அவன் தாய் அழுதாள்.

வென் பெங் பெருமூச்சுகள் விட்டபடியே, “ஓ, அன்னையே! அந்த மாய முத்தை நான் என் வாய்க்குள் ஒளித்திருந்தேன். கரும்புலி என்னை உலுக்கியபோது நான் அந்த முத்தைத் தவறுதலாய் விழுங்கி விட்டேன்! இப்போது என்னால் சுவாசிக்க முடியவில்லை. என் இதயம் வெடித்து விடுவதைப் போல அதிவேகமாகத் துடிக்கிறது!” எனத் திக்கித் திணறிக் கூறினான்.

“ஓ, என் குழந்தையே! உன்னை எப்படி நான் காப்பாற்றுவேன்? அந்த முத்து, மாய சக்திகள் கொண்டதாயிற்றே! உனக்குள் அது எவ்விதமான மாற்றங்களை உண்டு செய்யும் என அந்த இறைவனுக்குத்தான் தெரியும்!” என அழுதாள் தாய்.

“ஓ, அன்னையே! குடிக்க எனக்குத் தண்ணீர் தாருங்கள்! நான் மிகவும் தாகமாக உணர்கிறேன்!” எனக் கூறினான் வென் பெங்.

உடனே அவன் தாய் ஓடிச்சென்று தண்ணீர் கொண்டு வந்தாள். அதைப் பருகிய வென் பெங். “என் தாகம் கட்டுக்கடங்காமல் உள்ளது. என்னால் அதைத் தாங்க முடியவில்லை. நான் இப்போதே நதியை நோக்கிச் செல்ல வேண்டும்!” எனக் கதறித் துடித்து நதியை நோக்கி அவன் ஓடினான். அவனுடைய தாயும் அவனைத் தொடந்து அழுதபடியே ஓடினாள்.

நதியை அடைந்ததும் நீருக்குள் குதித்த வென் பெங், ஆற்றுநீரைக் குடித்தபடியே இருந்தான். ஆற்றுநீர் முழுதும் தீர்ந்து போகுமளவு அவன் தாகம் இருந்தது. அச்சமயம், திடீரென வானில் மேகமூட்டம் சூழ்ந்தது. மின்னல் வெட்டியது, இடி இடித்தது, பெருங்காற்று சுழன்று வீசத் துவங்கியது.

தன் மகன் வென் பெங்கைக் கண்ட அவன் தாய் அச்சத்தில் அலறினாள். ஏனெனில், அவள் மகன் ஒரு டிராகனாக உருமாறத் துவங்கியிருந்தான்.

“என் மகனே! என் குழந்தையே!” என அலறித் துடித்தபடி அவன் தாயும் நதிக்குள் குதித்தாள். உடனே, வென் பெங்கின் பாதத்தை அவள் உறுதியாகப் பற்றிக்கொண்டாள். ஆனால்,

அவளால் முத்தின் மாய சக்தியைத் தடுக்க இயலவில்லை. அவள் பற்றியிருந்த ஒரு பாதத்தைத் தவிர வென் பெங்கின் முழு உடலும் ட்ராகனாய் மாறியிருந்தது.

"நான் போக வேண்டும் தாயே! இனி என்னால் உங்களுடன் தங்க இயலாது!" என இயலாமையில் முணுமுணுத்தது அந்த ட்ராகன்.

"என்னைவிட்டுப் பிரியாதே மகனே! உன்னைப் பிரிந்து என்னால் வாழ இயலாது!" எனக் கதறியழுதாள் தாய்.

"என்னால் எதுவும் செய்ய முடியாது தாயே! மிகவும் சக்திவாய்ந்த ஏதோவொன்று என்னை அழைக்கிறது, நான் உங்களைப் பிரிந்துச் சென்றே ஆகவேண்டும்!" எனப் பெருமூச்செறிந்தது ட்ராகன்.

மெதுவாகக் காற்றில் எழும்பிய ட்ராகன், தன் மிகப்பெரிய சிறகுகளை விரித்தது. அதன் உடம்பில் இருந்த செதில்கள் தங்க வண்ணத்திலும் சிகப்பு வண்ணத்திலும் மாறி மாறி ஒளிர்ந்தன.

"திரும்பி என்னைப் பார் மகனே! ஒரே ஒருமுறை என்னைத் திரும்பிப் பார்!" என அழைத்தாள் தாய்.

அதைக் கேட்டதும் டிராகன் தன் பிரமாண்டமான உடலை வேதனையுடன் திருப்பித் தன் தாயைப் பார்த்தது. அப்போது அதன் விழிகளில் இருந்து கண்ணீர்த்துளி ஒன்று உருண்டு நதியின் அருகில் விழுந்தது.

"மற்றுமொரு முறை என்னைத் திரும்பிப் பார் மகனே!" எனக் கெஞ்சினாள் தாய்.

ட்ராகன் மீண்டும் திரும்பிப் பார்த்தது. அப்போது மேலும் அதன் கண்ணீர்த்துளி ஒன்று நதியின் கரையோரம் விழுந்தது.

இவ்வாறாய் இருபத்து நான்கு முறை அந்தத் தாய் தன் மகன் ட்ராகனை அழைத்தாள். இருபத்து நான்கு முறையும் ட்ராகன் தன் உடலைத் திருப்பி, பிரிவின் கொடுந்துயரை அனுபவித்தவாறு கண்ணீர்விட்டது. எனவே ட்ராகனின் இருபத்து நான்கு கண்ணீர்ச்சொட்டுகள் நதியின் அருகில் வீழ்ந்தன.

இதனால்தான், ட்ராகன் வேதனையுடன் தன் உடலைத் திருப்பியுள்ளதுபோல் மின் நதி இருபத்து நான்கு திருப்பங்களைக்

கொண்டுள்ளதாகவும், நதியின் அத்தனை வளைவுகளிலும் ட்ராகனின் கண்ணீர்த்துளி போல் இருபத்து நான்கு ஏரிகள் உண்டானதாகவும் மக்கள் நம்புகின்றனர்.

பென்கீயும் யோஷிட்சுனேவும்

பன்னிரெண்டாம் நூற்றாண்டில் ஜப்பானில் வாழ்ந்த ஒரு போர்த்துறவி 'பென்கீ'. அவரைப் பற்றிய பல கதைகள் மிகைப்படுத்தப்பட்டப் புனைவுகளாய் இதிகாசங்களில் கூறப்பட்டிருப்பினும், அவர் ஒரு நிஜ வீரன் என்பதில் ஐயமில்லை.

'மினமோடோ யோஷிட்சுனே' ஜப்பானின் மிகவும் புகழ் வாய்ந்த வரலாற்று கதாநாயகர்களுள் ஒருவர். 1159 முதல் 1189 வரை வாழ்ந்த ஒரு மாபெரும் வீரர் யோஷிட்சுனே. தன் மூத்த சகோதரரான 'யோரிடோமோ' ஜப்பானை ஆள்வதற்கு இவர் பெருந்துணையாக இருந்தார். பின்னர், யோரிடோமோ ஜப்பானின் முதல் சர்வாதிகாரியாக உருவானார்.

யோஷிட்சுனேவின் தந்தையான 'மினமோடோ யோஷிஹோமோ' அவருடைய எதிரியான 'டாய்ரா கியோமோரி'யால் 1160-வில் கொல்லப்பட்டார். அப்போது யோஷிட்சுனே ஒரு வயதிற்கும் குறைவான குழந்தையாய் இருந்தான். யோஷிட்சுனேவைக்

கொல்லாமல் விட்டான் கியோமோரி. ஆனால், அவனை ஒரு மடாலயத்தில் சேர்த்திருந்தான். அங்கு ஒரு புத்தத் துறவியாக உருவாக யோஷிட்சுனேவிற்குப் பயிற்சிகள் தரப்பட்டன.

புராண வரலாற்றின்படி, இந்த மடாலயத்தின் அருகில் அமைந்திருந்த 'கியோடோ'வில் இருந்த 'கோயோ' பாலத்தில் தாம் யோஷிட்சுனேவும் பென்கீயும் சந்தித்தனர் எனக் கூறப்படுகிறது.

யோஷிட்சுனேவும் பென்கீயும் ஜப்பான் மக்களின் அபிமான நாயகர்களாய் இன்றும் இருக்கின்றனர். இந்த இருவருடைய வீரதீர சாகசங்களும் ஜப்பானின் பல்வேறு பழங்கதைகளையும் இதிகாசங்களையும் தோற்றுவித்தன. மேலும் இருவருடைய வாழ்க்கையும் 'காபுகி' நாடகங்களுக்கும் 'நோஹ்' செயலாக்கங்களுக்கும் கதைக்கருவாக இருந்துள்ளன.

தொள்ளாயிரம் ஆண்டுகளுக்கு முன்னர், ஜப்பானில், ஒரு கொல்லனின் மகள் தன் மகனைப் பெற்றெடுத்தாள். கடவுள் தான் அந்தக் குழந்தையின் தந்தை எனச் சிலரும், தீயசக்தி தாம் குழந்தையின் தந்தை எனப் பலரும் கூறினர். அந்தக் குழந்தை மற்றக் குழந்தைகளைவிடவும் மிகவும் வித்தியாசமாய் இருந்தது. அந்தக் குழந்தை மிகப்பெரிய உருவத்துடன் இருந்தது. மேலும் பிறக்கும்போதே குழந்தைக்கு ஒரு காட்டு மனிதனைப் போல நீண்ட உரோமங்களும் பெரிய கூர்ப்பற்களும் இருந்தன. அவனுக்குப் பன்னிரெண்டு ஆண்களுடைய சக்தி இருந்தது. மற்றக் குழந்தைகளைவிடவும் அவன் மிகவேகமாகவும் வளர்ந்தான். மிகச் சீக்கிரத்தில் அவனை அனைவரும், 'ஓனிவாகா' என அழைக்கத் துவங்கினர். அதன் அர்த்தம், 'பிசாசுக் குழந்தை' என்பதாகும்.

சிறுவனாக ஓனிவாகா எப்போதும் தொல்லைகள் தருபவனாகவே இருந்தான். மற்றக் குழந்தைகளை அடித்துக்கொண்டும், பொருட்களை உடைத்துக்கொண்டும் இருந்தான். ஓனிவாகா குறித்த அக்கம்பக்கத்தினரின் புகார்களைக் கண்டு அவனுடைய ஏழைத்தாய் சோர்வடைந்தாள். தொடர்ந்து ஓனிவாகாவைக் கண்காணிக்க அவளால் முடியவில்லை. இறுதி முடிவாய்

அவனை ஒரு மடாலயத்திற்கு அனுப்ப நினைத்தாள். அன்பும் ஒழுக்கமும் நிறைந்த துறவிகளுடன் ஓர் அமைதியான சூழலில் வளர்ந்தாலேனும், ஓனிவாகா தன் போக்கிரித்தனங்களில் இருந்து விடுபடுவான் என அவன் தாய் நம்பினாள்.

இவ்வாறாகச் சிறுவன் ஓனிவாகா ஒரு துறவியானான். இருப்பினும் அவன் தன் குறும்புகளை நிறுத்தவில்லை. எனவே, தொடர்ந்து ஒரு மடாலயத்தில் இருந்து மற்றொன்றுக்கும், ஒரு கோவிலில் இருந்து வேறொன்றுக்கும் அவன் மாற்றப்பட்டுக்கொண்டே இருந்தான். எங்கேனும் ஓர் இடத்தில் அவன் தன் குணம் மாறித் தங்கிவிடுவான் என அனைவரும் நம்பினர்.

இறுதியாக, ஓனிவாகா தன் பதினேழாம் வயதில், மடாலயங்களை விட்டு வெளியேறினான். பின்னர் அவன் ஒரு 'யாமாபூஷி'யாக உருவாகினான். அதாவது, நாடோடியான ஒரு கொள்ளைக்காரத் துறவியாக உருவாகினான். அதன் பின் அவன் தன்னைத்தானே, 'சாய்டோ முசாஷிபோ பென்கீ' என அழைக்கத் துவங்கினான்.

பென்கீ மிகவும் உயரமானவன். இரண்டு மீட்டர்கள் உயரத்துடன், இயற்கைக்கு அப்பாற்பட்ட அதீத பலம் பொருந்தியவனாயும் அவன் இருந்தான். ஆயுதங்களைக் கையாளும் தன்னுடைய வித்தைகள் குறித்து அவன் மிகுந்த பெருமை கொண்டிருந்தான். எனவே, எந்தவொரு அந்நியரைச் சந்தித்தாலும் அவர்களைத் தன்னுடன் போட்டியிட அறைகூவல் விடுப்பான். அவனுடைய ஒரே நிபந்தனை, தோற்றவர் தன்னுடைய வாளினை வெற்றி பெற்றவரிடம் ஒப்படைக்க வேண்டும். அதுவரை நடைபெற்ற எந்தப் போட்டியிலும் பென்கீ தோல்வியுற்றதே இல்லை. இந்தப் போட்டிகளின் வாயிலாக, சில வருடங்களின் முடிவில், பென்கீயிடம் தொள்ளாயிரத்து தொண்ணூற்று ஒன்பது வாட்கள் சேர்ந்து விட்டிருந்தன. இப்போது அவன் தன்னுடைய ஆயிரமாவது வாளினை எதிர்பார்த்திருந்தான்.

ஒரு நாள், கியாடோவில் அமைந்திருந்த கிடானோ கோவிலுக்குத் தன்னுடைய புனித மாலைநேரப் பிரார்த்தனைகளைச் சமர்ப்பிக்க விரும்பினான் பென்கீ. ஆனால், மற்ற துறவிகள் அவனை எச்சரித்தனர். "கிடானோவிற்குச் செல்லாதே பென்கீ. அந்தக் கோவிலை அடைய நீ அவசியம் கோயோ பாலத்தைக் கடக்க

வேண்டும். ஆனால், அந்தப் பாலத்தை ஒரு ஆன்மா காவல் காக்கிறது!" என்றனர் அவர்கள்.

இதைக் கேட்டதும், "ஆன்மாவைக் கண்டு நான் அஞ்சுவதில்லை!" எனக் கேலியாகக் கூறினான் பென்கீ.

"ஆஹ்... இல்லை பென்கீ! நீ எதைக் கண்டும் அஞ்சுபவன் அல்ல என்பதை நாங்களும் அறிவோம். ஆனால், இந்த ஆன்மா படு பயங்கரமானது. கோயோ பாலத்தை எவர் கடந்து சென்றாலும் இந்த ஆன்மா அவர்களைக் கொல்லாமல்விடாது!" என அவர்கள் அச்சுறுத்தினர்.

இதைக் கேட்டதும், முன்னெப்போதையும்விடத் தன் மாலைநேரப் பிரார்த்தனைகளைச் சமர்ப்பிக்க கிடானோ கோவிலுக்குச் சென்றே ஆகவேண்டும் என உறுதி கொண்டான் பென்கீ. "இந்த ஆன்மாவை வெற்றிகொண்டு, எனது ஆயிரமாவது வாளினை நான் வெல்லப் போகிறேன்!" எனப் பென்கீ தனக்குத்தானே கூறிக்கொண்டான்.

கோயோ பாலத்தை அவன் நெருங்கியதும், அவனைச் சுற்றிலும் அமைதியும் இருளும் சூழ்ந்து இருந்தன.

சுற்றிலும் எவரும் இல்லை. பாலத்தைக் கடக்க பென்கீ தயாரான போது, அவன் எதிரே ஒரு சிறுவனின் உருவம் வந்து நின்றது.

"ஆஹ்... ஆன்மா!" என அதனை எண்ணிக்கொண்டான் பென்கீ. அந்த ஆன்மாவின் முன் தலைகுனிந்து வணங்கிய பென்கீ, "என்னைப் போகவிடு! கிடானோ புனிதத்தலத்திற்கு என் மாலைநேரப் பிரார்த்தனைகளைச் சமர்ப்பிக்க நான் செல்கிறேன்!" எனக் கூறினான்.

ஆனால், அந்த ஆன்மாவோ ஒரு சிறுவனின் குரலில் பேசியது, "நின்று என்னை எதிர்த்துப் போரிடு! என்னை நீ வீழ்த்திவிட்டு இந்தப் பாலத்தைக் கடந்து செல். இல்லையேல் திரும்பிச் செல்!"

இந்தச் சவாலை பென்கீ ஏற்றுக் கொண்டான். தன்னுடைய வாளை உருவி, ஆன்மாவை எதிர்கொண்டான். இதற்கு முன்னர் இதுபோன்ற ஒரு எதிரியைத் தன் வாழ்நாளிலேயே பென்கீ கண்டதில்லை. சண்டையின்போது அந்த ஆன்மா குதித்தது,

துள்ளியது, நடனமாடியது, தனக்குச் சிறகுகள் இருப்பதைப் போல் அத்தனை இலகுவாய் அது நடந்துகொண்டது. தன்னுடைய நிலையைத் தக்கவைத்துக் கொள்ளப் போரிட்ட பென்கீ, ஒரு கட்டத்தில் தன் உயிரைக் காப்பாற்றிக்கொள்ளப் போரிட வேண்டிய நிலை வந்தது. திடீரென, அந்தச் சண்டை முடிவுக்கு வந்தது. பென்கீ அந்த ஆன்மாவிடம் தன் தோல்வியை ஒப்புக் கொண்டிருந்தான்.

"நீ ஒரு அற்புதமான வில்வித்தையாளன்! எனவே, நான் உன்னை உயிரோடு விடுகிறேன்!" என்றது ஆன்மா.

பென்கீ அந்த ஆன்மாவின் முன் தன் தலையைத் தாழ்த்தி, "தாங்கள் யார்? என் வாழ்நாள் முழுமையிலும் என்னைத் தோல்வியுறச் செய்த ஒருவரை நான் கண்டதேயில்லை, உயிருடனோ ஆன்மாகவோ!" என்றான் பென்கீ.

"என் பெயர் உஷிவாகா. மினமோடோ யோஷிஹோமோவின் மகன், யோரிடோமோவின் இளைய சகோதரன்!" எனப் பதிலளித்தது ஆன்மா.

"அப்படியானால் தாங்கள் ஆன்மா இல்லையா?" என வியப்பில் கத்தினான் பென்கீ.

"ஆஹ்... இல்லை! எல்லோரையும் போல் நானும் பிறப்பு இறப்புடையவன்தான்!" எனச் சிரித்தபடியே கூறினான் உஷிவாகா.

அந்தச் சிறுவனை வியப்பாய் பார்த்தான் பென்கீ. பத்து வயதே நிரம்பியிருந்த அந்தச் சிறுவன் தன்னை அநாயாசமாய் வெற்றி கொண்டதை எண்ணி வியந்தான் அவன்.

தன்னுடைய தலையை உஷிவாகாவின் முன் தாழ்த்திய பென்கீ, சிறுவனுக்குச் சேவை செய்திட தன் வாழ்நாளை அர்ப்பணிப்பதாகக் கூறினான். உஷிவாகாவும் பென்கீயைத் தன் சிஷ்யனாக ஏற்றுக்கொண்டான்.

உஷிவாகா வளர்ந்து பெரியவன் ஆனதும், யோஷிட்சுனே எனப்பெயர் பெற்றார். பென்கீ எப்போதுமே யோஷிட்சுனேவை விட்டு அகலவே இல்லை. யோஷிட்சுனே போர்க்களத்தில் இறப்பதற்குச் சில நிமிடங்கள் முன்னர் தான் பென்கீ இறந்ததாகக்

கூறுவர். பென்கீ மற்றும் யோஷிட்சுனேவின் ஆன்மாக்கள் ஒரே சமயத்தில் தாம் அவர்களின் உடலைவிட்டு நீங்கின எனவும் சிலர் கூறுவர்.

மாவீரன் யோஷிட்சுனே மற்றும் அவனுடைய சிஷ்யன் பென்கீயின் வீர சாகசங்கள் தற்போதும் ஜப்பானில் கதைகளாக நினைவு கொள்ளப்படுகின்றன.